AF766042

കാറുവാൻ

പക്ഷിനിരീക്ഷകൻ ഇന്ദുചൂഡന്റെ ജീവിതം

Kaaruvan
Pakshinireekshakan Induchoodante Jeevitham
Biography

C Rahim

CHINTHA PUBLISHERS
Thiruvananthapuram

© Rights Reserved
All rights reserved. No part of this publication may be reproduced, transmitted, or stored in a retrieval system in any form or by any means without the written permission of the publisher.

First Edition
January 2023

Published & Typesetting
Chintha Publishers, Thiruvananthapuram

Printed at
Time Offset Printers, Thiruvananthapuram

Cover Design
Vinod Mangoes

ISBN : 978-93-94753-66-2

CO - 3228 / 6279

Email: chinthapublishers@gmail.com
Website: www.chinthapublishers.com

A version is available at National Libraries
Kolkata, Mumbai, Chennai and Delhi

Distribution
DESHABHIMANI BOOKHOUSE
H O Thiruvananthapuram 695035

Branch
Head Office Kunnukuzhi • Statue Thiruvananthapuram
KSRTC Bus Terminal Thampanoor • Saphalyam Complex Thiruvananthapuram
KSRTC Bus Station Alappuzha • KSRTC Bus Station Ernakulam
Machingal Lane Thrissur • IG Road Kozhikode
Mavoor Road Kozhikode • NGO Union Building Kannur
Central Bus Terminal Complex Thavakkara Kannur

കാറുവാൻ

പക്ഷിനിരീക്ഷകൻ ഇന്ദുചൂഡന്റെ ജീവിതം

സി റഹിം

ചിന്ത പബ്ലിഷേഴ്സ്
തിരുവനന്തപുരം-695 035

സി റഹിം

1968 ൽ ആലപ്പുഴ ജില്ലയിൽ നൂറനാട് നെടിയത്തുവീട്ടിൽ ജനിച്ചു. അച്ഛൻ: ചെല്ലപ്പൻ റാവുത്തർ, അമ്മ: മുഹമ്മദ് അമ്മാൾ.

സി ബി എം ഹൈസ്കൂൾ, കായംകുളം എം എസ് എം കോളേജ് എന്നിവിടങ്ങളിൽ വിദ്യാഭ്യാസം. സ്റ്റാറ്റിസ്റ്റിക്സിൽ ബിരുദം. സാമൂഹ്യശാസ്ത്രത്തിൽ ബിരുദാനന്തരബിരുദ കോഴ്സ് പൂർത്തിയാക്കി.

ഇക്കോളജി & എൻവയോൺമെന്റ്, പബ്ലിക് റിലേഷൻ ജേർണലിസം എന്നിവയിൽ പോസ്റ്റ് ഗ്രാജുവേറ്റ് ഡിപ്ലോമ നേടി. *ഇന്ത്യ റിവ്യൂ*, *മാധ്യമം* ദിനപത്രം എന്നിവയിൽ കുറച്ചുകാലം പത്രപ്രവർത്തകനായി ജോലിചെയ്തു. ഇപ്പോൾ സൗദി അറേബ്യയിൽനിന്ന് പ്രസിദ്ധീകരിക്കുന്ന *മലയാളം ന്യൂസ്* പത്രത്തിന്റെ തിരുവനന്തപുരത്തെ ബ്യൂറോ ചീഫായി പ്രവർത്തിക്കുന്നു. 1987 ൽ നൂറനാട് പരിസ്ഥിതി പ്രവർത്തനങ്ങൾക്കായി 'ഗ്രാമശ്രീ' എന്ന സംഘടന സ്ഥാപിച്ചു. എം പി മന്മഥനോടൊപ്പം മദ്യനിരോധനസമരങ്ങളിൽ പ്രവർത്തിച്ചിട്ടുണ്ട്.

കൈരളി ടി വിക്കുവേണ്ടി സംസ്ഥാനത്തിനകത്തും പുറത്തും സഞ്ചരിച്ച് പക്ഷികളെക്കുറിച്ച് *കിളിവാതിൽ* എന്ന പേരിൽ നൂറിലധികം വരുന്ന എപ്പിസോഡുകളുടെ രചനയും സംവിധാനവും നിർവ്വഹിച്ചു. വന്യജീവികളെക്കുറിച്ച് 25 എപ്പിസോഡുകൾ എടുത്തു. *കിളിവാതിൽ, സൗണ്ട് ഓഫ് നേച്ചർ* എന്ന ഡോക്യുമെന്ററികൾക്ക് സംസ്ഥാന സർക്കാരിന്റെ ഏറ്റവും നല്ല ഡോക്യുമെന്ററി സംവിധായകനുള്ള അവാർഡും സ്പെഷ്യൽ ജൂറി അവാർഡും ലഭിച്ചു. ഏറ്റവും നല്ല സംവിധായകനുള്ള അറ്റ്ലസ് ഫിലിം ക്രിട്ടിക്സ് അവാർഡ് 2009, 2010, 2012 വർഷങ്ങളിൽ ലഭിച്ചു. *ദി ബേർഡ് മാൻ* തിരുവനന്തപുരം അന്താരാഷ്ട്ര ഡോക്യുമെന്ററി ഫെസ്റ്റിവലിൽ മത്സരവിഭാഗത്തിൽ പ്രദർശിപ്പിച്ചു. സംസ്ഥാന ശാസ്ത്ര സാങ്കേതിക പരിസ്ഥിതി കൗൺസിൽ ജനപ്രിയ സാഹിത്യ അവാർഡ് 2020, സംസ്ഥാന ബാലസാഹിത്യ ഇൻസ്റ്റിറ്റ്യൂട്ടിന്റെ പുരസ്കാരം എന്നിവ *സാലിം അലി ഇന്ത്യൻ പക്ഷിശാസ്ത്രത്തിന്റെ പിതാവ്* എന്ന പുസ്തകത്തിന് ലഭിച്ചു. ഡോ. എൻ എ കരീം സാഹിത്യപുരസ്കാരം 'കുരുമുളകിന്റെ വീട്' എന്ന നോവലിന് ലഭിച്ചു.

കൃതികൾ: *തൈക്കാവിലെ ഉറുമ്പുകൾ, കായിത, തൈക്കാവിലെ പുരാണം, പ്രകാശത്തിന്റെ പർവ്വതം, കുരുമുളകിന്റെ വീട്, ഗച്ഛാമി, ചെറിയ ജീവികളുടെ ശബ്ദങ്ങൾ, പക്ഷികളുടെ തമ്പുരാൻ* (നോവലുകൾ), *തൂവൽക്കുപ്പായക്കാർ, വീട്ടുവളപ്പിലെ പക്ഷികൾ, കുട്ടികളും കിളികളും, കേരളത്തിലെ 21 പക്ഷികൾ, നമ്മുടെ വന്യജീവികൾ* (പക്ഷിപ്പുസ്തകങ്ങൾ), *ദക്ഷിണേന്ത്യയിലെ പക്ഷികൾ, ബ്യൂട്ടിഫുൾ ബേർഡ്സ്, ഫെദേർഡ് ഫ്രണ്ട്സ്, നാട്ടുമാമ്പഴം, പുഴ വെറും ജലമല്ല* (ലേഖനസമാഹാരം), *പരിസ്ഥിതിയുടെ രാഷ്ട്രീയം* (എഡിറ്റർ). *സാലിം അലി ഇന്ത്യൻ പക്ഷിശാസ്ത്രത്തിന്റെ പിതാവ്, Salim Ali The Birdman of India* (ജീവചരിത്രം)

ഭാര്യ	:	പ്രിയ
മക്കൾ	:	അമൽ, അഖില
വിലാസം	:	നെടിയത്ത് വീട്, മുതുകാട്ടുകര നൂറനാട് പി ഒ, ആലപ്പുഴ ജില്ല
ഫോൺ	:	9447400161
E-mail	:	sricrahim@gmail.com

ഉള്ളടക്കം

സമർപ്പണം

എന്റെ കൗമാരകാലത്ത്
ഏതോ വിദൂര ദേശങ്ങളിൽനിന്ന്
എന്റെ നാട്ടിലേക്ക് കൂടുകൂട്ടാനായി
എത്തിയ പതിനായിരക്കണക്കിന്
നീർപ്പക്ഷികൾക്ക്

പ്രസാധകക്കുറിപ്പ്

പ്രകൃതിയുടെ പോരാളി എന്ന് അറിയപ്പെടുന്ന പക്ഷി നിരീക്ഷകൻ ഇന്ദുചൂഡന്റെ കാവശ്ശേരിയിലെ ബാല്യകാല ജീവിതം മുതൽ ജീവിതാന്ത്യം വരെയുള്ള ബൃഹത്തായ കാലം ലളിതമായ ഭാഷയിൽ അടയാളപ്പെടുത്തുന്ന രചന. ഇന്ത്യയിലെ പക്ഷി ജീവിതപഠന ശാഖയ്ക്ക് ഇന്ദുചൂഡൻ നല്കിയ സംഭാവനകൾ എന്തൊക്കെയായിരുന്നുവെന്ന് ഈ ഗ്രന്ഥത്തിൽനിന്നു വ്യക്തമാകും.

കേവലം ജീവചരിത്രക്കുറിപ്പ് എന്നതിലുപരിയായി കേരളത്തിലെ പക്ഷിക്കൂട്ടങ്ങളെയും പരിസ്ഥിതി സംവിധാനങ്ങളെയും പരിചയപ്പെടുത്തുന്ന ഈ കൃതി വിദ്യാർത്ഥികൾക്കും ഗവേഷകർക്കും സാധാരണ വായനക്കാർക്കും ഒരുപോലെ മുതൽക്കൂട്ടാണ്.

ചിന്ത പബ്ലിഷേഴ്സ്

ആമുഖം

പ്രകൃതിയോടുള്ള സ്നേഹവും കൗതുകവുമാണെന്നെ എഴുത്തുകാരനാക്കിയത്. മനുഷ്യജീവിതംപോലെ നമ്മുടെ സഹജീവികളുടെ ജീവിതവും എന്നെ ഇന്നും പ്രചോദിപ്പിക്കുന്നു. അച്ചടിമഷിപുരണ്ട എന്റെ ആദ്യകവിതയിൽ പക്ഷികളുണ്ട്. വയലിന്റെ ചന്തമുണ്ട്. പള്ളിക്കൂടത്തിൽ പഠിക്കുന്ന കാലത്താണങ്ങനെയൊരു കവിതയെഴുതി പ്രസിദ്ധീകരിച്ചത്. കവിതയെഴുത്ത് ഇടയ്ക്കുനിന്നു. പിന്നെ കഥയെഴുത്തായി. പക്ഷിജീവിതപഠനമായി. നോവലെഴുത്തിലേക്ക് വന്നതോടെ എഴുത്ത് ജീവിതമായി. എങ്കിലും പക്ഷികളിപ്പോഴും ഒപ്പമുണ്ട്.

നൂറനാട്ട് ഇഷ്ടംപോലെ പക്ഷികളുള്ളതാവാം പക്ഷികളോടു പ്രത്യേകമായൊരു മമത തോന്നാൻ കാരണം, ഞങ്ങളുടെ തേൻവരിക്കപ്ലാവിന്റെ ചുവട്ടിൽ പണ്ട് നിറയെ കാപ്പിമരങ്ങളായിരുന്നു. അവിടെ വന്നുപോകാത്ത പക്ഷികളില്ല. കാലം മാറുന്തോറും പക്ഷികളും മാറും. സിനിമയിൽ സീൻമാറുമ്പോൾ നടീനടന്മാർ മാറുംപോലെയാണിത്.

നേരിയ മഞ്ഞുപുതയുള്ള വെളുപ്പാൻകാലത്ത് പട്ടത്തിന്റെ വാലുപോലെ നീണ്ട വെള്ളത്തൂവലുകൾ വായുവിൽ വീശിപ്പറക്കുന്ന സുന്ദരപ്പക്ഷികളെ കാണാനാകുമായിരുന്നു. കുട്ടിക്കാലത്തവയെ കാണുമ്പോൾ എനിക്കെന്തു സന്തോഷമായിരുന്നു. കാപ്പിച്ചെടി പൂത്തു വെള്ളപ്പൂങ്കുലകൾ നിറഞ്ഞുനില്ക്കുന്ന കാലമാണെന്നോർക്കണം. കാപ്പിപ്പൂമണം തേരാപ്പാടൊക്കെ നിറഞ്ഞുനില്ക്കും. അവിടെയാണ് സ്വർഗ്ഗീയപരിവേഷമുള്ള പക്ഷിയുടെ പാറിപ്പറക്കൽ. അഭൗമമായ ആ സൗന്ദര്യം എന്നെ വല്ലാതെ ആകർഷിക്കുമായിരുന്നു.

വെള്ളവാലൻ പക്ഷികളെപ്പോലെതന്നെയിരിക്കുന്ന കാവിനിറമുള്ള പക്ഷികളും അവിടെയുണ്ടാകും. പൂവനും പിടയുമായിരിക്കും ഇവയെന്ന്

ഞാൻ കരുതി. എന്നാൽ ഏതാണ് പൂവൻ? ഏതാണ് പിട? എന്നെനിക്ക് അറിയില്ലായിരുന്നു. പക്ഷികളെ വെറുതെ നോക്കിയങ്ങനെ നടക്കുന്നതായിരുന്നു അക്കാലത്തെ ശീലം. ദേഹത്തൊക്കെ വിവിധനിറം വാരിപ്പൂശിയ കാവിയെന്ന അത്ഭുതപക്ഷിയെ ആദ്യമായി ഞാൻ കാണുന്നതും കാപ്പിത്തോട്ടത്തിൽവച്ചാണ്.

ഇങ്ങനെ പറയാനാണെങ്കിലും ഒരുപാട് ജാതി പക്ഷികളെ ഞങ്ങളുടെ പറമ്പിൽ ഞാൻ കണ്ടിട്ടുണ്ട്. നിറയെ മരങ്ങളുള്ള വിശാലമായ പറമ്പിൽ ആഞ്ഞിലിയും മാവും പ്ലാവും പറങ്കിമാവും കിളിമരവും ഞാവലും ആത്തയും സീതമരവും തുടങ്ങി ഫലങ്ങളുള്ള മരങ്ങളുടെ വലിയ സാന്നിദ്ധ്യമാകാം പക്ഷികളെ കൂട്ടത്തോടെ അവിടേക്കാകർഷിച്ചത്.

നെൽകൃഷിയുള്ള കാലമാണത്. നെല്ലുകൊയ്തു കൊണ്ടുവന്ന് മെതിച്ച് കച്ചി തെക്കേപ്പുറമ്പിൽ ഉണക്കാനിടും. അവിടെയാണ് തുറുവുള്ളത്. നനഞ്ഞ കറ്റ വെയിലത്തിട്ട് ഉണക്കിയാണ് കച്ചിയാക്കുന്നത്. കൊച്ചുകുഞ്ഞും ഭാരതിയും പണിക്കാരായി വീട്ടിലുണ്ട്. എങ്കിലും കച്ചി വെയിലത്തുണക്കാനായി കൂടെക്കൂടെ തിരിച്ചുംമറിച്ചുമിട്ടുകൊടുക്കണം. ഞാനും അനുജത്തി കുഞ്ഞുമോളും ഈ പണി ചിലപ്പോൾ ഏറ്റെടുക്കും. പള്ളിക്കൂടം അടയ്ക്കുന്നകാലത്താവും ഇങ്ങനെയുള്ള കിസ്മത്ത് പണിയുണ്ടാവുക. അപ്പൂപ്പന്റെ ചൂരൽക്കമ്പുകൊണ്ടാണ് കച്ചി ചിക്കുന്നത്. ഇങ്ങനെ കച്ചി ചിക്കുന്ന സമയത്തവിടെ പതിവായി കൊക്കുകളും മൈനകളും കരിയിലക്കിളികളുമൊക്കെ വരാറുണ്ട്.

മെയ്മാസക്കാലത്ത് ചില വെള്ളക്കൊക്കുകളുടെ ദേഹത്ത് ചന്ദനം തേച്ച് വിട്ടതുപോലെയൊരു നിറംമാറ്റം കാണാം. എന്നാൽ ചില കൊക്കിനതുണ്ടാകില്ല. ചന്ദനം മാറത്തും പുറത്തും പൂശിനടക്കുന്ന പക്ഷികൾ ഏതാനും ദിവസംകൊണ്ട് സുവർണ്ണത്തൂവലുകൾ ധരിച്ച് സുന്ദരന്മാരായിത്തീരും. എന്തുകൊണ്ടാണ് ചില കൊക്കുകൾക്ക് ഈ സുവർണ്ണത്തൂവലുകൾ കിളിച്ചുവരാത്തത്. ഇതെന്നെ അത്ഭുതപ്പെടുത്തിയ കാര്യമാണ്.

സുവർണ്ണനിറം പൂശിയ കൊക്ക് ആണും തൂവെള്ളനിറക്കാരൻ പെണ്ണുമായിരിക്കുമെന്നായിരുന്നു എന്റെ അന്നത്തെ വിചാരം. വീട്ടിലെ പെണ്ണുങ്ങൾ മീൻവെട്ടാനിരിക്കുമ്പോഴവിടെ പതിവായി തവിട്ടുനിറമുള്ള കൊക്കുകൾ വരും. ഇവയും ചില കാലത്ത് വേഷം മാറും. മീൻവെട്ടാനായി ചട്ടിയിലിട്ട് മുറ്റത്തേക്കിറങ്ങുമ്പോഴേക്കും കാക്കവരും. പൂച്ചവരും. ചില കാലത്ത് കൃഷ്ണപ്പരുന്തും വരും.

ഓലേഞ്ഞാലിയും മഞ്ഞക്കിളിയും തേൻകുരുവികളുമൊക്കെ വീട്ടുപരിസരത്ത് സാധാരണമാണ്. അക്കാലത്ത് പിള്ളേർ ഓണമടുത്തുവെന്ന് അറിഞ്ഞിരുന്നതുതന്നെ സുവർണ്ണനിറവും കറുപ്പുനിറവും പൂശിയ ചിറകുള്ള തുമ്പികൾ മുറ്റത്തുവന്ന് തുള്ളിക്കളിക്കുമ്പോഴായിരുന്നു. പറമ്പിൽ ഊഞ്ഞാലിടാൻ പരുവത്തിൽ ചുണ്ണാമ്പുവള്ളികൾ വിള

ഞ്ഞുകിടപ്പുണ്ടാകും. ആകാശമുല്ലകൾ പൂക്കും. കാട്ടുതെറ്റികൾ കയ്യാലകളിൽ പൂത്ത് തൂങ്ങും. നാടാകെ കാക്കാത്തിപ്പൂക്കൾ വിരിയും.

നഖം പൂക്കുമ്പോൾ പുത്തനുടുപ്പ് കിട്ടും. പച്ചക്കുതിര വീട്ടിലേക്ക് വന്നാൽ പണം വരും. ചോനനുറുമ്പ് വീട്ടിൽ കൂടൊരുക്കിയാൽ വീടിന് ഐശ്വര്യമുണ്ടാകും. ഉപ്പനെ ശകുനം കണ്ടാൽ പോകുന്നകാര്യം സാധിക്കും. ഒറ്റ മൈനയെ കണ്ടാൽ അടികിട്ടും. ഇങ്ങനെയൊക്കെയുള്ള വിശ്വാസങ്ങൾ നാട്ടുകാർക്കുണ്ടായിരുന്നു. അതുകൊണ്ട് കുട്ടികളും ചുറ്റുപാടുകൾ നോക്കിയുംകണ്ടുമേ നടക്കൂ. തെറ്റിപ്പഴവും മുള്ളിപ്പഴവും കൊട്ടക്കായും ചൂരൽപ്പഴവും എവിടെയൊക്കെയുണ്ടെന്ന് നോക്കിവയ്ക്കും. കുളമാവിൽ മാങ്ങയാകുന്നതുവരെ കാത്തിരിക്കും.

തോട്ടിലെ മാനത്തുകണ്ണികളെയും പച്ചത്തവളകളെയും കൗതുകപൂർവ്വം നോക്കും. ഊപ്പമീനുകളെ തോർത്തുകൊണ്ട് കോരിയെടുക്കും. മിടുക്കന്മാരായ പിള്ളേർ ചൂണ്ടകൊണ്ട് പല ജാതി മീനുകളെ പിടിച്ചെടുക്കും. വീട്ടുവളപ്പിൽ കീരിയും ഉടുമ്പും ചേരയും പൂച്ചയും പട്ടിയുമൊക്കെ അലഞ്ഞുതിരിയുന്നുണ്ടാകും. തട്ടുമ്പുറത്ത് മരപ്പട്ടിയും കുഞ്ഞുങ്ങളും താമസമുണ്ട്. വീടിന് ചുറ്റും കുഴിയാനകൾ കുഴികുത്തിവച്ചിരിക്കുകയാണ്. കിറങ്ങണത്തിക്കുഞ്ഞുങ്ങളെയും തത്തക്കുഞ്ഞിനെയും പിടിച്ചുവളർത്തുന്നത് അക്കാലത്തൊക്കെ പിള്ളേരുടെ പതിവായിരുന്നു. ഇതൊക്കെ പ്രകൃതിയെ അടുത്തറിയാൻ സഹായിച്ചിരുന്നു.

കോളേജ് പഠനകാലത്ത് സ്ഥിരമായി വൈകുന്നേരങ്ങളിൽ കൂട്ടുകാരൊത്തുചേർന്ന് തത്തംമുന്നവയൽ വഴി നടക്കാനിറങ്ങും. ഓണാട്ടുകരയിൽ വ്യാപകമായി എള്ളും മുതിരയും മൂന്നാംവിളയായി കൃഷിചെയ്യുന്ന കാലമാണ്. അങ്ങനെയൊരു കാലത്തിന്റെ അവസാന ദശകമായിരുന്നു എൺപതുകളെന്ന് പറയാം. എള്ള് വിളഞ്ഞുകിടക്കുന്ന പാടത്തിന് നടുവിലൂടെയുള്ള ഒറ്റയടിപ്പാതയിലൂടെയാണ് നടത്തം. എള്ളിൻപൂവിൻമണം ആസ്വദിച്ചങ്ങനെ നടക്കുമ്പോൾ പലജാതി പക്ഷികളെ കാണാനാവും. തെങ്ങിലൊക്കെ തത്തക്കൂട്ടങ്ങൾ തമ്പടിച്ചിട്ടുണ്ടാകും. അക്കാലത്ത് ഞങ്ങളുടെ പറമ്പിലും എള്ളും മുതിരയുമൊക്കെ കൃഷിചെയ്തിരുന്നു. എന്നാലിപ്പോ ഞങ്ങളുടെ നാട്ടിലെവിടെയും എള്ളും മുതിരയും കൃഷിചെയ്തുകാണുന്നില്ല.

തത്തംമുന്ന വയലിന്റെ നല്ലൊരു ഭാഗം കരയായി. ഓണാട്ടുകരയിലെ എള്ളിനാണ് ഗുണമേന്മ കൂടുതലുള്ളത്. ഒരുപക്ഷേ, പടിഞ്ഞാറൻദിക്കിലിപ്പോഴും കൃഷിയുണ്ടാകാം. കുട്ടിക്കാലത്ത് അയലത്തെ വീടുകളിൽ എല്ലാ മലയാളമാസവും ഒന്നാദ്യം കേറിയിരുന്നത് ഞാനായിരുന്നു. വീട്ടുകാർ എളുപ്പം എനിക്കുണ്ടാക്കിത്തരുന്ന പലഹാരം എള്ളുണ്ടയാണ്. എള്ളുകുതിർത്ത് ചക്കരയും തേങ്ങയും ചേർത്തിടിച്ചുരുട്ടിയാൽ പലഹാരമായി.

പക്ഷിജീവിതത്തെ കൂടുതൽ അറിയാനുള്ള ശ്രമം തുടങ്ങിയത് ഞങ്ങളുടെ നാട്ടിലേക്ക് നീർപ്പക്ഷികൾ കൂട്ടമായി കൂടൊരുക്കാനെത്തി

ത്തുടങ്ങിയതോടെയാണ്. എൺപതുകളുടെ ഒടുക്കം ഏതാണ്ട് പതിനായിരം പക്ഷിക്കൂടുകൾവരെ റോഡരുകിലെ മരങ്ങളിലുണ്ടായിരുന്നു. കറുപ്പും വെളുപ്പും നീണ്ട കഴുത്തും ചാരനിറവും ചുവന്ന കണ്ണുകളുമുള്ള പക്ഷികളൊക്കെ കൂട്ടത്തിലുണ്ട്. എന്നാൽ ഇവയ്ക്കൊന്നും നാട്ടുകാർക്ക് പേരുണ്ടായിരുന്നില്ല. എരണ്ട, കൊക്ക് എന്നു മാത്രമറിയാം. ചിലർ ദൂരദിക്കിൽനിന്ന് വന്ന് പക്ഷികളെ വെച്ചിട്ടോണ്ടുപോകും. നാട്ടുകാർ പക്ഷികളെ പിടിച്ച് ചന്തയിൽക്കൊണ്ടുപോയി വില്ക്കും.

കൂടും കുഞ്ഞും മുട്ടകളും മരച്ചുവട്ടിൽ ചിതറിക്കിടക്കുന്നുണ്ടാകും. കൂടൊരുക്കുന്നകാലത്ത് പക്ഷികളെ പിടിച്ചുകൊല്ലുന്നത് അവയുടെ എണ്ണം കുറയാനിടയാക്കുമെന്ന തോന്നലെനിക്കുണ്ടായിരുന്നു. പക്ഷിവേട്ട തടയാനായി കൂട്ടുകാരുമായി ചേർന്ന് ഗ്രാമശ്രീ നേച്ചർ ക്ലബ്ബ് രൂപീകരിച്ചു പക്ഷികളുടെ സംരക്ഷണം ഞങ്ങളേറ്റെടുത്തു.

ഏതൊക്കെ പക്ഷികളാണിവിടെ കൂടൊരുക്കിയിരിക്കുന്നതെന്ന് മനസ്സിലാക്കേണ്ടത് അവശ്യമായിവന്നു. വിശ്വപ്രകൃതിനിധി (world wide fund) എന്ന സംഘടനയെക്കുറിച്ച് കേൾക്കാനിടയായി. പ്രശസ്ത എഴുത്തുകാരനും പത്രപ്രവർത്തകനുമായിരുന്ന എ പി ഉദയഭാനുവായിരുന്നു വിശ്വപ്രകൃതിനിധിയുടെ അധ്യക്ഷൻ. എ പി ഉദയഭാനുസാറിന്റെ ഒരു ലേഖനം പള്ളിക്കൂടത്തിൽ ഞങ്ങൾ പഠിച്ചിട്ടുണ്ടായിരുന്നു. ഞങ്ങളുടെ നാടിനടുത്താണ് അദ്ദേഹത്തിന്റെ കുടുംബവീടെന്ന് മനസ്സിലാക്കി. എന്നാൽ തിരുവനന്തപുരത്താണദ്ദേഹം താമസം.

തിരുവനന്തപുരത്ത് ചെന്ന് അദ്ദേഹത്തെ കണ്ടു. പരിചയപ്പെട്ടു. വിശ്വപ്രകൃതിനിധിയിൽ ഗ്രാമശ്രീ നേച്ചർ ക്ലബ്ബ് അംഗത്വമെടുത്തു. ഗ്രാമശ്രീ നേച്ചർ ക്ലബ്ബിന്റെ പ്രവർത്തകർക്കെല്ലാം ഐഡന്റിറ്റികാർഡ് വിശ്വപ്രകൃതിനിധിയിൽനിന്ന് ലഭിച്ചു. പരിസ്ഥിതിപ്രവർത്തകനായ സി ജയകുമാറിനായിരുന്നു നേച്ചർക്ലബ്ബുകളുടെ ചുമതല. വിശ്വപ്രകൃതിനിധിയുടെ ന്യൂസ് ലെറ്ററിലൂടെ പല കാര്യങ്ങളും പഠിച്ചു. പരിസ്ഥിതിക്യാമ്പുകളിൽ സ്ഥിരമായി പങ്കെടുത്തു.

നൂറനാട്ട് ഇടവപ്പാതി മഴക്കാലത്ത് കൂടൊരുക്കുന്ന പക്ഷികളെ കൂടുതൽ മനസ്സിലാക്കാൻ തുടങ്ങി. ഞാൻ പതിവായി പോയിനോക്കിക്കൊണ്ടിരുന്ന വലിയ വെള്ളക്കൊക്കുകളുടെ ഫോട്ടോ ആരൊ വന്ന് എടുക്കുന്നത് എന്റെ ശ്രദ്ധയിൽപ്പെട്ടു. *കലാകൗമുദി*യിൽ അദ്ദേഹത്തിന്റേതായ ലേഖനം വന്നു. നൂറനാട്ടെ പക്ഷിസങ്കേതത്തിൽ പെരുംകൊക്കും ഇടകൊക്കും കൂടൊരുക്കുന്നുവത്രെ. സാലിം അലിയുടെ *ബേർഡ്സ് ഓഫ് കേരള*യിലും ഇന്ദുചൂഡന്റെ *കേരളത്തിലെ പക്ഷികളി*ലും കേരളത്തിൽ കൂടൊരുക്കുന്നതായി പരാമർശിച്ചിട്ടില്ലാത്ത പക്ഷികളാണവ. ഞാൻ ദിവസവും പോയി നോക്കിയിരുന്ന പക്ഷികൾ അപൂർവ്വജാതി പക്ഷികളായിരുന്നുവെന്ന അറിവ് എന്നെ വിസ്മയിപ്പിച്ചു.

പക്ഷികളെക്കുറിച്ച് കൂടുതൽ ഗൗരവത്തോടെ പഠിച്ചു. പക്ഷികളെക്കുറിച്ചുള്ള പുസ്തകങ്ങളൊന്നും ഞങ്ങളുടെ ഗ്രാമീണവായനശാലക

ളിലില്ലായിരുന്നു. എന്നാൽ പക്ഷിനോട്ടത്തിനെത്തിയ ഒരു സുഹൃത്തെനിക്ക് സാലിം അലിയുടെ ചില പുസ്തകങ്ങൾ തന്നു. പക്ഷിജീവിതപഠനത്തിനത് കൂട്ടായി. കരിഞ്ഞാലിപ്പുഞ്ചയിൽ മിക്കപ്പോഴും പക്ഷിനോട്ടത്തിന് പോകുമായിരുന്നു. അവിടെവച്ചാണ് തലയിൽ വിശറിത്തൂവലുള്ള ഉപ്പുപ്പൻ എന്ന പക്ഷിയെ ഞാനാദ്യമായി കാണുന്നത്. ഒരു കൊയ്ത്തുകാലത്തായിരുന്നുവെന്നോർക്കുന്നു. ഒരുപാട് പുതിയ പക്ഷികളെ ഞാനവിടെനിന്നു പരിചയപ്പെട്ടു. ഇന്ദുചൂഡന്റെ *കേരളത്തിലെ പക്ഷികളു*ടെ രണ്ടാം പതിപ്പ് സ്വന്തമാക്കിയതോടെയാണ് ഞാൻ കാണുന്ന പക്ഷികൾക്കെല്ലാം പേരുണ്ടായത്. സാലിം അലിയുടെ *ദി ബുക്ക് ഓഫ് ഇന്ത്യൻ ബേർഡ്സ്* പിന്നീട് ഞാൻ സ്വന്തമാക്കുകയുണ്ടായി.

ഇന്ദുചൂഡനെ ഒരിക്കല്പോലും കണ്ടിട്ടില്ലെങ്കിലും അദ്ദേഹം എന്റെ ചാരത്തുതന്നെ എപ്പോഴും ഉണ്ടായിരുന്നു. ഈ ചങ്ങാത്തമാണ് നൂറനാട്ടെ പക്ഷിസങ്കേതത്തിന് ഇന്ദുചൂഡൻ കൊറ്റില്ലമെന്ന് നാമകരണം ചെയ്യാനുള്ള തീരുമാനം. ഇതിനായി നൂറനാട് കൊറ്റില്ലത്തെ ജനശ്രദ്ധയിൽ കൊണ്ടു വന്നയാളെത്തന്നെ ക്ഷണിച്ചു. ദിവസവും സമയവും കുറിച്ചു. നൂറനാട് എരുമക്കുഴി എൽ പി എസിൽ ഗ്രാമശ്രീ പ്രവർത്തകർ ഒത്തുകൂടി കാത്തിരുന്നു. എന്നാൽ അതിഥിയെത്തിയില്ല. ഒടുക്കം ഞാൻതന്നെ ഇന്ദുചൂഡൻകൊറ്റില്ലമെന്ന് നാമകരണം ചെയ്തു. എന്നാൽ തൊട്ടടുത്തദിവസം രാവിലെ ക്ഷണിക്കപ്പെട്ടയാളെത്തി. എന്തോ കാരണത്താലദ്ദേഹത്തിന് തലേന്ന് വരാൻ പറ്റിയില്ല. എന്തായാലും ഉടൻതന്നെ പക്ഷികൾ കൂടൊരുക്കുന്ന സബ്രജിസ്ട്രാർ വളപ്പിലെ മരച്ചുവട്ടിൽ കുറച്ചുപേർ ഒത്തുചേർന്ന് *കേരളത്തിലെ പക്ഷികളു*ടെ ഒരുകോപ്പി അദ്ദേഹത്തിൽനിന്ന് ഞാനേറ്റുവാങ്ങി വീണ്ടുമൊരിക്കൽക്കൂടി നാമകരണം നടത്തി. ഇതുസംബന്ധിച്ച് പത്രവാർത്ത കൊടുക്കുകയുംചെയ്തു.

നീർപ്പക്ഷികളുടെ സംരക്ഷണത്തെക്കുറിച്ച് നിരന്തരം പത്രവാർത്തകൾ കൊടുത്തുകൊണ്ടിരുന്നു. ഗ്രാമശ്രീയുടെ പ്രവർത്തനം ഉഷാറായി. എന്നാൽ നാട്ടുകാരിൽനിന്നും മറ്റും ചില എതിർപ്പുകളും ഞങ്ങൾക്ക് നേരിടേണ്ടിവന്നു. പക്ഷിക്കാഷ്ഠം വീണ് പാതയോരം വൃത്തികേടാവുന്നതും ചത്ത പക്ഷിക്കുഞ്ഞുങ്ങളുടെ ദുർഗ്ഗന്ധവും മാലിന്യവും കച്ചവടക്കാരെയും പക്ഷിവിരുദ്ധരാക്കി. അവരുടെ ആവശ്യം ന്യായമായിരുന്നു. ഞങ്ങൾക്ക് പല പരിമിതികളുമുണ്ടായിരുന്നു. സ്ഥിരമായി റോഡ് വൃത്തിയാക്കുക എളുപ്പമല്ല. പഞ്ചായത്തോ വനംവകുപ്പോ ഇതിനു കനിയണം. അതിന് ഞങ്ങൾ ശ്രമിച്ചെങ്കിലും ഫലം കണ്ടില്ല.

വല്ലപ്പോഴും കുമ്മായപ്പൊടി വിതറാനെ ഞങ്ങൾക്ക് കഴിയുമായിരുന്നുള്ളു. ഇതിനിടയിൽ പഴയ മരങ്ങളിൽ ചിലത് പിഴുതുവീണു. എന്റെ അയൽക്കാരന്റെ മില്ലും കടയും തകർന്നു. പക്ഷിസംരക്ഷകരായ ഞങ്ങളൊക്കെ ഇതോടെ നാട്ടുകാരുടെ നോട്ടപ്പുള്ളികളായി. മഴക്കാലത്ത് മരങ്ങൾ പിഴുതുവീഴുന്നത് പതിവായി. പക്ഷികൾ കൂടൊരുക്കുന്ന മരങ്ങളായതുകൊണ്ടാണ് മുറിച്ചുമാറ്റാനനുമതി ലഭിക്കാത്തതെന്ന് പലരും

വാദിച്ചു. ഇതിനിടയിൽ നാട്ടിൽ ദൂരദർശൻകാർ വന്നു. അവരെയുംകൊണ്ട് മാമ്മൂട്ടിൽ ഒരു ചായക്കടയുടെ മുമ്പിൽ കൂടൊരുക്കിയിരിക്കുന്ന ചേരക്കോഴികളുടെ ചിത്രമെടുക്കാൻ ചെന്നപ്പോൾ നല്ല തെറിവിളികേട്ടു. നാണക്കേടുകൊണ്ട് ഞാൻ തലകുനിച്ചു.

കച്ചവടക്കാർ കേടുപിടിച്ച മരം മുറിച്ചുമാറ്റാൻ പരിശ്രമങ്ങൾ നടത്തിവന്നു. അപകടകരമെന്ന് ബോദ്ധ്യപ്പെട്ട ഒന്നു രണ്ടുമരങ്ങൾ മുറിക്കാനുള്ള സർക്കാർ ഉത്തരവ് വന്നതോടെ അതിവാദവുമായി എവിടുന്നോ ചിലർ രംഗപ്രവേശം ചെയ്തു. വ്യക്തിപരമായി എനിക്കേറെ വിഷമതകൾ അവരിൽനിന്ന് നേരിടേണ്ടിവന്നു. പാതയോരത്ത് അപകടകരമായി നില്ക്കുന്ന മരങ്ങൾ മുറിക്കുന്നതിനോട് ഞങ്ങൾക്കെതിർപ്പില്ലായിരുന്നു. എന്നാൽ പക്ഷികൾ കൂടൊരുക്കുന്നകാലത്ത് പക്ഷിക്കുഞ്ഞുങ്ങളെയും മുട്ടകളെയും നശിപ്പിച്ചുകൊണ്ട് മരം മുറിക്കരുതെന്ന നിലപാടായിരുന്നു ഞങ്ങൾക്കുണ്ടായിരുന്നത്. ചില കച്ചവടക്കാരോടുള്ള വ്യക്തിവിരോധവും അസൂയയുംമൂലം കേടുപിടിച്ചമരവും മുറിക്കാനാവില്ലെന്ന നിലപാടവർ സ്വീകരിച്ചത് തലവേദനയായി. ഈ വാദംമൂലം പക്ഷികൾക്ക് കൂടുതൽ ഉപദ്രവം ഏല്ക്കേണ്ടതായി വന്നു.

*കേരളശബ്ദ*ത്തിൽ ഞാനക്കാലത്തൊരു ലേഖനം എഴുതുകയുണ്ടായി. ഈ ലേഖനത്തിലാണ് കാല്പനിക പരിസ്ഥിതിവാദം എന്ന വാക്ക് ആദ്യമായി പ്രയോഗിച്ചതെന്നാണെന്റെ വിചാരം. പക്ഷിനിരീക്ഷണം പ്രകൃതിപഠനത്തിലേക്കുള്ള വഴിതുറന്നു. 1992 ൽ ഗാട്ട് കരാറിനെക്കുറിച്ച് മുതിർന്ന പ്രകൃതിശാസ്ത്രജ്ഞർക്കൊപ്പം *കലാകൗമുദി*യിൽ ശ്രദ്ധേയമായനിലയിൽ എന്റെ ലേഖനവും പ്രസിദ്ധീകരിക്കപ്പെട്ടു. വന്ദനാ ശിവ, സുമൻസഹായ്, ടി വി അച്യുതവാര്യർ എന്നിവരായിരുന്നു സഹയെഴുത്തുകാർ. ജൈവവൈവിദ്ധ്യക്കരാറിനെക്കുറിച്ചുള്ള ലേഖനവും പിന്നാലെ *കലാകൗമുദി*യിൽത്തന്നെ പ്രസിദ്ധീകരിക്കപ്പെട്ടു. വെച്ചൂർപശുവിന്റെ ജീവസത്ത വിദേശത്തേക്ക് കടത്തിയെന്ന വിവാദം ദേശീയതലത്തിലും അന്താരാഷ്ട്രതലത്തിലും ചൂടുപിടിച്ചിരുന്നകാലത്ത് ഇതിനെക്കുറിച്ച് അന്വേഷിക്കാനിറങ്ങിപ്പുറപ്പെട്ടു. ദേശീയതലത്തിൽ വെച്ചൂർപശുവിന്റെ വിഷയം ഉയർത്തിക്കൊണ്ടുവന്നത് വന്ദനാശിവയായിരുന്നു.

വേമ്പനാട്ടുകായലിനോട് ചേർന്നുള്ള പ്രദേശങ്ങളിൽ കാണുന്ന ചെറിയ ഇനം പശുവാണിത്. ലോകത്ത് മറ്റൊരിടത്തും ഇതിനെ കാണില്ല. പാലുകുറവാണെങ്കിലും ഗുണമേന്മ കൂടുതലാണ്. ആടുകളെപ്പോലെ കുറഞ്ഞ ചെലവിൽ വളർത്താവുന്ന പശുക്കളാണിവ. വെച്ചൂർപശുവിന്റെ പാലിന്റെ ഗുണമേന്മയെക്കുറിച്ച് ചില പിരിസ്ഥിതി കൂട്ടായ്മകളിൽ ഞാൻ പേപ്പറുകൾ അവതരിപ്പിച്ചിട്ടുണ്ട്. വെച്ചൂർപശുക്കളെ സംരക്ഷിക്കാൻ എന്തൊക്കെ ചെയ്യാനാകുമെന്ന ചിന്തയായിരുന്നു എന്നെ അലട്ടിയിരുന്നത്. സങ്കരയിനം പശുക്കളെ പ്രചരിപ്പിക്കാനായി നാടൻപശുക്കളെ മുഴുവൻ സർക്കാർ നശിപ്പിക്കുകയായിരുന്നു.

വെച്ചൂർപശുവിന്റെ വേദനയെക്കുറിച്ചൊരു കഥയെഴുതി വാരികക്കയച്ചെങ്കിലും ആരും പ്രസിദ്ധീകരിച്ചില്ല.

തൃശൂർ വെറ്റിനറികോളേജിൽ സംരക്ഷിക്കാനായി കൊണ്ടുപോയ പശുക്കൾ ദുരൂഹസാഹചര്യത്തിൽ ചാവാൻ തുടങ്ങിയത് എന്നെ വേദനിപ്പിച്ചു. വെച്ചൂർപശുവിന്റെ ബീജം വിദേശത്തേക്ക് കടത്തിക്കൊണ്ടുപോകുകയും നമ്മുടെ നാട്ടിലവ ഇല്ലാതെവരുകയും ചെയ്താലുണ്ടാകുന്ന വിഷമത്തിനെക്കുറിച്ചുള്ള മുന്നറിയിപ്പായിരുന്നു എന്റെ ലേഖനങ്ങളെന്നു പറയാം. ദേശീയ ഏജൻസികളും സംസ്ഥാനപൊലീസും സർവ്വകലാശാലയും അന്വേഷണം നടത്തിയിട്ടും പശുക്കളെ വകവരുത്തിയ കുറ്റവാളികളാരാണെന്ന് ഇന്നും കണ്ടെത്താനായിട്ടില്ല. അന്വേഷണമെല്ലാം വെറുംപ്രഹസനമായിരുന്നുവെന്നുവേണം കരുതാൻ.

1997 ൽ *കലാകൗമുദി*യിലും *മാതൃഭൂമി* പത്രത്തിലും വെച്ചൂർപശുവിന്റെ ജൈവമൂല്യം ഉയർത്തിക്കാട്ടിയും അവയുടെ സംരക്ഷണത്തിന്റെ പ്രാധാന്യത്തിലൂന്നിയും ഞാൻ ലേഖനം എഴുതി പ്രസിദ്ധീകരിക്കുകയുണ്ടായി. തൊണ്ണൂറുകളിലാണ് *കേരളകൗമുദി* വീക്കിലിയിൽ 'വീട്ടുവളപ്പിലെ പക്ഷികൾ' എന്നപേരിൽ പക്ഷികളെ പരിചയപ്പെടുത്തുന്ന പംക്തി എഴുതിയത്. ഇന്ദുചൂഡന് ശേഷം പക്ഷികളെക്കുറിച്ചെഴുതിയ പംക്തി ഇതാവണം. എസ് ഭാസുരചന്ദ്രനായിരുന്നു അന്ന് വീക്കിലിയുടെ എഡിറ്റർ. 'പ്രകൃതി പ്രിയങ്കരി'യെന്ന പേരിലും പിന്നീട് ഒരു പംക്തി ഞാനതിൽ കൈകാര്യം ചെയ്യുകയുണ്ടായി. ഇതു രണ്ടും പിന്നീട് പുസ്തകങ്ങളായി. (*വീട്ടുവളപ്പിലെ പക്ഷികൾ, പുഴവെറും ജലമല്ല*) *പരിസ്ഥിതിയുടെരാഷ്ട്രീയം* എന്ന പേരിലൊരു പുസ്തകം ഫേബിയൻ ബുക്സിനുവേണ്ടി എഡിറ്റ് ചെയ്തു.

തൈക്കാവിലെ ഉറുമ്പുകളെന്ന എന്റെ ആദ്യനോവൽ *കലാകൗമുദി*യിൽ പ്രസിദ്ധീകരിച്ച കാലത്താണ് എഴുത്തുകാരൻ ബാബു ഭരദ്വാജ് ചേട്ടനെ പരിചയപ്പെടുന്നത്. ഫേബിയൻഹരി അദ്ദേഹത്തിന്റെ ഒരു കഥാസമാഹാരം (*കൊറ്റികളെ സ്വപ്നം കാണുന്നവർ*) പുറത്തിറക്കുന്നതുമായി ബന്ധപ്പെട്ട് ബാബു ഭരദ്വാജ് ചേട്ടൻ നൂറനാട്ട് വരുകയുണ്ടായി. കൂടുതൽ അടുത്തിടപഴകാൻ ഇത് കാരണമായി. കൈരളി ടി വി തുടങ്ങിയപ്പോൾ ബാബുച്ചേട്ടനതിന്റെ ക്രിയേറ്റിവ് എഡിറ്ററായിവന്നു.

പക്ഷികളെക്കുറിച്ചൊരു പരിപാടി കൈരളിയിൽ ചെയ്യാനദ്ദേഹം എന്നെ ക്ഷണിച്ചു. അങ്ങനെയാണ് പക്ഷികളെക്കുറിച്ചു 'കിളിവാതിലെ'ന്ന പേരിൽ ഒരു പരമ്പരയുടെ തുടക്കം. നൂറ് എപ്പിസോഡുവരെ അതുനീണ്ടു. നമ്മുടെ ചാനലുകളിൽ ഇങ്ങനെയൊരു പരിപാടി ആദ്യമായിരുന്നു. ഇതുവരെ വേറെയൊന്നുണ്ടായതുമില്ല. കേരളത്തിനകത്തും പുറത്തും പക്ഷികളെത്തേടി കൂടുതൽ അലയാൻ 'കിളിവാതിൽ' പരിപാടി സഹായിച്ചു.

പക്ഷിജീവിതം അടുത്തുനിന്ന് നിരീക്ഷിക്കാനും പഠിക്കാനും ചാനൽ പരിപാടി ഉപകരിച്ചു. ഈ പരമ്പരയുടെ വിജയമാണ് നമ്മുടെ

കാട്ടിൽ കഴിയുന്ന വന്യജീവികളുടെ ജീവിതം തേടിപ്പോകാനെന്നെ പ്രേരിപ്പിച്ചത്. 'വൈൽഡ് ലൈഫ്' എന്ന പേരിൽ 25 എപ്പിസോഡ് ചെയ്തു. ഈ അനുഭവങ്ങളാണ് *ദക്ഷിണേന്ത്യയിലെ പക്ഷികൾ*, ഇതിന്റെ ഇംഗ്ലീഷ് പരിഭാഷ (*ബ്യൂട്ടിഫുൾ ബേർഡ്സ്*) *നമ്മുടെ വന്യ ജീവികൾ* എന്നീ പുസ്തകങ്ങൾ. ചിന്ത പബ്ലിഷേഴ്സാണ് പ്രസാധകർ. കിളിവാതിലിനും വൈൽഡ് ലൈഫ് പരിപാടിക്കും സംസ്ഥാന ടെലിവിഷൻ അവാർഡ് ലഭിച്ചു. മൂന്ന് തവണ അറ്റ്ലസ് ക്രിട്ടിക്സ് അവാർഡ് ലഭിച്ചു.

പത്രപ്രവർത്തനവുമായി തിരുവനന്തപുരത്ത് എത്തിയതോടെയാണ് സ്നേക് ബേർഡ് ഫൗണ്ടേഷനും റൈറ്റേഴ്സ് ആന്റ് നേച്ചർ ലവേഴ്സ് ഫോറവും തുടങ്ങുന്നത്. ചേരക്കോഴികളെക്കുറിച്ചുള്ള സർവ്വെയാണ് സ്നേക്ബേർഡ് ഫൗണ്ടേഷൻ ചെയ്തത്, അങ്ങാടിക്കുരുവി സർവ്വെയും സംരക്ഷണവും റൈറ്റേഴ്സ് ആന്റ് നേച്ചർ ലവേഴ്സ് ഫോറവും ചെയ്തു വരുന്നു. ഞങ്ങളുടെ പ്രവർത്തനങ്ങൾക്കുള്ള ചെലവ് സ്വന്തമായി എടുക്കുന്നതാണ് രീതി. അതുകൊണ്ടുതന്നെ ചെറിയ പരിപാടികളെ ഏറ്റെടുക്കാറുള്ളു.

തിരുവനന്തപുരം പാളയം ചന്തയിൽ കുരുവിപ്പാർക്ക് സ്ഥാപിച്ചു. കേരളം മുഴുവൻ വനംവകുപ്പിനെക്കൊണ്ട് കുരുവിക്കൂടുകൾ വയ്പിച്ചു. 2012 ൽ ഏറ്റവും വലിയ ചേരക്കോഴിത്താവളം നൂറനാടിന് സമീപം ആതിക്കാട്ടുകുളങ്ങരയിലെ ഒരു വീട്ടുവളപ്പിൽനിന്ന് കണ്ടെത്താനുള്ള ഭാഗ്യവും എനിക്ക് ലഭിക്കുകയുണ്ടായി. സാലിം അലിയുടെ ആത്മകഥയായ *ഫാൾ ഓഫ് എ സ്പാരോ* ഞാൻ വായിച്ചു. എന്നാലതിന്റെ മലയാളപരിഭാഷ എവിടെയും കണ്ടില്ല. ഏതാനും വർഷം മുമ്പാണ് പ്രൊഫ. എം കെ പ്രസാദിന്റെ *സാലിം അലി* എന്ന ചെറുപുസ്തകം വായിക്കുന്നത്. സാലിം അലി ഫൗണ്ടേഷന്റെ സാലിം അലിയെക്കുറിച്ച് പലർ എഴുതിയ ലേഖനസമാഹാരമായ *എ യുണിക്ക് പേഴ്സണാലിറ്റി* എന്ന പുസ്കം വായിച്ചപ്പോൾ തോന്നിയതാണ് അദ്ദേഹത്തെക്കുറിച്ച് മലയാളത്തിലൊരു പുസ്തകം എഴുതണമെന്ന്. അങ്ങനെയാണ് *സാലിം അലി ഇന്ത്യൻ പക്ഷി ശാസ്ത്രത്തിന്റെ പിതാവ്* എന്ന പുസ്തകം എഴുതുന്നത്. സി പി അബൂബക്കർ സാർ പത്രാധിപരായിരുന്നപ്പോഴാണ് *ദേശാഭിമാനി വാരിക* യത് പ്രസിദ്ധീകരിച്ചത്. മാധ്യമപ്രവർത്തകനായ എൻ വി രവീന്ദ്രനാഥൻനായർ *സാലിം അലി ദി ബേർഡ് മാൻ ഓഫ് ഇന്ത്യ* എന്ന പേരിൽ ഇതിന്റെ ഇംഗ്ലീഷ് പരിഭാഷ നിർവ്വഹിച്ചു. ചിന്ത പബ്ലിഷേഴ്സാണ് രണ്ടു പുസ്കങ്ങളും പ്രസിദ്ധീകരിച്ചത്. ശാസ്ത്രസാങ്കേതിക പരിസ്ഥിതി കൗൺസിലിന്റെയും സംസ്ഥാന ബാലസാഹിത്യഇൻസ്റ്റിറ്റ്യൂട്ടിന്റെയും ജീവചരിത്രരചനയ്ക്കുള്ള അവാർഡ് ഈ പുസ്തകത്തിന് ലഭിച്ചു. സംസ്ഥാന ലൈബ്രറി കൗൺസിൽ ഹൈസ്കൂൾ വിഭാഗത്തിലേക്കുള്ള സംസ്ഥാന വായനാമത്സരത്തിലേക്ക് പുസ്തകം തെരഞ്ഞെടുത്തു.

ഇന്ദുചൂഡനെക്കുറിച്ച് പുസ്തകങ്ങളൊന്നുമില്ലല്ലോ എന്ന ചിന്ത

എന്നെ അലട്ടിയിരുന്നു. ഇന്ദുചൂഡൻ ആത്മകഥയെഴുതിയിട്ടുമില്ല. എന്നെക്കൊണ്ടാവുംവിധം എന്തെങ്കിലും ഇക്കാര്യത്തിൽ ചെയ്യണമെന്നുറച്ചു. അങ്ങനെയാണ് അദ്ദേഹത്തിന്റെ ജീവചരിത്രം എഴുതാൻ ശ്രമിക്കുന്നത്. *കാറുവാൻ* എന്നു ജീവചരിത്രത്തിന് പേരിട്ടു. കാവശ്ശേരിയിൽ മൈനയെവിളിക്കുന്ന പേരാണിത്.

ഈ പുസ്തകവുമായി ബന്ധപ്പെട്ട് വളരെ വേദനിപ്പിക്കുന്ന നിരവധി അനുഭവങ്ങൾ എനിക്കുണ്ടായി. അതൊന്നും ഓർക്കാൻ ഞാനിഷ്ടപ്പെടുന്നില്ല. പലവിധത്തിലുള്ള തടസ്സങ്ങളുടെ നടുവിൽ വിഷമത്തോടെ ഞാനിരുന്നപ്പോൾ ആശ്വാസവാക്കുകൾ പറഞ്ഞ എല്ലാവർക്കും നന്ദി. ഇന്ദുചൂഡന്റെ മകൾ ഡോ. ജാനകിയോടു പ്രത്യേകം നന്ദിപറയുന്നു. ഈ പുസ്തകത്തിൽ ചേർക്കാൻ ഒരു ചെറുകുറിപ്പ് അവർ തരുകയും ചെയ്തു. ഈ രചനയോട് സഹകരിച്ച ഇന്ദുചൂഡന്റ കുടുംബാംഗങ്ങളോടുള്ള കടപ്പാട് രേഖപ്പെടുത്തുന്നു.

പല പ്രതിസന്ധികളെയും തരണം ചെയ്താണ് *സമകാലിക മലയാളം* വാരിക *കാറുവാൻ* പ്രസിദ്ധീകരിച്ചത്. മലയാളം വാരികയുടെ പ്രവർത്തകരോടും പത്രാധിപർ സജി ജെയിംസിനോടും എനിക്ക് വലിയ കടപ്പാടുണ്ട്. നന്ദിയുണ്ട്.

കാറുവാൻ എഴുതുമ്പോൾ ഇന്ദുചൂഡന്റെ *പക്ഷികളും മനുഷ്യരും* എന്ന പുസ്തകം എനിക്ക് വായിക്കാൻ കഴിഞ്ഞിരുന്നില്ല. പിന്നീടതൊരുപോരായ്മയായി തോന്നി. പലയിടത്തും അന്വേഷിച്ചിട്ടും പുസ്തകം കിട്ടിയില്ല. ഒടുക്കം തിരുവനന്തപുരം സെൻട്രൽ ലൈബ്രറിയിൽ വിതരണത്തിനല്ലാതെ സൂക്ഷിച്ചിരുന്ന ഈ പുസ്തകം വായിക്കാൻ അനുവദിച്ച ഡെപ്യൂട്ടിസ്റ്റേറ്റ് ലൈബ്രേറിയൻ പി യു അശോകന് നന്ദി.

ഈ രചനയുടെ തുടക്കം മുതൽ സഹായിയായി ഒപ്പംനിന്ന പരിസ്ഥിതി പ്രവർത്തകനും ഫോട്ടോഗ്രാഫറുമായ സി ജി അരുണിനോടുള്ള കടപ്പാട് രേഖപ്പെടുത്തട്ടെ. ഇന്ദുചൂഡനെക്കുറിച്ചുള്ള ഏറ്റവും നല്ല ജീവചരിത്രഗ്രന്ഥം *കാറുവാനാ*യിരിക്കണമെന്ന് പറഞ്ഞ് പ്രോത്സാഹിപ്പിച്ച സുഹൃത്ത് പ്രദീപ് പനങ്ങാടിനെ നന്ദിയോടെ ഓർക്കുന്നു.

കാറുവാൻ പ്രസിദ്ധീകരിച്ച ചിന്ത പബ്ലിഷേഴ്സിന്റെ പ്രവർത്തരോടും മാനേജർ കെ ശിവകുമാറിനോടുമുള്ള നന്ദി പ്രകാശിപ്പിക്കുന്നു. *കാറുവാൻ* പുസ്തകരൂപത്തിലാക്കിയപ്പോൾ പരമാവധി നന്നാക്കാൻ ശ്രമിച്ചിട്ടുണ്ട്. എങ്കിലും തെറ്റുകൾ കടന്നുകൂടാം. തെറ്റുകൾ ചൂണ്ടിക്കാട്ടിയാൽ പുതിയ പതിപ്പിറക്കുമ്പോൾ തിരുത്താം. എല്ലാവർക്കും നന്മയുണ്ടാകട്ടെ.

സി റഹീം

ഇന്ദുചൂഡന്റെ ജീവചരിത്രം

പ്രൊഫ. കെ കെ നീലകണ്ഠനെ (ഇന്ദുചൂഡൻ) കേരളത്തിലെ പക്ഷിനിരീക്ഷകരുടെയും പ്രകൃതിസ്നേഹികളുടെയും കുലഗുരുവെന്ന് വിശേഷിപ്പിക്കാം. ഡോ. സാലിം അലിയെപ്പോലെ പക്ഷിജീവിതപഠനങ്ങൾക്കും പ്രകൃതിസംരക്ഷണത്തിനുമായി സമർപ്പിച്ച ജീവിതമായിരുന്നു നീലകണ്ഠന്റേതും. പ്രകൃതിസ്നേഹം കുട്ടിക്കാലത്ത് എല്ലാവർക്കും ഉണ്ടാകും. എന്നാൽ വളരുംതോറും ഈ വാസന കുറഞ്ഞ് കുറഞ്ഞ് വരുന്നതാണ് കണ്ടുവരുന്നത്. ഇവിടത്തെ പള്ളിക്കൂടങ്ങൾ ഇതിന് വളംവച്ചുകൊടുക്കുന്നുണ്ടോയെന്ന് പരിശോധിക്കപ്പെടേണ്ടതാണ്.

മുമ്പില്ലാത്തവിധം പ്രകൃതിനശീകരണ ത്വര മനുഷ്യനിൽ വളർന്ന് പന്തലിച്ചുനില്ക്കുന്ന ഒരു കാലത്തിലൂടെയാണ് നമ്മൾ കടന്നുപോകുന്നത്. ആർത്തിപൂണ്ട മനുഷ്യർ ഇരിക്കുന്ന കൊമ്പ് മുറിക്കുകയാണ്. പ്രൊഫ. കെ കെ നീലകണ്ഠനെപ്പോലെയുള്ള പ്രകൃതിശാസ്ത്രജ്ഞരാണ് ഇതിനെതിരെ ശക്തമായ താക്കീത് നമുക്ക് നല്കിയിട്ടുള്ളത്. അപൂർവ്വം മനുഷ്യരിൽമാത്രമെ ശൈശവത്തിൽ പ്രകൃതിയോട് തോന്നുന്ന സ്നേഹവും കൗതുകവും ജീവിതകാലം മുഴുവൻ നിലനിന്നുകാണുന്നുള്ളു, അവരിൽത്തന്നെ വിരലിൽ എണ്ണാവുന്നവരാണ് പ്രകൃതിശാസ്ത്രജ്ഞരായി മാറുന്നത്. പ്രൊഫ. കെ കെ നീലകണ്ഠൻ ഈ ചെറുന്യൂനപക്ഷത്തിൽപ്പെട്ടയാളാണ്. കേരളത്തിൽ ഇത്രയധികം പക്ഷിജീവിത നിരീക്ഷകരുണ്ടാകാൻ കാരണം കെ കെ നീലകണ്ഠനെപ്പോലെയുള്ളവരുടെ പ്രവർത്തനങ്ങളാണ്. *കേരളത്തിലെ പക്ഷികളെന്ന* അദ്ദേഹത്തിന്റെ പുസ്തകം ഈ രംഗത്ത് ചെയ്തുകൊണ്ടിരിക്കുന്ന സംഭാവന വിലമതിക്കാനാവാത്തതാണ്.

ദേഹത്തിന്റെ പുഷ്ടിക്ക് നല്ല ഭക്ഷണമെന്നതുപോലെ മനുഷ്യന്റെ

മാനസികവും ആത്മീയവുമായ ആരോഗ്യത്തിനും വളർച്ചയ്ക്കും ചില പോഷകാഹാരങ്ങൾ അത്യന്താപേക്ഷിതമാണ്, സൗന്ദര്യബോധം, കലാവാസന, പ്രകൃതിസ്നേഹം എന്നിവയെല്ലാം ഇക്കൂട്ടത്തിൽപ്പെടുന്നതാണെന്ന വിശ്വാസക്കാരനായിരുന്നു നീലകണ്ഠൻ. പ്രകൃതിസ്നേഹം മനുഷ്യനിൽ അന്തർല്ലീനമാണെന്നും പുഷ്ടിപ്പെടുത്തി നല്ലവഴിക്ക് തിരിച്ചുവിട്ടാൽ അത് അവന് കേവലം വിനോദമോ സന്തോഷമോ മാത്രമല്ല, അളവില്ലാത്തവിധത്തിൽ വിജ്ഞാനവും പ്രദാനം ചെയ്യുമെന്ന് സ്വജീവിതം കൊണ്ടുതന്നെ തെളിയിച്ചുതന്ന ആളാണ് അദ്ദേഹം. പ്രൊഫ. കെ കെ നീലകണ്ഠന്റെ ജീവിതം നമുക്കോരോരുത്തർക്കും മാതൃകാപാഠപുസ്തകമാകേണ്ടതാണ്.

പാലക്കാട്ടെ കാവശ്ശേരിയിലാണ് പ്രൊഫ. കെ കെ നീലകണ്ഠൻ ജനിച്ചത്. അവിടം നൂറ് വർഷം മുമ്പ് ഇന്നത്തെപ്പോലെയായിരുന്നില്ല. വികസനം കുന്നുകേറി വരാത്ത കാലമാണത്. പുല്ലും കുറ്റിക്കാടും നിറഞ്ഞ കാട്ടുപ്രദേശം. ഇടയ്ക്കിടെ വലിയ വൃക്ഷങ്ങൾ തണൽവിരിച്ചു നിന്നിരുന്നു. പാമ്പും കീരിയും കുറുക്കനും മുയലും ഉടുമ്പും ചേരയുമൊക്കെ ചുറ്റിത്തിരിയുന്ന കുറ്റിക്കാട്ടിൽ പശുക്കളും മേഞ്ഞുനടന്നു. കാലികൾക്ക് പിന്നാലെ പക്ഷികൾ പ്രാണികളെ കൊത്തിപ്പെറുക്കി കുണുങ്ങി കുണുങ്ങി നടന്നു. ഇന്ന് നാട്ടിലെവിടെയും കുറ്റിക്കാടില്ല. പൊതുവായി കിടക്കുന്ന വെളിപ്രദേശങ്ങളുമില്ല. ഇതൊക്കെ മനുഷ്യർ കൈയടക്കി. കുറ്റിക്കാടുകൾ വെട്ടിവെളിപ്പിച്ച് പലയിടങ്ങളിലും റബർ മരങ്ങൾ നട്ടു. എന്നാൽ കുറ്റിക്കാടുകൾ നമ്മുടെ ആവാസവ്യവസ്ഥയുടെ ആണിക്കല്ലുകളിലൊന്നാണെന്ന് ആരും അപ്പോൾ ഓർത്തില്ല. ഇവിടത്തെ റബർബോർഡ്തന്നെ ജൈവവൈവിദ്ധ്യം നശിപ്പിക്കുന്നതിൽ നേരിട്ട് പങ്കാളിയായി. കർഷകരെ അതിന് പ്രോത്സാഹിപ്പിച്ചു. കുറ്റിക്കാ

കാവശ്ശേരിയിലെ വീട്

ടുകളും നമ്മുടെ കൃഷിയിടങ്ങളും നൂറ് കണക്കിന് സസ്യജന്തുജാലങ്ങളുടെ നിലനില്പിന്റെ ആധാരശിലയാണെന്നകാര്യം ബോധപൂർവ്വം നാണ്യവിളകൾ പ്രോത്സാഹിപ്പിക്കുന്നവർ വിസ്മരിച്ചു.

വീട്ടുവളപ്പുകൾ വിവിധ ജാതി മരങ്ങളുടെയും കുറ്റിച്ചെടികളുടെയും കേന്ദ്രങ്ങൾകൂടിയായിരുന്നു. കാവുകളിൽനിന്നും കുറ്റിക്കാട്ടിൽനിന്നും പലജാതി പക്ഷികളുടെ ആരവം കേൾക്കുമായിരുന്നു. കേരളത്തിലെ ഏതൊരു കുഗ്രാമവും അക്കാലത്ത് ഇങ്ങനെയൊക്കെത്തന്നെയായിരുന്നു. നാട്ടിൻപുറങ്ങളിൽ കൃഷിയായിരുന്നു ജനങ്ങളുടെ മുഖ്യജീവിതമാർഗ്ഗം. ചെമ്മൺ പാതയിലൂടെ വല്ലപ്പോഴും കാളവണ്ടികൾ ചടുക്കോപുടുക്കോന്ന് ഇളകിയാടിപ്പൊയ്ക്കൊണ്ടിരുന്നു. തേങ്ങയോ തൊണ്ടോ ചാണകമോ കയറ്റിയാവും കാളവണ്ടിയുടെ വരവും പോക്കും. കൊയ്ത്തുകാലത്ത് നെൽക്കറ്റകളുമായിട്ടാവും സഞ്ചാരം. പാടത്ത് പെണ്ണുങ്ങൾ കൊയ്യുന്നുണ്ടാകും. ഞാറു നടുന്നുണ്ടാകും. കള പറിക്കുന്നുണ്ടാകും, വിത്ത് വിതയ്ക്കുന്നുണ്ടാകും. ആണുങ്ങൾ കൃഷിക്ക് വെള്ളം തേവുന്നുണ്ടാകും.

ചിലർ പൂട്ടുകയും കിളയ്ക്കുകയും ചെയ്യുകയായിരിക്കും. മറ്റു ചിലർ ചക്രം ചവുട്ടി നീരൊഴുക്ക് വരമ്പുകൾക്കിടയിലൂടെ തിരിച്ചുവിടുകയാവും. മനുഷ്യരുടേത് പ്രകൃതിയോട് ചേർന്നുള്ള ജീവിതമായിരുന്നു. ഗ്രാമങ്ങളിൽ ജനജീവിതം വളരെ ശാന്തമായി അങ്ങനെ മുന്നോട്ട് പൊയ്ക്കൊണ്ടിരുന്നു. ഇങ്ങനെയൊക്കെയാണെങ്കിലും നാട്ടിൽ ദാരിദ്ര്യമുണ്ടായിരുന്നു,

കുന്നിൻപുറങ്ങളിൽ കാലികളെ മേയ്ച്ചുനടക്കുന്ന ആമ്പിള്ളേരെയും പെമ്പിള്ളേരെയും ഒന്നുനോക്കിയാൽത്തന്നെ ആർക്കുമതു മനസ്സിലാകുന്നതേയുള്ളു. പാവപ്പെട്ട വീട്ടിലെ പിള്ളേരാണവർ. ഭൂമി എല്ലാവർക്കും ഇല്ലാതിരുന്നതാണ് ഇതിനൊരു മുഖ്യകാരണം. ഭാരതം സ്വതന്ത്രമായി ജനകീയസർക്കാർ വന്ന് ഭൂപരിഷ്കരണനിയമം പാസാക്കിയതോടെയാണ് സാധാരണമനുഷ്യരുടെ ദാരിദ്ര്യം മാറിയതും മനുഷ്യാവകാശങ്ങൾ സംരക്ഷിക്കപ്പെട്ടതും.

കർഷക കുടുംബങ്ങളിലെ തൊഴുത്തിൽനിന്ന് നേരം വെട്ടംവീഴുമ്പോൾ കാലികളെ അഴിച്ചിറക്കി ഒരുകൂട്ടം പിള്ളേർ അക്കാലത്ത് കുന്നിൻ ചരുവിൽ തീറ്റാൻ കൊണ്ടുവരും. സന്ധ്യമയങ്ങുമ്പോഴേ അവർ മടങ്ങുകയുള്ളു. കീറിയ നിക്കറും പെറ്റിക്കോട്ടും ചെളിയും ചാണകവും പുരണ്ടമുഖവുമുള്ള കുട്ടികൾ. ദാരിദ്ര്യവും വേദനയും ഉള്ളിലൊതുക്കി കൈയിലൊരുവടിയുമായി കാലിക്കൂട്ടങ്ങളുടെ യജമാനന്മാരായി സങ്കല്പിച്ച് അവരങ്ങനെ ജീവിക്കുകയാണ്. ഈ യജമാനഭാവം കാലികളെ അതിന്റെ ഉടമസ്ഥരെ തിരികെ ഏല്പിക്കുന്നനേരം വരെ മാത്രമെയുള്ളൂ. പിന്നീടവരൊക്കെ യാഥാർത്ഥ്യത്തിലേക്ക് മടങ്ങും. വീടിന്റെ പ്രാരാബ്ധങ്ങളിൽ അലിയും.

അക്കാലത്ത് നിരവധി ചെറുതും വലുതുമായ കാലിക്കൂട്ടങ്ങൾ വിശാ

ലമായ കുന്നിൻചരുവാകെ മേഞ്ഞു നടക്കും. കാലികൾ തിന്നുനടക്കുമ്പോൾ അവയുടെ നോട്ടക്കാരായ പിള്ളേർ പലതരം കളികളിൽ മുഴുകിയാവും സമയംപോക്കുക. ഈ കളികളാണവരെ വിശപ്പും ജീവിതവിഷമതകളും മറക്കാൻ സഹായിക്കുന്നത്. കാലിക്കൂട്ടങ്ങളുമായി കുന്നിൻചരുവിലേക്ക് കയറി വരാൻ പ്രേരിപ്പിക്കുന്നതും ഈ കൂട്ടുകൂടലും കളിയുടെ ആനന്ദവുമാണ്. കാലികളെ തീറ്റി തിരികെ അതിന്റെ ഉടമസ്ഥന്റെ വീട്ടിൽ കൊണ്ടേല്പിക്കുമ്പോൾ പിള്ളേർക്കെന്തെങ്കിലും തിന്നാൻ കിട്ടും. ചിലപ്പോൾ തുച്ഛമായ ചില്ലിക്കാശാവും പ്രതിഫലം.

ഇതുകൊണ്ട് ഒന്നിനും തികയില്ല. തങ്ങളുടെ സമപ്രായക്കാരായ പല കുട്ടികളും പള്ളിക്കൂടത്തിൽ പോകുമ്പോൾ അതിനൊന്നും പാങ്ങില്ലാത്ത പട്ടിണിപ്പാവങ്ങളാണ് കാലികളെ മേയ്ക്കാനിറങ്ങുന്നത്. ഇങ്ങനെ കാലികളെ മേയ്ക്കുന്ന കുട്ടികളുടെ കൂട്ടത്തിൽ കുഞ്ഞനെന്നൊരു പയ്യനുണ്ടായിരുന്നു. മറ്റുപിള്ളേരിൽ നിന്നൊക്കെ വ്യത്യസ്തനായിരുന്നു കുഞ്ഞൻ. കാലികളെ കുറ്റിക്കാട്ടിൽ തീറ്റാൻ വിട്ടാൻ പിന്നെ സമയം പോക്കാൻ മറ്റുപിള്ളേരൊക്കെ അടിച്ചോട്ടം, ഒളിച്ചിരിപ്പ് കളി, പന്തേറ് കളി, പാറക്കളി, പശുവുംപുലിയും കളി, കുക്കുടുകളി... തുടങ്ങിയ ഏതെങ്കിലും കളികളിൽ മുഴുകുകയാവും. എന്നാൽ കുഞ്ഞനാകട്ടെ തന്റെ കാലികളെ മരങ്ങൾക്കിടയിലോ കുന്നിൻചരുവിലോ മേയാൻ വിട്ടിട്ട് ചുറ്റുവട്ടത്തുള്ള കുറ്റിക്കാട്ടിൽ വന്നിരിക്കുന്ന പക്ഷികളെ നോക്കി നടക്കും.

അവിടെ ചുറ്റിപ്പറ്റി നില്ക്കുന്ന കാക്കത്തമ്പുരാട്ടിയെയും കാലിക്കൊക്കിനെയും മൈനകളെയും നോക്കിയിരിക്കും. കാലികൾക്കു പിന്നാലെ എപ്പോഴും നടന്ന് ഇരപിടിക്കുന്ന കാലിക്കൊക്കിന്റെ ഓരോ വികൃതിത്തരങ്ങൾ സൂക്ഷ്മതയോടെ നിരീക്ഷിക്കും. കാലിക്കൊക്കുകൾ മറ്റു കൊക്കുകളിൽ നിന്ന് എങ്ങനെയൊക്കെ വേറിട്ടിരിക്കുന്നുവെന്ന് കണ്ടുപിടിക്കും. മഴക്കാലത്തിനു മുമ്പ് കാലിക്കൊക്കുകളുടെ തലയും കഴുത്തും പുറവുമൊക്കെ ഓറഞ്ചു നിറത്തിലുള്ള തൂവലുകളാൽ മൂടപ്പെടുന്നത് കണ്ട് കുഞ്ഞൻ അത്ഭുതപ്പെടും.

പാടത്തു കാണുന്ന മറ്റ് വെള്ള കൊക്കുകൾക്കൊന്നും ഇങ്ങനെ

നിറമാറ്റം സംഭവിക്കാറില്ല. എന്നാൽ അവയ്ക്കും മഴക്കാലത്ത് ചില്ലറ രൂപമാറ്റമൊക്കെയുണ്ടാകും. കൂടുതൽ സുന്ദരന്മാരും സുന്ദരികളുമായി മാറും. ചിന്നക്കൊക്കിന്റെ തലയിൽ കിന്നരിത്തൂവൽ കിളിർക്കും. കൊമ്പു പോലെയത് ഉയർന്ന് നില്പുണ്ടാകും. വെള്ളക്കൊറ്റികൾക്ക് ഭംഗിയുള്ള പീലിത്തൂവലുകൾ മാറത്തും പുറത്തുമൊക്കെ വളർന്നുവരും. ഇതവയുടെ വിവാഹവേഷമാണെന്ന് കുഞ്ഞനറിയാം. പാടത്ത് തിത്തിരിപ്പക്ഷികളുടെ ശബ്ദം കേട്ടിരിക്കും, മഞ്ഞക്കണ്ണിയെയും ചെങ്കണ്ണിയെയും അത്ഭുതത്തോടെ നോക്കിക്കാണും. പക്ഷികളുടെ കൂടൊരുക്കലും മുട്ടയിടീലും ശബ്ദവ്യത്യാസങ്ങളും എന്നുവേണ്ട സകലമാന കാര്യങ്ങളും കുഞ്ഞന്റെ നിരീക്ഷണ വലയത്തിലുണ്ടാവും. കാവശ്ശേരിയിൽ പാറിപ്പറക്കുന്ന കിളികളൊക്കെ എവിടെ പോയാണ് മുട്ടയിടുന്നതെന്നൊക്കെ കുഞ്ഞന് നല്ല തിട്ടമായിരുന്നു. പക്ഷിനിരീക്ഷണം എന്നു കേൾക്കുമ്പോൾ എന്റെ മനസ്സിൽ തെളിയുന്ന ചിത്രം ഇരുപതുവയസ്സ് തികയുംമുമ്പ് മരിച്ചുപോയ എന്റെ സ്നേഹിതൻ കുഞ്ഞന്റേതാണെന്ന് കെ കെ നീലകണ്ഠൻ എഴുതിയിട്ടുണ്ട്.

കുന്നിൻചരുവിൽ പക്ഷിനോട്ടത്തിന് പോയപ്പോഴാണ് കെ കെ നീലകണ്ഠൻ കുഞ്ഞനെ പരിചയപ്പെടുന്നത്. കുഞ്ഞനെക്കുറിച്ചുള്ള കെ കെ നീലകണ്ഠന്റെ വാക്കുകളിങ്ങനെ:

> ഞാൻ പരിചയപ്പെടുമ്പോൾ കുഞ്ഞന് ഏകദേശം 14 വയസ്സായിരുന്നു. ദരിദ്ര കുടുംബത്തിൽ ജനിച്ച കുഞ്ഞന് ഒന്നുരണ്ടു വർഷത്തെ പ്രാഥമിക വിദ്യാഭ്യാസത്തിന് ശേഷം ജീവിക്കാൻവേണ്ടി തൊഴിലെടുക്കേണ്ടി വന്നു. ഒരു കൃഷിക്കാരന്റെ പത്തു പതിനഞ്ച് പശുക്കളെയും കൊണ്ട് കുഞ്ഞൻ കാലത്തുതന്നെ അടുത്തുള്ള പാറക്കുന്നിലേക്ക് പോകും. കുന്നിൻചരുവിലുള്ള തേക്കിൻതോട്ടങ്ങളും കുറ്റിക്കാടുകളുമായിരുന്നു കുഞ്ഞന്റെ പശുക്കൾക്കുള്ള മേച്ചിൽസ്ഥലം.
>
> അവിടെയൊക്കെ ഏകദേശം രണ്ടുമണി വരെ അവൻ ഏകനായി സഞ്ചരിക്കും. കുന്നിന്റെ മറ്റു ഭാഗങ്ങളിൽ കുഞ്ഞനെപ്പോലെ വേറെയും ഗോപാലകന്മാരും ഗോപികന്മാരും കൂട്ടുചേർന്ന് കളിച്ചും കലഹിച്ചും സമയം പോക്കാറുണ്ടായിരുന്നു. പക്ഷേ, കുഞ്ഞൻ അവരുമായി ഒട്ടും അടുത്തിരുന്നില്ല. അവരോട് എന്തോ പൂർവ്വവിരോധമുള്ളതുപോലെ അവൻ എപ്പോഴും അവരിൽ നിന്നെല്ലാം അകലെ മാറി തനിച്ചാണ് കാലിമേച്ചിരുന്നത്. മരങ്ങളും ചെടികളും ധാരാളമുള്ള സ്ഥലത്ത് കുഞ്ഞന് ഇഷ്ടപ്പെട്ട സ്ഥലത്തെത്തിയാൽ അവൻ പശുക്കളെ മേഞ്ഞു നടക്കുവാൻ വിട്ടിട്ട് അവിടെ കാണാവുന്ന നാനാതരം ജന്തുക്കളുടെ ഗമനാഗമന നിരീക്ഷണത്തിൽ നിമഗ്നനാവും.

അങ്ങനെ അവന് ക്രമേണ ആ പ്രദേശത്തെ പക്ഷികളിൽ ഒരു പ്രത്യേക സ്നേഹം ജനിച്ചു.

കുഞ്ഞൻ ഈ പക്ഷികളുടെ സ്വഭാവ വിശേഷതകളും ജീവിതരീതികളും എല്ലാം കണ്ടു മനസ്സിലാക്കാൻ തുടങ്ങി. കാണുന്നതെല്ലാം കടലാസിൽ പകർത്തുവാനുള്ള കഴിവോ ആഗ്രഹമോ കുഞ്ഞനുണ്ടായിരുന്നില്ല. അതിന്റെ ആവശ്യം ഉണ്ടായിരുന്നില്ല. എന്തെന്നാൽ അവൻ കണ്ടതൊന്നും മറന്നില്ല. ഓരോ ജാതി പക്ഷിയും എന്തൊക്കെ തിന്നുന്നു, അത് എങ്ങനെ ആഹാരം സമ്പാദിക്കുന്നു. ഏതുകാലത്ത്, എവിടെ കൂടു കൂട്ടുന്നു, സുമാർ എത്ര മുട്ടകളിടുന്നു, എന്തുനിറമുള്ള മുട്ടകളാണ് ഇടുക ഇതെല്ലാം കാലക്രമേണ കുഞ്ഞൻ കണ്ടുപിടിച്ചു. ഞാൻ അന്ന് ഹൈസ്കൂൾ വിദ്യാർത്ഥിയായിരുന്നു. എനിക്കും എങ്ങനെയോ കലശമായ പക്ഷിഭ്രാന്ത് പിടിപെട്ട കാലം. പക്ഷികളെക്കുറിച്ച് യാതൊന്നും അറിവില്ലെങ്കിലും അവയെക്കുറിച്ചും മറ്റ് ജന്തുക്കളെക്കുറിച്ചും കഴിയുന്നത്ര അറിയണമെന്ന ആഗ്രഹം എന്നെയും കുഞ്ഞന്റെ വൃന്ദാവനത്തിലെത്തിച്ചു. ഒഴിവു ദിവസങ്ങളിൽ പ്രാതൽ അകത്താക്കിയാലുടനെ ഞാൻ ആ കുന്നിന്റെ ചരിവിലേക്കോടും. അവിടെ കാണുന്ന പക്ഷികളുടെയെല്ലാം പിന്നാലെ, എന്തിനെന്നുപോലും ചിന്തിക്കാതെ അലഞ്ഞു നടക്കും.

ആഷി ക്രൗൺസ് ഫിൻച്ച് ലാർക്ക് എന്ന പക്ഷി എങ്ങനെയിരിക്കുമെന്ന് വിവരിച്ചുകൊടുക്കേണ്ട താമസം കുഞ്ഞൻ അതിനെ നിസ്സംശയം കാണിച്ചുതരും. മാത്രമല്ല. അത് പാറയിടുക്കുകളിൽ പുല്ലുകൊണ്ട് ചെറിയൊരു കോപ്പയുണ്ടാക്കി അതിൽ രണ്ട് മുട്ടകളിടുമെന്നും വേനൽക്കാലത്താണ് കൂടുകെട്ടുന്നതെന്നും പുൽവിത്തുകളാണ് അതിന്റെ പ്രധാന ഭക്ഷണമെന്നും അത് ചില കാലങ്ങളിൽ ഒരു പ്രത്യേക രീതിയിൽ പറന്നുകളിക്കുമെന്നും മറ്റും പറഞ്ഞുതുടങ്ങും. അങ്ങനെ കുഞ്ഞനിൽനിന്ന് എനിക്ക് കിട്ടിയ അറിവിന് അളവില്ല. കുഞ്ഞൻ പക്ഷിനിരീക്ഷണത്തിൽ എന്റെ ആദ്യഗുരുവായിരുന്നു.

കാറുവാന്റെ കൂടു കാണണോ എന്നുചോദിച്ചുകൊണ്ടാണ് കുഞ്ഞൻ കെ കെ നീലകണ്ഠനെ പരിചയപ്പെടുന്നത്. മൈനക്ക് കാവശ്ശേരിയിൽ പ്രാദേശി

വേലിതത്ത

കമായി വിളിക്കുന്ന പേരാണ് കാറുവാൻ. ഒരുപക്ഷേ, കുഞ്ഞൻ ആ കുന്നിൻപുറത്ത് വച്ച് കെ കെ നീലകണ്ഠന്റെ മുമ്പിൽ പ്രത്യക്ഷപ്പെട്ട് അങ്ങനെയൊരു ചോദ്യം ചോദിച്ചില്ലായിരുന്നുവെങ്കിൽ കാവശ്ശേരിയിലെ കുന്നിൻപുറങ്ങളെ ആകർഷകമാക്കിയിരുന്ന ധാരാളം ജാതി പക്ഷികളുമായി വളരെ അടുത്തിടപഴകാൻ അദ്ദേഹത്തിന് അവസരം ലഭിക്കുമായിരുന്നോയെന്ന് സംശയമാണ്. എന്നാൽ കുഞ്ഞനെപ്പോലെയുള്ള പക്ഷിപ്രിയരും പക്ഷിനിരീക്ഷകരും തമ്മിൽ പ്രകടമായ വ്യത്യാസമുണ്ട്. ഇതേക്കുറിച്ച് കെ കെ നീലകണ്ഠൻതന്നെ നമുക്ക് വിശദീകരിച്ചു തരുന്നുണ്ട്.

> “പക്ഷിപ്രിയന്മാരും പക്ഷിനിരീക്ഷകരും തമ്മിൽ അല്പം വ്യത്യാസമുണ്ട്. കുഞ്ഞൻ ഒരു പക്ഷിപ്രിയൻ മാത്രമായിരുന്നു. എന്തെന്നാൽ പക്ഷിനിരീക്ഷണത്തിന്റെ അസ്തിവാരമെന്നു പോലും പറയാവുന്ന ഒരു സുപ്രധാനമായ കഴിവ് അവൻ സമ്പാദിച്ചിരുന്നില്ല. അവൻ പക്ഷികൾക്ക് പറഞ്ഞിരുന്ന പേരുകൾ മിക്കതും മറ്റ് പക്ഷിപ്രിയന്മാർക്ക് പരിചയമില്ലാത്തവയായിരുന്നു. അതുകൊണ്ട് പലപ്പോഴും അവൻ പറയുന്ന കാര്യങ്ങളും ഒരു പക്ഷിയുടെ രൂപവും തമ്മിൽ ബന്ധപ്പെടുത്താൻ കഴിയാതെ ഞാൻ കുഴങ്ങിയിട്ടുണ്ട്.”

എല്ലാവർക്കും മനസ്സിലാകുന്ന പക്ഷിപ്പേരുകൾ അറിയുകയെന്നത് പക്ഷിനിരീക്ഷണത്തിന്റെ പ്രാഥമിക പാഠങ്ങളിലൊന്നാണ്. മലയാളത്തിൽ മുമ്പ് ഭൂരിപക്ഷം പക്ഷികൾക്കും പേരുകളേയുണ്ടായിരുന്നില്ല. മനുഷ്യരുമായി അടുത്തിടപഴകുന്ന ചില ജാതികൾക്കാകട്ടെ വിവിധ ഇടങ്ങളിൽ പലപേരുകളുണ്ടാകും. ഒരുപക്ഷേ, കാക്കകൾ മാത്രമാകാം ഇതിനൊരപവാദം. മൈന എന്ന കിളിയുടെ പേര് തന്നെ നോക്കു. കാറുവാൻ എന്ന് പാലക്കാട്ടെ കാവശ്ശേരിയിൽ അറിയപ്പെടുന്നു. ഓണാട്ടുകരക്കാർക്കിത് കിറുങ്ങണത്തിയാണ്. ചില നാട്ടിൽ ഉണ്ണിയെത്തി, പിന്നെ ചാണകക്കിളി, കവളംകിളി, ചിത്തിരക്കിളി, നാട്ടുമൈന... ഇനിയും നിരവധി പേരുകൾ കണ്ടെത്താവുന്നതേയുള്ളു. പൂത്താങ്കീരിക്ക് ചിതല, ചവേലാക്ഷി, ചാണകക്കിളി, ചപ്പിലക്കുരുവി, കരിയിലക്കിളി എന്നിങ്ങനെ പല പേരുകളുണ്ട്. ഈ പക്ഷികളെക്കുറിച്ച് പല നാട്ടിൽനിന്നുള്ള മലയാളികൾ തമ്മിൽത്തമ്മിൽ സംസാരിക്കേണ്ടിവരുമ്പോൾപോലും പക്ഷിയേതാണെന്നറിയാതെ കുഴങ്ങേണ്ടിവരും. 1500 ഓളം ജാതിപക്ഷികൾ ഭാരതത്തിലുണ്ട്. ഉപജാതികളെക്കൂടി കണക്കാക്കിയാൽ എണ്ണം വർദ്ധിക്കും.

കേരളത്തിൽ 520 ലേറെ ജാതികളെ ഇതിനോടകം കണ്ടെത്തിയിട്ടുണ്ട്. എന്നാൽ ഭാരതീയഭാഷകളിൽ പക്ഷികളിൽ മഹാഭൂരിപക്ഷത്തിനും പേരുകളില്ല. മലയാളത്തിന്റെ കാര്യവും അങ്ങനെ

തന്നെയായിരുന്നു. ദ്രാവിഡഭാഷകളിൽ തെലുങ്ക് ഇക്കാര്യത്തിൽ മികവ് പുലർത്തുന്നുണ്ട്. 1930 നും 1960 നും ഇടയിലാണ് മലയാളം ഉൾപ്പെടെയുള്ള ഭാഷകളിൽ ഭൂരിപക്ഷം പക്ഷികൾക്കും പേരിട്ടത്. ബ്രിട്ടീഷുകാരുടെ ചുവടുപിടിച്ച് പക്ഷിപഠനം നാട്ടുകാർ ഇക്കാലത്താണ് സജീവമാക്കിയത്. സ്വാഭാവികമായും പക്ഷികൾക്ക് പ്രാദേശികഭാഷയിൽ പേരു നല്കേണ്ടതായി വരുമല്ലോ. എന്നാൽ പ്രാദേശികഭാഷയിൽത്തന്നെ ഒരു പക്ഷിക്ക് പല പേരുള്ളത് ആശയക്കുഴപ്പത്തിനിടയാക്കിയിട്ടുണ്ട്. എന്നാൽ ഇംഗ്ലീഷ് പേരുകൾ പഠിച്ചാൽ പക്ഷിയെ തെറ്റില്ല. വിവിധ ഭാരതീയഭാഷയിലുള്ളവർക്ക് പരസ്പരം ആശയവിനിമയം നടത്താനും ഇംഗ്ലീഷ് പേരുകൾ സഹായിക്കുന്നുണ്ട്.

ഇതേക്കുറിച്ച് കെ കെ നീലകണ്ഠൻതന്നെ എഴുതിയിട്ടുണ്ട്. ഇന്ന് ഭാരതത്തിലെ പക്ഷിനിരീക്ഷകർ മിക്കവരും ഉപയോഗിക്കുന്നത് പക്ഷികളുടെ ഇംഗ്ലീഷ് പേരുകളാണ്. ഇവ മിക്കതും ഇരുന്നൂറിലേറെ വർഷങ്ങളായി പ്രചാരത്തിലുള്ളവയും ഒരിക്കൽ പഠിച്ചുകഴിഞ്ഞാൽ ഓർമ്മവയ്ക്കുവാൻ പ്രയാസമില്ലാത്തവയുമാണ്. സർവ്വോപരി പക്ഷികളെ തിരിച്ചറിയുന്നതിന് ഈ പേരുകൾ ഏറ്റവും ഉപകരിക്കുന്നു എങ്കിലും നമ്മുടെ മാതൃഭാഷയുടെ നിലവാരം എല്ലാ മേഖലയിലും വളരേണ്ടത് ആവശ്യമാണ്. പക്ഷിവിജ്ഞാനത്തിലും മലയാളത്തിന്റെ മധുരം മലയാളികൾക്ക് നുകരാൻ കഴിയണം. ഈ രംഗത്ത് വലിയ സംഭാവനചെയ്ത പക്ഷിനിരീക്ഷകനാണ് പ്രൊഫ. കെ കെ നീലകണ്ഠൻ. പക്ഷിപഠനം എങ്ങനെയാണ് തുടങ്ങേണ്ടതെന്ന് അദ്ദേഹം പറഞ്ഞുതരുന്നു.

“നാം എന്നും കാണുന്ന പക്ഷികളെ തിരിച്ചറിഞ്ഞ് അവയുടെ പേരുകൾ പഠിക്കുകയെന്നതാണ് പക്ഷിനിരീക്ഷണത്തിന്റെ തുടക്കം. ആദ്യകാലത്ത് പതിവായി കാണുന്ന പക്ഷികളെ കാക്ക, പരുന്ത്, മൈന, ബുൾബുൾ, സൂചീമുഖി എന്നിങ്ങനെ തരംതരിക്കുവാൻ പഠിക്കണം. പിന്നീട് ഓരോവർഗ്ഗത്തിലും വിവിധജാതിക്കാരുണ്ടെന്നും ഓരോ ജാതിക്കും പ്രത്യേകംപ്രത്യേകം പേരുകളുണ്ടെന്നും ക്രമത്തിൽ മനസ്സിലാക്കാവുന്നതാണ്. കാലക്രമേണ അറുപതോ എഴുപതോ ജാതി വിവിധ പക്ഷികളെ തെറ്റാതെ തിരിച്ചറിയുവാൻ പഠിക്കുന്നതോടൊപ്പംതന്നെ അവയുടെ പ്രത്യേകതകളിലും ജീവിതരഹസ്യങ്ങളിലും നിങ്ങളുടെ ശ്രദ്ധ പതിഞ്ഞുതുടങ്ങും. ഈ രഹ

സ്യങ്ങൾ കണ്ടുപിടിക്കുന്നത് വളരെ രസകരമായ ഒരു വിനോദമാണെന്ന് വേഗം ബോദ്ധ്യമാകും.

രാജ്യത്തെ പതിനായിരക്കണക്കിന് വരുന്ന പക്ഷിപ്രിയരുടെ പ്രതിനിധിയായാണ് കുഞ്ഞനെ കെ കെ നീലകണ്ഠൻ പരിചയപ്പെടുത്തുന്നത്. സൂക്ഷ്മമായ നിരീക്ഷണ ബോധമുള്ളവരിൽ ഒരാൾ. ഇവരിൽ ചിലർ കൗതുകത്തിനും ഉല്ലാസത്തിനും വേണ്ടിയും പക്ഷികൾക്ക് പിന്നാലെ നടക്കുന്നവരാകാം. എന്നാൽ മറ്റ് ചിലർ പക്ഷികളെ വേട്ടയാടി ഭക്ഷിക്കുന്നതിനു വേണ്ടിയാണവയെ നിരീക്ഷിക്കുന്നത്. നമ്മുടെ ഗോത്ര വിഭാഗങ്ങളിലുള്ളവർക്ക് കാട്ടിൽ പറന്നു നടക്കുന്ന കിളികളെ അതിവിദഗ്ദ്ധമായി പിടിച്ചെടുക്കാനുള്ള കഴിവുള്ളവരാണ്.

പക്ഷികളുടെയും മൃഗങ്ങളുടെയും മറ്റ് പല ജാതി ജീവികളുടെയും ജീവിതരഹസ്യങ്ങളൊക്കെ അറിയുന്നവരാണ്. ഡോ. സാലിം അലി ഗോത്രവർഗ്ഗക്കാരുടെ സഹായത്തോടെയാണ് പല കാട്ടുപക്ഷികളെയും പിടിച്ചെടുത്തു പഠിച്ചിരുന്നത്. നമ്മുടെ സസ്യജന്തുജാലങ്ങളെക്കുറിച്ച് നല്ലവിവരമുള്ളരാണ് ഗോത്രവർഗ്ഗക്കാർ. എന്നാൽ ഇത്തരക്കാരുടെ അറിവുകളൊന്നും ശേഖരിച്ചു വയ്ക്കുന്നതിന് ഒരു സംവിധാനവും വേണ്ടതുപോലെ ഇന്നും നമുക്കില്ല. കുഞ്ഞനെപ്പോലെയുള്ളവരുടെ പക്ഷിയറിവുകൾ കൂടി ശാസ്ത്രീയ പഠിതാക്കളുടെ അറിവുകൾക്കൊപ്പം ചേർത്തുവയ്ക്കാനായാൽ നമ്മുടെ പക്ഷിശാസ്ത്രത്തിനതൊരു മുതൽക്കൂട്ടാകുമെന്ന കാര്യത്തിൽ യാതൊരു സംശയവുമില്ല. പ്രകൃതിശാസ്ത്രജ്ഞരുടെ ജീവിതം പഠിച്ചാൽ കുട്ടിക്കാലത്ത് അവരുടെ മനസ്സിൽ തോന്നുന്ന ചെറിയ ചെറിയ സംശയങ്ങളാണവരെ പ്രകൃതിയെ ആഴത്തിൽ പഠിക്കുന്നതിലേക്ക് നയിച്ചതെന്ന് കാണാം.

ചില കുരുവികളുടെ കണ്ഠത്തിൽ മഞ്ഞനിറം എന്തുകൊണ്ടുവരുന്നു? എന്നാൽ മറ്റ് ജാതി കുരുവികളിൽ ഈ നിറം കാണുന്നുമില്ലല്ലോ. കുട്ടിക്കാലത്ത് സാലിം അലിക്ക് തോന്നിയ ഈ സംശയമാണ് അദ്ദേഹത്തെ പക്ഷികളുടെ അത്ഭുതപ്രപഞ്ചത്തിലേക്ക് ആനയിച്ചത്. ജീവിതകാലം മുഴുവൻ സാലിം അലി പക്ഷികളിലുള്ള കൗതുകവുമായി ജീവിക്കുകയും ചെയ്തു.

പ്രശസ്ത പ്രകൃതിശാസ്ത്രജ്ഞൻ മാധവ് ഗാഡ്ഗിൽ തന്റെ *പശ്ചിമഘട്ടം ഒരു പ്രണയകഥ* എന്ന ആത്മകഥയിൽ എഴുതുന്നു: പക്ഷികളിൽ എനിക്ക് ഏറെനേരം നോക്കിയിരിക്കാൻ തോന്നിയിട്ടുള്ളത് നാട്ടുവേലിത്തത്തകളെയാണ്. എന്റെ വീട്ടിനരുകിലുള്ള വൈദ്യുതകമ്പികളിൽ വേലിത്തത്തകൾ നിരനിരയായി വന്നിരിക്കുമായിരുന്നു. അവയുടെ സുന്ദരമായശബ്ദങ്ങളും പ്രാണികളെ പറന്നുപിടിക്കാൻ വായുവിൽ കാണിക്കുന്ന വിരുതുള്ള പ്രകടനങ്ങളും എന്നെ ഏറെ ആകർഷിച്ചിരുന്നു. അവയുടെ ചതുരാകൃതിയിലുള്ള വാലിൽനിന്ന് പുറത്തേക്ക് ഒരു സൂചി പോലെ തള്ളിനില്ക്കുന്ന തൂവലുകളുണ്ട്. ചിലപ്പോൾ നോക്കുമ്പോൾ ഈ തൂവലുകൾ കാണില്ല. ആഴ്ചകളോളം ഞാനവയെ നിരീക്ഷിച്ചാലും

അവയുടെ സൂചികാഗ്രമുള്ള തൂവലുകൾ കാണില്ല. ഇത് മറ്റേതെങ്കിലും ജാതി പക്ഷിയാണോയെന്ന് എന്റെ അച്ഛനോടൊരിക്കൽ ഞാൻ ചോദിക്കുകയുണ്ടായി. വീട്ടിൽ സൂക്ഷിച്ചിരിക്കുന്ന പക്ഷിപുസ്തകങ്ങളിലൊക്കെ ഇതേക്കുറിച്ച് നോക്കിയെങ്കിലും ഇതേക്കുറിച്ചുള്ള വിവരം കിട്ടിയില്ല. ഒടുക്കം അച്ഛൻ എന്നോട് പറഞ്ഞു സാലിം അലിക്കൊരു കത്തെഴുതി ചോദിക്കാൻ. ഞാനങ്ങനെ തന്നെ ചെയ്തു. എന്നെ ആഹ്ലാദിപ്പിച്ചുകൊണ്ട് മൂന്നാം പക്കം അദ്ദേഹത്തിന്റെ മനോഹരമായ കൈയക്ഷരത്തിൽ മറുപടി ലഭിച്ചു. ചിലനേരങ്ങളിൽ പക്ഷികൾ അവയുടെ തൂവലുകൾ പൊഴിക്കാറുണ്ടെന്നും കുറച്ച് ആഴ്ചകൾ കഴിയുമ്പോളത് വീണ്ടും മുളച്ചുവരുമെന്നും അദ്ദേഹം പറഞ്ഞുതന്നു." കെ കെ നീലകണ്ഠനും കുട്ടിക്കാലത്തുതന്നെ ഇവരെപ്പോലെ പക്ഷികളിൽ കൗതുകമുണ്ടായിരുന്നു. ഈ കൗതുകമാണ് അദ്ദേഹത്തെ ഒരു പക്ഷിനിരീക്ഷകനാക്കി മാറ്റിയത്.

പ്രകൃതിനിരീക്ഷണവുമായി ബന്ധപ്പെട്ട് ഇത്തരത്തിലുള്ള ചോദ്യങ്ങൾ ഓരോ കുട്ടിക്കും ഉണ്ടാകേണ്ടതാണ്. കുട്ടിക്കാലത്ത് ഞങ്ങളുടെ കാലികൾക്ക് പിറകെ നടക്കുന്ന കൊക്കുകൾക്ക് ചിലകാലത്ത് മഞ്ഞത്തൂവലുകൾ കിളിർത്ത് സുന്ദരന്മാരാകുന്നത് എന്നെ അത്ഭുതപ്പെടുത്തിയിട്ടുണ്ട്. ഞങ്ങളുടെ വീട്ടിനരുകിൽ കൂടുകൂട്ടാനെത്തിയിരുന്ന ചിന്നക്കൊക്കുകളുടെയും പാതിരാക്കൊക്കുകളുടെയും തലയിൽ ഉയർന്നുനിന്നിരുന്ന കിന്നരിത്തൂവലുകൾ നോക്കി ഞാനത്ഭുതപ്പെട്ടിട്ടുണ്ട്. ഈ തൂവലുകൾ സ്ഥിരമായി അവയ്ക്കുണ്ടാകുമെന്നാണ് ഞാനന്ന് ധരിച്ചത്. പിന്നീടാണ് ഇതവയുടെ കല്യാണ ആഭരണമാണെന്നൊക്കെ മനസ്സിലായത്.

വേലിത്തത്തകളെക്കുറിച്ച് കെ കെ നീലകണ്ഠൻ എഴുതി:

> "നാട്ടിൻപുറത്തെ പച്ചപ്പക്ഷികൾക്കിടയിൽ എളുപ്പം കണ്ടെത്താവുന്ന അഴകുള്ള ഒരു പക്ഷിയാണ് വേലിത്തത്ത. ഏതാണ്ട് ബുൾബുളിന്റെ വലുപ്പം. നീണ്ടു കൂർത്ത് അല്പം വളഞ്ഞ കറുത്ത കൊക്ക്. നീണ്ട വാലിന്റെ നടുവിലെ തൂവലുകൾമാത്രം കമ്പികുത്തിപ്പിടിപ്പിച്ചതുപോലെ തള്ളിനില്ക്കും. കൊക്കിൽനിന്ന് കണ്ണുവഴി പുറകോട്ട് പോകുന്ന കറുത്തവരയും നീലനിറമുള്ള

തൊണ്ടയും ചെങ്കല്ലിന്റെ നിറമുള്ള തൊപ്പിയുമുള്ള ഈ പക്ഷിക്ക് വൈദ്യുതക്കമ്പികൾ, വേലികൾ, മരങ്ങളിൽനിന്ന് തള്ളിനില്ക്കുന്ന നഗ്നമായ ചില്ലകൾ എന്നിവയിൽ ഉണർവ്വോടെ നിവർന്നിരിക്കുന്ന സ്വഭാവമുള്ളതുകൊണ്ടാണ് ഇതിനെ എളുപ്പം കാണുന്നത്. കൂടെക്കൂടെ ഇരിപ്പിടം വിട്ട് ഒന്നുരണ്ടു ചുറ്റുപറന്ന് തിരിച്ചുവന്ന് ഇരിക്കുകയും വാൽ മുന്നോട്ടും പുറകോട്ടും ആട്ടുകയും ചെയ്യും.

പറക്കുന്ന സമയത്ത് ഇടയ്ക്കിടെ ട്രീ..ട്രീ..ട്രീ.. എന്നു ശബ്ദിക്കും. തുമ്പി തുടങ്ങിയ പറക്കുന്ന പ്രാണികളെ പിടിച്ചുകൊണ്ടുവന്ന് ഇരിപ്പിടത്തിൽ അടിച്ചു പതംവരുത്തിയശേഷമാണ് വിഴുങ്ങുക. നാട്ടുവേലിത്തത്ത എന്നുപേരുള്ള പക്ഷി സ്ഥിരവാസിയാണ്. മൺതിട്ടകളിൽ നീണ്ട മാളമുണ്ടാക്കി അവയിലാണ് മുട്ടയിടുക. നാട്ടുവേലിതത്തയെക്കാൾ അല്പം വലിയതും ശോഭയുള്ള നീലനിറം പുറത്തും വാലിലുമുള്ളതുമായ വലിയവേലിത്തത്ത ദേശാടകനാണ്. ഇതിന്റെ തൊണ്ട കടുത്ത ചെമ്പിച്ചനിറമായിരിക്കും.
(*പക്ഷികളും മനുഷ്യരും* – കെ കെ നീലകണ്ഠൻ)

ആണ്ടിലൊരിക്കൽ തൂവൽ പുതുക്കുകയെന്നത് പക്ഷികളുടെ ഒരു സ്വഭാവമാണ്. പക്ഷേ, ഇതു നമ്മുടെ ശ്രദ്ധയെ ആകർഷിക്കണമെന്നില്ല. ഓരോ ഓരോ തൂവലുകളായി പൊഴിഞ്ഞ് പുതിയത് കിളിർക്കുകയാണ് മിക്കപക്ഷികൾക്കുമുള്ള പതിവ്.

പക്ഷികളുടെ അകന്ന ബന്ധുക്കളായ പാമ്പും ചേരയുമൊക്കെ പക്ഷികൾ തൂവൽ പുതുക്കുന്നതുപോലെ ശരീരത്തെ തോൽ (പടം) പൊഴിക്കുന്നവരാണ്. ചേരപ്പടം കാണാത്ത കുട്ടികൾ നാട്ടിൻപുറങ്ങളിൽ കുറവായിരിക്കും. ഞങ്ങളുടെ വീട്ടിലെ എരുത്തിലിനോട് ചേർന്നുള്ള മുറിയിൽ ഒരു ചേര പണ്ടുമുതലേ കഴിയുന്നുണ്ട്. ചേര ഉറങ്ങുന്ന മുറിയാണത്. ഈ ചേര എരുത്തിലിന്റെ ഉത്തരത്തിലും മറ്റും തൂങ്ങി പട്ടിയലുകൾക്കിടയിലൂടെ ഞെരിഞ്ഞിറങ്ങി പടം പൊഴിച്ചുകളയുന്നത് ഞാൻ പലതവണ കണ്ടിട്ടുണ്ട്. നമ്മുടെ വീട്ടുമുറ്റത്തെത്തുന്ന കാക്കകളുടെ ചില തൂവലുകൾ ചില

നേരത്ത് എഴുന്നും ഒടിഞ്ഞും മറ്റും നില്ക്കുന്നത് പലരും ശ്രദ്ധിച്ചിരിക്കും. ഇതും തൂവൽപൊഴിക്കുന്നതിനുവേണ്ടിയുള്ള ശ്രമമാണ്. കൂടൊരുക്കുന്നതിന് മുമ്പിവ കൂടുതൽ തിളക്കവും ഭംഗിയുമുള്ളതായി മാറും.

പക്ഷികളും മനുഷ്യരും എന്ന തന്റെ പുസ്തകത്തിലെ 'തൂവൽപുതുക്കൽ' എന്ന അദ്ധ്യായത്തിൽ കെ കെ നീലകണ്ഠൻ എഴുതി: ഭൂഖണ്ഡത്തിന്റെ വടക്കുള്ള വിദൂരപ്രദേശങ്ങളിൽ മുട്ടവിരിച്ച് കുഞ്ഞുവളർത്തിയ ശേഷം മൂവ്വായിരം മൈലിൽ കവിയുന്ന ദൂരം പറന്ന് നമ്മുടെ രാജ്യത്ത് വിരുന്നുവരുന്ന ചിലതരം താറാവുകൾക്ക് (Wild ducks) യാത്രാവസാനത്തിൽ ചിറകുകളിലെ എല്ലാ വലിയ തൂവലുകളും ഒരേസമയത്ത് കൊഴിഞ്ഞുപോകാറുണ്ട്. അല്പകാലത്തേക്ക് പറക്കുവാൻ കഴിയാത്ത ഈ പക്ഷികൾ തൂവലുകൾ വീണ്ടും മുളച്ചുവരുന്നതുവരെ വലിയ ജലാശയങ്ങളിലെ പുൽക്കൂട്ടങ്ങളെ അഭയം പ്രാപിക്കുകയാണ് പതിവ്.

കാവശ്ശേരിയിലെ ബാല്യം

പക്ഷിയെന്ന ജിവിയുടെ പ്രധാനലക്ഷണം ദേഹത്ത് തൂവലുണ്ടെന്നുള്ളതാണ്. മറ്റു ജന്തുവർഗ്ഗങ്ങൾക്കൊന്നിനും തൂവലുകളില്ല. തൂവലില്ലാത്ത ഒരു ജീവിയേയും പക്ഷിയെന്ന് വിളിക്കാനാവില്ല. പറക്കാൻവേണ്ടിത്തന്നെയാണ് പക്ഷികൾക്ക് തൂവലുണ്ടാകുന്നത്. മനുഷ്യരുടെ ഭാവനയെ പക്ഷികളോളം സ്വാധീനിച്ച മറ്റേതെങ്കിലും ജിവിവർഗ്ഗങ്ങളുണ്ടെന്ന് പറയാനാവില്ല. മനുഷ്യരെ നൃത്തം പഠിപ്പിച്ചതും സംഗീതം പഠിപ്പിച്ചതും പക്ഷികളാണെന്ന് കരുതുന്നതിൽ തെറ്റില്ല. നമ്മുടെ ഗ്രാമസൗന്ദര്യത്തിന് മാറ്റുകൂട്ടുന്ന ജിവികളാണ്. പക്ഷികൾ ഭൂമിയെ സംഗീതസാന്ദ്രമാക്കുന്നു. വിവിധ നിറങ്ങൾ വാരിപ്പുതച്ച പക്ഷികൾ നയനമനോഹരമായ കാഴ്ചയാണ്.

കെ കെ നീലകണ്ഠൻ ജനിച്ച കാവശ്ശേരി ഒരു ഉൾനാടൻ പാലക്കാടൻ ഗ്രാമത്തിന്റെ എല്ലാ വശ്യതയും ഒത്തിണങ്ങിയ നാടായിരുന്നു. കരിമ്പനകൾ അതിരിട്ട നെല്പാടവും കാലികളെ മേയ്ച്ചു നടക്കുന്ന ബാലികാബാലന്മാരും വർഷകാലത്ത് കരകവിഞ്ഞൊഴുകുന്ന ഗായത്രിപ്പുഴയുമൊക്കെ കാവശ്ശേരിയുടെ ഗ്രാമസൗന്ദര്യത്തിന്റെ മകുടോദാഹരണമായിരുന്നു. ഈ സുന്ദരപ്രകൃതി നീലകണ്ഠനെ വശീകരിച്ചിരിക്കണം.

വിശാലമായ നെൽവയലുകൾക്കിടയിലൂടെ നീണ്ടുപോകുന്ന ചെമ്മൺപാതകൾ. എരണ്ടകൾ ഇരതേടുന്ന വലിയ കുളങ്ങൾ. എല്ലാവരും കുളിച്ചു തൊഴുന്ന പരക്കാട് ഭഗവതിക്കാവ്, മയിലുകൾ മേയുന്ന പറമ്പുകൾ, മാവും തെങ്ങും പുളിയും പിന്നെ പേരറിയാവുന്നതും അറിയാത്തതുമായ മരങ്ങൾ നിറഞ്ഞ വീട്ടുവളപ്പുകൾ, നിരത്തിലൂടെ നിരങ്ങിനീങ്ങുന്ന കുതിരവണ്ടികളും കാളവണ്ടികളും. ഇങ്ങനെ വർണ്ണിച്ചാലും വർണ്ണിച്ചാലും മതിവരാത്ത ഗ്രാമീണസൗന്ദര്യത്തിന്റെ ഒരു

ഇന്ദുചൂഡന്റെ മാതാപിതാക്കൾ

കേദാരഭൂമിയായിരുന്നു കാവശ്ശേരി. എന്നാൽ ഇത്തരത്തിലുള്ള ഗ്രാമീണ ദൃശ്യങ്ങളൊക്കെ എന്നേ കേരളത്തിൽ നിന്ന് പോയ് മറഞ്ഞുവല്ലോ.

കേരളം ഇന്നൊരു വലിയപട്ടണമാണ്. ഡാം കെട്ടിയും മണലെടുത്തും പുഴകളൊക്കെ മെലിഞ്ഞു. തലയെടുപ്പോടെ നിന്നിരുന്ന പാറക്കളൊന്നും ഇപ്പോ കാണാനില്ല. ഭൂമിയുടെ ആണിക്കല്ലായ ഈ പാറകൾ സൂക്ഷ്മ കാലാവസ്ഥയെ നിയന്ത്രിക്കുന്നവയാണ്. ഇങ്ങനെയുള്ള പാറകളിലേറെയും നമ്മൾ പൊട്ടിച്ചെടുത്തു, വലിയ ഗർത്തങ്ങൾ മാത്രം അവിടെ അവശേഷിപ്പിച്ചു. കുന്നുകൾ ഇടിച്ച് മണ്ണെടുത്തു. ചതുപ്പുകൾ നികത്തി. വയലുകൾ നികത്തി. ഇങ്ങനെ കേരള പ്രകൃതിയാകെ മാറ്റിമറിച്ചുകഴിഞ്ഞു. പ്രകൃതി സംരക്ഷിച്ചുകൊണ്ടുള്ളതും ഗ്രാമീണസംസ്കാരം നിലനിർത്തിയുമുള്ള വികസനത്തിനേ പ്രസക്തിയുള്ളു. ജൈവവൈവിദ്ധ്യം സംരക്ഷിക്കുന്നതോടൊപ്പം നാട്ടുതനിമകളും ഭാഷാവൈവിദ്ധ്യങ്ങളും സംരക്ഷിക്കപ്പെടണം. ഇതൊക്കെ വികസനവാദികൾ വിസ്മരിക്കുകയാണ്.

1923 ഏപ്രിൽ 15 ന് കൈലാസം അയ്യരുടെയും ഭഗീരഥിയുടെയും പുത്രനായിട്ടായിരുന്നു കൈലാസം നീലകണ്ഠൻ എന്ന കെ കെ നീലകണ്ഠന്റെ (ഇന്ദുചൂഡന്റെ) ജനനം. 2023 അദ്ദേഹത്തിന്റെ ജന്മശതാബ്ദി വർഷമാണ്. പാരമ്പര്യമനുസരിച്ച് കൈലാസം അയ്യരുടെ പിതാവ് നീലകണ്ഠന്റെ പേരു തന്നെയാണ് തന്റെ പുത്രന് അദ്ദേഹം നല്കിയത്. മൃഗഡോക്ടർ എന്ന നിലയിൽ പേരുകേട്ടയാളായിരുന്നു കൈലാസം അയ്യർ.

കർണ്ണാടകയിലെ തുങ്കൂറിൽ മൃഗഡോക്ടറായ അച്ഛനൊപ്പം താമസിക്കുമ്പോൾ മൃഗാശുപത്രി വളപ്പിൽ ഒരു ഉപ്പൂപ്പൻ കൂടൊരുക്കുന്നത് കുട്ടിയായിരുന്ന നീലകണ്ഠന്റെ ശ്രദ്ധയില്പെട്ടു. നീലകണ്ഠൻ ഉപ്പൂപ്പന്റെ കൂട് ആദ്യമായി കാണുകയായിരുന്നു. നീലകണ്ഠന് സുന്ദരരൂപിയായ ഉപ്പൂപ്പൻ പക്ഷിയുടെ കൂട്ടിലേക്കുള്ള വരവും പോക്കും രസകരമായി തോന്നി.

മറ്റൊന്നും ചെയ്യാനില്ലാത്തതുകൊണ്ട് ഉപ്പൂപ്പന്റെ കൂട്ടിൽത്തന്നെ നീലകണ്ഠൻ കണ്ണുംനട്ടിരിപ്പായി. തലയിൽ വിശറിപോലെ തലപ്പാവു

ധരിച്ച രാജകീയവേഷധാരിയായ ഉപ്പൂപ്പനെ അടുത്തു കിട്ടിയതോടെ നീലകണ്ഠൻ അതീവസന്തോഷവാനായി. ഉപ്പൂപ്പന്റെ ഓരോ ചേഷ്ടകൾ നോക്കിയിരുന്നാൽ സമയം പോകുന്നതറിയുകയേയില്ല. നീലകണ്ഠൻ ഉപ്പൂപ്പനെ തുടർച്ചയായി നിരീക്ഷിച്ചുകൊണ്ടിരുന്നു. നമുക്ക് ചുറ്റും കഴിയുന്ന ആയിരക്കണക്കിന് വരുന്ന പക്ഷികളുടെ വിസ്മയലോകത്തെക്കുറിച്ച് ആഴത്തിൽ ചിന്തിക്കാനിത് കാരണമായി. പക്ഷികളെക്കുറിച്ചു കൂടുതൽ മനസ്സിലാക്കണമെന്ന മോഹം നീലകണ്ഠനുണ്ടായിരുന്നു. തന്റെ കൺമുമ്പിൽ കൂടൊരുക്കിയിരുന്ന ഉപ്പൂപ്പൻ പക്ഷിയെ വരയ്ക്കാനുള്ള പരിശ്രമങ്ങളും ബാലനായ നീലകണ്ഠൻ നടത്തി. അതിന്റെ രൂപവും നിറവും മനസ്സിൽ പതിയാൻ വര സഹായകരമായി. കുട്ടിക്കാലത്തുതന്നെ വരയ്ക്കാനുള്ള കഴിവ് നീലകണ്ഠൻ പ്രകടിപ്പിച്ചുതുടങ്ങിയിരുന്നു.

കളർ പെൻസിലും പേപ്പറും ഇതിനായി അച്ഛൻ മകന് വാങ്ങി കൊടുക്കുമായിരുന്നു. നീലകണ്ഠൻ എന്തെങ്കിലും വരച്ചുകൊണ്ടിരിക്കുന്നത് വീട്ടിലുള്ളവർക്കും ഇഷ്ടമായിരുന്നു. കെ കെ നീലകണ്ഠനെ അച്ഛൻ തുങ്കൂരിലെ പബ്ലിക് ലൈബ്രറിയിൽ ചേർത്തു. അവിടെ ഇംഗ്ലീഷിൽ എഴുതപ്പെട്ട നിരവധി പക്ഷിപ്പുസ്തകങ്ങൾ നീലകണ്ഠന്റെ ശ്രദ്ധയില്പെട്ടു. ഇതിൽ കുട്ടികൾക്കായുള്ള പുസ്തകങ്ങളും ഉൾപ്പെട്ടിരുന്നു. പക്ഷികളെക്കുറിച്ചുള്ള പുസ്തകങ്ങൾ എടുത്തു വായിക്കാനാണ് നീലകണ്ഠൻ ഇഷ്ടപ്പെട്ടിരുന്നത്. അവിടുത്തെ ലൈബ്രേറിയനും ഇതൊരു കൗതുകമായിതോന്നി. ലൈബ്രറിയിൽ എത്തുന്ന മിക്ക കുട്ടികളും കഥകളും ചിത്രകഥകളും മറ്റും വായിക്കാനെടുക്കുമ്പോൾ നീലകണ്ഠൻ അവിടത്തെ പക്ഷിപ്പുസ്തകങ്ങൾ ഒന്നൊന്നായെടുത്തു പരിശോധിച്ചു. പക്ഷിപ്പുസ്തകങ്ങളിൽ നിറയെ പക്ഷികളുടെ വർണ്ണചിത്രങ്ങളുണ്ടാവും. ഈ ചിത്രങ്ങൾ അതുപോലെ വരച്ചെടുക്കാനായിരുന്നു നീലകണ്ഠന് കൂടുതൽ താല്പര്യം. ഇങ്ങനെ വരച്ചെടുക്കുമ്പോൾ അവയുടെ പേരും കൂടി ഓർമ്മ വയ്ക്കും. ഉപ്പൂപ്പൻ പക്ഷിയെ പുസ്തകത്തിലെ ചിത്രവുമായി നീലകണ്ഠൻ ഒത്തുനോക്കി എല്ലാം കൃത്യമെന്നുറപ്പുവരുത്തും.. വരയ്ക്കുന്നതിനെ അച്ഛൻ കൈലാസം അയ്യർ പ്രോത്സാഹിപ്പിച്ചിരുന്നു. പക്ഷികളെ സൂക്ഷ്മമായി തിരിച്ചറിയാൻ അവയെ വരയ്ക്കുന്നതുമൂലം കഴിയുമെന്ന് നീലകണ്ഠന് മനസ്സിലായി. പക്ഷികളുടെ ചുണ്ടിന് നിറം നല്കണമെങ്കിൽ അതേതാണെന്ന് കണ്ടെത്തേണ്ടതുണ്ട്. ചിറകുകൾ

പല നിറങ്ങളിലുള്ളതാവും. അതൊക്കെ ഏതാണെന്നും എവിടെയൊക്കെയാണ് നിറവ്യത്യാസങ്ങളുള്ളതെന്നും അറിയണം. കാലുകളുടെ നിറങ്ങൾ അറിയണം. തലയിൽ തലപ്പാവുണ്ടോ? കൊക്കുകളുടെ രൂപം എങ്ങനെയാണ്, പക്ഷികളുടെ ആകൃതി ഇതൊക്കെ മനസ്സിലാക്കിയാലെ അവയെ വരയ്ക്കാൻ കഴിയുകയുള്ളൂ. കുട്ടിക്കാലത്ത് കിട്ടിയ ഈ പരിശീലനം പിന്നീട് നീലകണ്ഠന് വലിയ അനുഗ്രഹമായിത്തീർന്നു. കെ കെ നീലകണ്ഠന്റെ എഴുത്ത് ഒരു വാങ്മയ ചിത്രമായതും ഇതുമൂലമാണ്. *കേരളത്തിലെ പക്ഷികൾ* എന്ന തന്റെ പുസ്തകത്തിൽ അദ്ദേഹം ഉപ്പൂപ്പനെ പരിചയപ്പെടുത്തുന്നതിങ്ങനെ:

> ഉപ്പൂപ്പൻ ദേഹം ആകപ്പാടെ മങ്ങിയ കാവിനിറമാണ്. മുതുകിലും ചിറകിലും വെളുത്തതും കറുത്തതുമായ പട്ടകൾ ഇടകലർന്നു കിടക്കുന്നത് വരയൻ കുതിരയുടെ വികൃത വേഷത്തെ ഓർമ്മിപ്പിക്കുമെങ്കിലും പക്ഷിയെ സുന്ദരനാക്കിത്തീർക്കുന്നു. വാലിലും ഇതേപോലെ ഒരു വെള്ളപ്പട്ടയും കറുപ്പു പട്ടയും ഉണ്ട്. ഈ പക്ഷിയുടെ പ്രത്യേകത തലയിൽ കാണുന്ന കിരീടമാണ്. മടക്കുവാനും നിവർത്തിപ്പിടിക്കുവാനും കഴിയുന്ന ഈ ശിഖ പക്ഷിയുടെ മൂർദ്ധാവിൽ വളർന്നു നില്ക്കുന്ന തൂവലുകളാണ്. ഏകദേശം ഒരു വിശറിയുടെ ആകൃതിയാണ് ഈ പൂവിനുള്ളതെന്ന് ചിത്രത്തിൽ നോക്കിയാലറിയാം. ശിഖയ്ക്കും മങ്ങിയ കാവിനിറമാണ്. ഇതിലെ ഓരോ തൂവലിന്റെയും അറ്റത്തു വളരെ ഭംഗിയുള്ള കറുപ്പും വെളുപ്പും പുള്ളികളുണ്ട്. ഉപ്പൂപ്പൻ സദാ ഈ തൊപ്പി വിടർത്തിപ്പിടിക്കുകയില്ല. ഒരു സ്ഥലത്ത് പറന്നെത്തി ഇരിക്കുമ്പോഴും ഇരതേടുന്നതിനിടയിൽ ഇടയ്ക്കിടയ്ക്കും പേടിച്ചു ചുറ്റും നോക്കുമ്പോഴും വികാരഭരിതനാകുമ്പോഴുമാണ് കുറച്ചു നേരത്തേക്ക് പൂവു വിടർത്തിപ്പിടിക്കുന്നത്.

കുട്ടിക്കാലത്തെ പക്ഷികളെ വരയ്ക്കാനുള്ള ശീലം തുടങ്ങിയത് മൂലം നല്ല പക്ഷിച്ചിത്രങ്ങൾ സ്വയം വരച്ചുണ്ടാക്കാൻ അദ്ദേഹത്തിന് പിന്നീട് കഴിഞ്ഞു. കേരളത്തിലെ പക്ഷികൾ ഉൾപ്പെടെയുള്ള അദ്ദേഹത്തിന്റെ പ്രശസ്തമായ കൃതികളിൽ സ്വന്തം പക്ഷിച്ചിത്രങ്ങൾ ഉൾപ്പെടുത്തിയാണ് പ്രസിദ്ധീകരിച്ചത്. അച്ഛൻ കൈലാസ അയ്യർ മരണപ്പെടുമ്പോൾ നീലകണ്ഠനപ്പോൾ പതിമൂന്ന് വയസ്സ് മാത്രമേയുണ്ടായിരുന്നുള്ളൂ. കൗമാരത്തിൽ പിതാവിനെ നഷ്ടപ്പെട്ട അദ്ദേഹത്തിന് ജീവിതത്തിൽ പല പ്രതിസന്ധികളിലൂടെയും കടന്നുപോകേണ്ടതായി വന്നു.

പക്ഷികളുടെ ശബ്ദം അതേപോലെ അനുകരിക്കുകയെന്നത് നീലകണ്ഠന്റെ ഇഷ്ടവിനോദമായിരുന്നു. കാക്കയുടെ വിവിധ തരത്തിലുള്ള കരച്ചിൽ നീലകണ്ഠൻ അനുകരിച്ചിരുന്നു. കുയിൽ കുവുന്നതും മണ്ണാ

ത്തിപ്പുള്ളിന്റെ പാട്ടും ഒലേഞ്ഞാലിയുടെ കുരവയും ബുൾബുൾ പക്ഷിയുടെ ശുദ്ധ സംഗീതവും എന്നുവേണ്ട സകലമാന പക്ഷികളുടെയും ശബ്ദങ്ങൾ മനോഹരമായി നീലകണ്ഠന് അനുകരിക്കാൻ കഴിയുമായിരുന്നു. ഓരോ ജാതി പക്ഷിക്കും അതിന്റേതായ ഭാഷയുണ്ട്. പക്ഷികൾ പരസ്പരം ആശയവിനിമയം നടത്തുന്നതാണ് അവയുടെ വ്യത്യസ്ത ശബ്ദങ്ങൾ.

ഇതേക്കുറിച്ച് കെ കെ നീലകണ്ഠൻ തന്നെ എഴുതിയതിങ്ങനെ:

> പക്ഷികൾക്ക് അന്യോന്യം അറിയിക്കേണ്ട കാര്യങ്ങൾ അധികമില്ല. ഞാൻ ഇവിടെയുണ്ട്, ഞാൻ പോകുന്നു, ഞാൻ വന്നു, ശത്രു വരുന്നു, ഞാൻ ശത്രുവല്ല, തനിക്കിവിടെ പ്രവേശനമില്ല, എന്നിങ്ങനെ ചിലത് മിക്ക പക്ഷികളും അന്യോന്യം അറിയിക്കാറുണ്ട്. മുതിർന്ന പക്ഷികൾക്ക് സാധാരണയായി എനിക്ക് വിശക്കുന്നു എന്ന് പറയാനുള്ള സന്ദർഭം വരാറില്ല. വിശന്നു തുടങ്ങുമ്പോൾ അവ ഭക്ഷണം സ്വയം അന്വേഷിച്ചുകൊള്ളും. പക്ഷേ, പ്രായപൂർത്തിയെത്താത്ത കുഞ്ഞുങ്ങൾ മിക്കതും വിശക്കുന്നു, ഭക്ഷണം വേണം എന്ന് മാതാപിതാക്കളെ അറിയിക്കുക പതിവാണ്. ഇതിനെല്ലാം കണ്ഠത്തിൽ നിന്നുണ്ടാകുന്ന ചില പ്രത്യേക ശബ്ദങ്ങൾ ഉപയോഗിക്കുന്നു.

മൈനകൾ തമ്മിലുള്ള ശണ്ഠ

പലതരം പക്ഷികളും ആദ്യം ചെയ്യുന്നത് കൂടുകെട്ടുവാൻ പറ്റിയ സ്ഥലം കണ്ടുപിടിക്കുകയാണ്. അതു കഴിഞ്ഞാൽ ആ പ്രദേശം തന്റേതാണെന്ന് മറ്റുള്ളവരെ അറിയിക്കണം. ഇതിനുള്ള മാർഗ്ഗമത്രെ പാട്ട്. തനിക്കിഷ്ടപ്പെട്ട സ്ഥലം തെരഞ്ഞെടുത്തു കഴിഞ്ഞാൽ ആൺപക്ഷി ആ സ്ഥലത്തിനു ചുറ്റും വേലികെട്ടാൻ ഒരുമ്പെടുകയായി. പ്രസ്തുത സ്ഥലത്തിന്റെ അതിർത്തിയിൽ നില്ക്കുന്ന നാലോ അഞ്ചോ ഉയർന്ന ഇരിപ്പിടങ്ങളിൽ മാറി മാറി ചെന്നിരുന്നാണ് പക്ഷി തന്റെ കൈവശഭൂമിയുടെ മേൽ അവകാശം സ്ഥാപിക്കുന്നത്. ഇത്തരം പക്ഷികൾക്ക് നല്ലൊരുദാഹരണം നമ്മുടെ നാട്ടിൽ സർവ്വസാധാരണമായ മണ്ണാത്തിപ്പുള്ളാണ്.

കെ കെ നീലകണ്ഠന് കുട്ടിക്കാലത്തു സംഗീതത്തോടുണ്ടായിരുന്നു പ്രിയം, പക്ഷിപ്പാട്ടുകൾ അനുകരിച്ചു പഠിക്കുന്നതിന് സംഗീതപ്രണയം അദ്ദേഹത്തിന് ഏറെ ഉപകരിച്ചിട്ടുണ്ട്.. തൊടിയിൽ നിന്ന് തണുപ്പുകാലം തുടങ്ങുമ്പോൾ കേൾക്കുന്ന കുയില്പാട്ടിന് എതിർപ്പാട്ട് പാടാൻ കുട്ടികൾക്ക് ഒരു പ്രത്യേക ആവേശം തന്നെയുണ്ട്. കുയിലുകളുടെ ഇടയിലെ ആൺപക്ഷിയാണ് നീട്ടി കൂവുന്നത്. കുട്ടികൾ അതുകേട്ട് എതിർ കൂവ് തുടങ്ങിയാൽ കറുമ്പൻകുയിലും തന്റെ കൂവലിന് വേഗത കൂട്ടും. കുട്ടികളെ അത് ആവേശഭരിതരാക്കും. ഇങ്ങനെ കുയില്പാട്ടിന് എതിർപ്പാട്ട് പാടുന്ന കുട്ടികൾ ഗ്രാമങ്ങളിൽ അക്കാലത്തൊക്കെ സാധാരണമായിരുന്നു. എന്നാൽ വയനാട്ടിലെ കുട്ടികൾക്ക് മുമ്പൊന്നും കുയില്പാട്ട് കേൾക്കാനുള്ള ഭാഗ്യം ലഭിച്ചിരുന്നില്ല. വയനാട്ടിൽ അരനൂറ്റാണ്ട് മുമ്പൊന്നും കുയിലുകളെ കണ്ടിരുന്നില്ല. എന്നാൽ കാലാവസ്ഥാവ്യതിയാനം മൂലം ചൂട് കൂടിയതുകൊണ്ടാവാം ഇപ്പോൾ കുയിലുകളവിടെ സാധാരണമായിരിക്കുന്നു. ഇങ്ങനെ നോക്കുമ്പോൾ വയനാടൻ കുന്നുകളിൽ ഇപ്പോൾ കുയില്പാട്ട് മുഴങ്ങുന്നത് അത്ര നല്ലതാണോയെന്ന് ചിന്തിക്കേണ്ടിയിരിക്കുന്നു.

പഴയകാലത്ത് ആളു കൂടുന്നിടത്തൊക്കെ തെരുവ് മാന്ത്രികർ ഓരോ ഓരോ മാന്ത്രിക വേലത്തരങ്ങൾ കാട്ടാറുണ്ടായിരുന്നു. ഗ്രാമീണരെ വിനോദിപ്പിക്കാനാണ്. വിനോദപരിപാടികൾ ഇന്നത്തെപ്പോലെ അക്കാലത്തുണ്ടായിരുന്നില്ല. ടി വിയും റേഡിയോയുമൊന്നുമില്ലാത്ത കാലമാണെന്നോർക്കണം. നാടുചുറ്റികലാകാരന്മാർ കലാപരിപാടികൾ അവത

രിപ്പിക്കും. നാട്ടുകാർ നല്കുന്ന തുച്ഛമായ ചില്ലറക്കാശാണ് ഇവരുടെ വരുമാനം. നാട്ടുകാർ അത്ഭുതാദരവോടെയാണ് ഇങ്ങനെ തങ്ങളുടെ നാട്ടിലെത്തുന്ന കലാകാരന്മാരെയും മാന്ത്രികവേലകൾ അവതരിപ്പിക്കുന്നവരെയും കണ്ടിരുന്നത്. ഒഴിഞ്ഞ കൂട്ടിൽനിന്ന് മാന്ത്രികർ പ്രാവുകളെ പറപ്പിച്ചു വിടും. വായിൽനിന്ന് വലിച്ചെടുത്താലും വലിച്ചെടുത്താലും തീരാത്തത്ര തുണിത്തരങ്ങൾ എടുത്തു കാണിക്കും. നിറഞ്ഞ പാലുള്ള ഗ്ലാസിൽ ചുണ്ടു തൊടാതെ അതൊക്കെ കുടിച്ചു വറ്റിക്കും. പാലക്കാട്ടുകാരനായ പ്രശസ്തമാന്ത്രികനായ ഷംസുദ്ദീന്റെ ഗ്രേറ്റ് ഇന്ത്യൻ മാംഗോ ട്രിക്ക് ഇന്നും എന്നെ അത്ഭുതപ്പെടുത്തുന്ന കാര്യമാണ്. ഒന്നുരണ്ടുതവണ ഞാനത് കണ്ടിട്ടുണ്ട്.

ഒരു മാങ്ങയണ്ടി നിലത്ത് കുഴിച്ചിടും. അതിനു മുകളിൽ ഒരു കാലിക്കുട്ട കമഴ്ത്തി എടുക്കുമ്പോൾ ദേണ്ടെ, മാങ്ങാണ്ടി കിളിർത്ത് മാവിൻ തൈയായിരിക്കുന്നു. വീണ്ടും ഒഴിഞ്ഞ കുട്ടയൊന്ന് കമഴ്ത്തിയെടുക്കുമ്പോൾ മാവ് പൂത്തിരിക്കുന്നു. പിന്നെ ഉണ്ണിമാങ്ങയുണ്ടാകുന്നു. വളർന്ന് മാങ്ങയാവുന്നു. ചുറ്റും കൂടിനില്ക്കുന്നവർക്ക് മാങ്ങ പൂളിത്തിന്നാൻ നല്കുന്നു. ഗ്രേറ്റ് ഇന്ത്യൻ മാംഗോ ട്രിക്ക് ഇദ്ദേഹത്തിന് പാരമ്പര്യമായിലഭിച്ച വിദ്യയാണ്. ചെപ്പും പന്തും അതുപോലെയൊരു മാന്ത്രികവിദ്യയാണ്. വാഴക്കുന്നം നമ്പൂതിരി ഇതിൽ പ്രഗത്ഭനായിരുന്നു. രണ്ടു ചെരട്ടയും നൂലും ഉപയോഗിച്ച് അറുപത്തിനാല് മുറകാണിക്കുന്ന വിദ്യയാണിത്. ഒളിപ്പിച്ചുവച്ചിരിക്കുന്ന ഓരോരോ സാധനങ്ങൾ ചെപ്പിൽനിന്ന് എടുത്തുകാട്ടി കാണികളെ അത്ഭുതപ്പെടുത്തും.

ഗ്രേറ്റ് ഇന്ത്യൻ റോപ്പ് ട്രിക്ക് ഇന്നും കാണികളെ വിസ്മയിപ്പിക്കുന്നു. നിലത്ത് കിടക്കുന്ന ഒരു കഷണം കയർ മാന്ത്രികൻ മകുടി ഊതുമ്പോൾ പാമ്പിനെപ്പോലെ തല ഉയർത്തി ആകാശത്തേക്ക് ഇഴഞ്ഞ് ഉയരുന്നു. ഒരു തുണിയൊന്ന് കുടഞ്ഞ് മാറ്റുമ്പോൾ അതാ അവിടൊരു കുട്ടി പ്രത്യക്ഷപ്പെടുന്നു. ആകാശത്തേക്ക് ഉയർന്നുനില്ക്കുന്ന കയറില്പിടിച്ച് കുട്ടി മുകളിലേക്ക് കയറുന്നു. മാന്ത്രികന്റെ സഹായി കുറച്ച് വെടിമരുന്ന് കൊണ്ടുവന്ന് നല്കുന്നു. ഈ വെടിമരുന്ന് നിലത്തേക്കെറിയുമ്പോൾ മുകളിലേക്ക് കയറിപ്പോയ കുട്ടി ഉഗ്രശബ്ദത്തോടെ പൊട്ടിത്തെറിച്ച് നിലത്തേക്ക് വസ്ത്രങ്ങൾ മാത്രം വീഴുന്നു. സമീപത്ത് വച്ചിരിക്കുന്ന ഒരു കാലിപ്പെട്ടിയിൽ തുണിമറച്ച് വച്ച് മകുടി ഊതുമ്പോൾ തുണി ഉയർന്ന് ഒരു പെൺകുട്ടി പ്രത്യക്ഷപ്പെടുന്നു. പെൺകുട്ടി ഒരു വാൾ മാന്ത്രികന് സമ്മാനിക്കുന്നു. ഈ വാളുമായി മാന്ത്രികൻ ആകാശത്തേക്ക് ഉയർന്നു

നില്ക്കുന്ന കയറില്പിടിച്ച് കയറുന്നു. എന്നിട്ട് വാൾകൊണ്ട് അന്തരീക്ഷത്തിൽ തലങ്ങും വിലങ്ങും വെട്ടുന്നു. അപ്പോഴൊക്കെ ഒരു കുട്ടിയുടെ ശരീരഭാഗങ്ങൾ നിലത്തേക്ക് വീഴുന്നു. ഇവ പെറുക്കി ഒരു പെട്ടിയിലിടുന്നു. തുണിമൂടി മകുടി ഊതുമ്പോൾ തുണി മുകളിലേക്ക് ഉയർന്ന് മുമ്പ് അപ്രത്യക്ഷമായ കുട്ടി പ്രത്യക്ഷമാകുന്നു, കാണികളിൽനിന്ന് സമൃദ്ധമായി ഒളിപ്പിച്ചുവച്ചിരിക്കുന്ന സൂത്രവിദ്യകൊണ്ടുള്ള ഈ ഇന്ദ്രജാലവിദ്യ ആരെയും വിസ്മയിപ്പിക്കും.

ഈജിപ്ത്തും പേർഷ്യയുമെന്നതുപോലെ ഭാരതവും ജാലവിദ്യക്കാരുടെ നാടായിരുന്നു. എന്നാൽ ഇത്തരം പല വിദ്യകളും അറിയുന്നവർ അപൂർവ്വമായിവരുകയാണ്. കെ കെ നീലകണ്ഠന്റെ കുട്ടിക്കാലത്ത് മാന്ത്രികരുടെ വേലത്തരങ്ങൾ ജനങ്ങളെ എത്രകണ്ട് അത്ഭുതപ്പെടുത്തിയിരുന്നുവെന്ന് നമുക്ക് ഊഹിക്കാവുന്നതേയുള്ളു. മാന്ത്രികവേലത്തരങ്ങൾ പഠിച്ച് എല്ലാവരെയും അത്ഭുതപ്പെടുത്തണമെന്ന് കുട്ടിക്കാലത്ത് നീലകണ്ഠൻ അതിയായി മോഹിച്ചത് സ്വാഭാവികം മാത്രം.

ഇതിനായി ചില മാന്ത്രിക വേലകൾ പഠിച്ചെടുക്കുകയും കൂട്ടുകാരുടെയിടയിൽ അവതരിപ്പിച്ച് കൈയടി നേടുകയും ചെയ്തിരുന്നു. യുവജനോത്സവത്തിന് പള്ളിക്കൂടത്തിൽ മാന്ത്രികഷോ അവതരിപ്പിച്ച് കുട്ടികളുടെ കൈയടി നേടിയതോടെ നീലകണ്ഠൻ അവരുടെ ഇടയിൽ ഒരു ഹീറോ ആയി മാറി. മാജിക് അവതരണത്തിന് സ്കൂൾ വക സമ്മാനവും അദ്ദേഹത്തിന് കിട്ടി. എന്നാൽ നീലകണ്ഠന്റെ സഹപാഠിയും പിന്നീട് പ്രശസ്ത കർണ്ണാട്ടിക് സംഗീത വിദഗ്ദ്ധനുമായിത്തീർന്ന എം ഡി രാമനാഥന് സംഗീതത്തിന് ലഭിക്കേണ്ട സമ്മാനമാണ് കെ കെ നീലകണ്ഠന് ലഭിച്ചത്; നീലകണ്ഠന്റേത് എം ഡി രാമനാഥനും. ഇങ്ങനെ സമ്മാനം പരസ്പരം മാറിപ്പോയ വിവരം കെ കെ നീലകണ്ഠൻ മുതിർന്നിട്ടും സുഹൃത്തുക്കളോടും മറ്റും പറയുമായിരുന്നുവത്രെ.

പാലക്കാടൻ ഗ്രാമജീവിതത്തെ ഏറെ രസിപ്പിച്ചിരുന്ന ഒരു കലാരൂപമായിരുന്നു പാവക്കൂത്ത്. പൂരപ്പറമ്പുകളിൽ പാവക്കൂത്ത് സർവ്വസാധാരണമായിരുന്നു. പാലക്കാട് പാവക്കൂത്ത് കലാകാരന്മാരുടെ ഒരു നാടുകൂടിയാണ്. ഷൊർണ്ണൂരിനടുത്തുള്ള കുനത്തറ ഇന്നും അറിയപ്പെടുന്നത് പാവക്കൂത്ത് കലാകാരന്മാരുടെ നാടെന്ന നിലയിലാണ്. എവിടെ പാവക്കൂത്ത് അരങ്ങേറുന്നുണ്ടോ നീലകണ്ഠൻ കളി കാണാൻ അവിടെ ഓടിയെത്തും. എല്ലാവരും പാവകളിയിൽ രസം പിടിച്ചിരിക്കുമ്പോൾ നീലകണ്ഠൻ അതെങ്ങനെയാണ് അവതരിപ്പിക്കുന്നതെന്നറിയാനുള്ള വ്യഗ്രതയിലാവും, നീലകണ്ഠന്റെ നോട്ടം ആ കലാരൂപത്തിന്റെ പിന്നിലെ സൂത്രപ്പണിയിലാവും.

പാവക്കൂത്തിൽ ചില്ലറ സൂത്രപ്പണികളൊക്കെ നീലകണ്ഠൻ പഠിച്ചെടുക്കാൻ ശ്രമിച്ചിരുന്നു. എന്നാൽ കൂടുതൽ വൈദഗ്ദ്ധ്യം ആവശ്യമുള്ള ഒരു കലാരൂപമാണിത്. ധാരാളം പണം ചെലവഴിച്ച് പാവക്കൂത്തിന് ആവശ്യമായ സാമഗ്രികൾ സ്വന്തമാക്കുകയും വേണം. എന്നാൽ പാവക്കൂ

ത്തുമായി ഏറെ സാമ്യമുള്ളതും എന്നാൽ കാര്യമായി യാതൊരു ചെലവില്ലാത്തതുമായൊരു കലാരൂപമായിരുന്നു ഷാഡോ പ്ലേ. ഇരുട്ടത്ത് ഒരു മണ്ണെണ്ണ വിളക്ക് കത്തിച്ചുവച്ചാൽത്തന്നെ കൈവിരലുകൾകൊണ്ട് ഷാഡോ പ്ലേ അവതരിപ്പിക്കാം. ആനയും ഒട്ടകവും മാനും മുയലും പക്ഷിയും പുരാണ കഥാപാത്രങ്ങളുമൊക്കെ നിമിഷ നേരംകൊണ്ട് വീടിന്റെ ഭിത്തിയിൽ തെളിയിക്കാം. ഇരു കൈകളിലേയും വിരലുകൾ മടക്കിയും നിവർത്തിയുമൊക്കെയാണ് ഇത്തരത്തിലുള്ള വിവിധ രൂപങ്ങൾ സൃഷ്ടിക്കുന്നത്. നീലകണ്ഠൻ ഷാഡോ പ്ലേയിൽ വളരെ വേഗം ഒരു വിദഗ്ദ്ധനായി ത്തീർന്നു. കൂട്ടുകാരുടെ കൈയടി വാങ്ങാൻ ഷാഡോ പ്ലേ തന്നെ മതിയായ കലാരൂപമായിരുന്നു.

വ്യോമയാനവിദഗ്ദ്ധരായ പക്ഷികൾ

ശിശിരകാലരാവുകളിൽ ആയിരക്കണക്കിന് കാട്ടുതാറാവുകൾ പാലക്കാടൻ ആകാശങ്ങളെ കുളിരണിയിച്ച് കൂട്ടമായി പറന്നു പോകുന്നത് നീലകണ്ഠനെ വിസ്മയിപ്പിച്ചിരുന്നു. സന്ധ്യമയങ്ങുന്ന നേരത്താവും ആകാശത്ത് ഇരമ്പലോടെ പക്ഷിക്കൂട്ടങ്ങൾ സമീപത്തുള്ള നീർത്തടം ലക്ഷ്യമാക്കി പറക്കുക. കൊച്ചുവർത്തമാനം പറഞ്ഞുള്ള അവയുടെ പോക്കു കാണുമ്പോൾത്തന്നെ ഏതൊരു കുട്ടിയും തുള്ളിച്ചാടും.

അസ്ത്രം തൊടുത്തുവിട്ടതുപോലെ നൂറ് കണക്കിന് കാട്ടുതാറാവുകൾ ചേർന്നു പറക്കുന്നതുകാണാനെന്തു ഭംഗിയാണ്. ആയിരക്കണക്കിന് വരുന്ന എരണ്ടക്കൂട്ടത്തെ മുൻനിര നിന്ന് നയിക്കാൻ ഒരു നേതാവുണ്ടാകും. ബാക്കിയുള്ളവ ഒരസ്ത്രത്തിന്റെ മുനപോലെ ഇരുവശങ്ങളിലുമായാണ് പറക്കുക. ഇംഗ്ലീഷ് അക്ഷരമാലയിലെ വി പോലെയാണവ പറക്കുന്നതെന്നു കാണാം. വായുമണ്ഡലത്തെ കീറിമുറിച്ച് പറക്കാനാണ് ഈ സൂത്രവിദ്യ. ഇങ്ങനെ പറ

ന്നാൽ ഊർജ്ജം ലാഭിക്കാമെന്നവയ്ക്കറിയാം. നേരം പുലരുന്നതിനും മുമ്പുതന്നെ പക്ഷിക്കൂട്ടം പോയിടത്തുനിന്ന് തിരികെ പറക്കും. ഇടമുറിയാതെ സംഘം സംഘമായുള്ള പക്ഷികളുടെ പോക്കുവരവ് കണ്ടിരിക്കുക വളരെ രസകരമാണ്. പതിനായിരക്കണക്കിന് എരണ്ടപ്പക്ഷികളാണ് ഇങ്ങനെ ശിശിരകാലത്ത് കാവശ്ശേരിയുടെ ആകാശങ്ങളെ പക്ഷിസാന്ദ്രമാക്കിയിരുന്നത്. മഞ്ഞുകാലം കഴിയുന്നതോടെ ഈ പക്ഷിക്കൂട്ടങ്ങളെ പിന്നെ കാണാതാവും. ഈ പക്ഷികളാക്കെ എവിടെപ്പോയാണ് ഒളിക്കുന്നതെന്ന് അക്കാലത്തെ പല മനുഷ്യരും ആലോചിച്ചിട്ടുണ്ട്.

പക്ഷികളുടെ ഇടയിൽ ദേശാടനം എന്നൊരു പ്രതിഭാസമുണ്ടെന്ന് നീലകണ്ഠൻ പക്ഷിപ്പുസ്തകങ്ങളിൽ നിന്ന് മനസ്സിലാക്കിയിരുന്നു. ഇക്കാര്യങ്ങളൊക്കെ കൂട്ടുകാരുമായി ചർച്ചചെയ്തിരുന്നു. എരണ്ടപ്പക്ഷികൾ വിശാലമായ ജലാശയങ്ങളിൽ പകൽ വിശ്രമിക്കുകയും രാത്രികാലങ്ങളിൽ നെല്പാടങ്ങളിൽ ഇരതേടുകയും ചെയ്യുന്നവരാണ്. എരണ്ടകൾ തന്നെ പല ജാതികളുണ്ടെന്നും ഇവയിൽ ചിലത് മാത്രമാണ് ദേശാടകരായി ഇവിടെയെത്തുന്നതെന്നും നീലകണ്ഠൻ പുസ്തകങ്ങളിലൂടെ മനസ്സിലാക്കി. നമ്മുടെ വീട്ടുമുറ്റത്ത് ഹേമന്തകാലത്തും ശിശിരകാലത്തും എത്തുന്ന പക്ഷികളിൽ പലതും ദേശാടകരാണെന്നു മനസ്സിലാക്കിയപ്പോൾ നീലകണ്ഠന് അത്ഭുതം അടക്കാനായില്ല. നീണ്ടവാലുള്ള സുന്ദരപ്പക്ഷിയായ നാകമോഹൻ പോലും ആയിരക്കണക്കിന് മൈലുകൾ താണ്ടിയാണ് തങ്ങളുടെ വീട്ടുവളപ്പിൽ ഓരോ കൊല്ലവും വന്നുപോകുന്നതെന്ന് നീലകണ്ഠനെ പക്ഷികളുടെ അത്ഭുതലോകത്തെക്കുറിച്ച് കൂടുതൽ ചിന്തിക്കാൻ പ്രേരണനല്കി, പക്ഷികളുടെ ദേശാടനസ്വഭാവത്തെക്കുറിച്ചു പഠിക്കാൻ ഇതദ്ദേഹത്തിന് ആവേശം പകർന്നു.

നാകമോഹനെ കെ കെ നീലകണ്ഠൻ പരിചയപ്പെടുത്തുന്നതിങ്ങനെ: ബുൾബുളിന്റെ വലുപ്പവും കറുത്തതലയിൽ ഇരട്ടത്തലച്ചി ബുൾബുളിന്റേതുപോലെ ഒരു ശിഖയും നാടപോലെയുള്ള നീണ്ട തൂവലുകളോടുകൂടിയ വാലുമുള്ള ഒരു തൂവെള്ളപ്പക്ഷിയെ നമ്മുടെ രാജ്യത്തെങ്ങും സെപ്തംബർ മുതൽ ഏപ്രിൽ-മെയ് വരെ കാണാം. ഇത് പ്രായപൂർത്തിവന്ന ആൺനാകമോഹനാണ്. പുറം ചിറകുകൾ, നീണ്ട നാടവാലുകൾ എന്നിവ ചെമ്പിച്ച തവിട്ട് നിറമാണെങ്കിൽ അത് പ്രായപൂർത്തിയെത്താത്ത പൂവനും ഇതിന്റെ നിറങ്ങളുണ്ടെങ്കിലും നീണ്ടവാൽ

ഇല്ലാത്തത് പിടയോ നന്നെ കൊച്ചായ പൂവനോ ആയിരിക്കും. തല, മുഖം, തൊണ്ട, കഴുത്ത് എല്ലാറ്റിനും കറുത്തതാണ്. ശിഖയും ഉണ്ടായിരിക്കും. ഈ പക്ഷി വടക്കേ ഇന്ത്യയിലും ഹിമാലയത്തിന് വടക്കും കൂടുകെട്ടുന്നു.

'ചിറകുള്ള ലോകപൗരന്മാർ' എന്ന തലക്കെട്ടിലെഴുതിയ ലേഖനത്തിൽ അദ്ദേഹം എത്ര മനോഹരമായാണ് ഈ ചെറുപക്ഷിയെ പരിചയപ്പെടുത്തുന്നതെന്ന് നോക്കുക: ദേശാടനപ്പക്ഷികളിൽ പലതും സൗന്ദര്യത്തിനു പേരുകേട്ടവയാണെങ്കിലും നമ്മളിൽ അധികംപേരും അവയെ ഒന്നുനോക്കുവാൻപോലും കൂട്ടാക്കാറില്ല. തിരുവനന്തപുരത്തെ സെക്രട്ടറിയേറ്റ് വളപ്പില്പോലും കാണാവുന്നതും അനിതരസാധാരണമായ രൂപലാവണ്യത്തിന് ഉടമയുമായ നാകമോഹൻ (paradise Flycatcher) എന്ന പക്ഷിയെ ഉദാഹരണമായെടുക്കാം. ആൺനാകമോഹന്റെ തലയും തലയിൽ കിരീടം വച്ചതുപോലെയുള്ള ശിഖയും തിളങ്ങുന്ന കറുപ്പാണ്. ബാക്കി ശരീരമാകെ മിന്നൽക്കൊടിപോലെ വെളുത്തതും. മരങ്ങൾക്കിടയിൽ നാകമോഹൻ പറന്നുകളിക്കുമ്പോൾ ആ പ്രദേശം ആകെത്തന്നെ ഒരു കൊച്ചുസ്വർഗ്ഗമായി മാറുന്നു. നാം പതിവായി എങ്ങും കാണാറുള്ള മണ്ണാത്തിപ്പുള്ളിനെക്കാൾ ലേശം ചെറുതാണ് നാകമോഹന്റെ ദേഹം. പക്ഷേ, അവന്റെ വാലിൽ ഏകദേശം ഒരു മുഴം നീളത്തിൽ രണ്ട് നാടത്തൂവലുകളുണ്ട്. (ഈ പക്ഷിക്ക് കുരുത്തോലവാലൻ എന്നും പേരുണ്ട്) ഈ വീതികുറഞ്ഞ തൂവലുകളാണ് പക്ഷിക്ക് അവർണ്ണനീയമായ അഴക് നല്കുന്നത്.

പൂർണ്ണവളർച്ചയെത്താറായ ആൺനാകമോഹന് നാടത്തൂവലുകൾ

കാണുമെങ്കിലും അവൻ പിടയെപ്പോലെ കാഷായധാരിയായതുകൊണ്ട് അത്ര പെട്ടെന്ന് ശ്രദ്ധയില്പെടില്ല. പട്ടണങ്ങളെന്നോ കാടുകളെന്നോ ഉള്ള പക്ഷഭേദമൊന്നും കൂടാതെ സകലയിടത്തും അതിഥിയായെത്തുന്ന ഈ സൗന്ദര്യധാമങ്ങൾ നമ്മുടെ നാട്ടിലുണ്ടെന്നുപോലും അറിയാതെ ജീവിക്കുന്നവരാണ് നമ്മളിൽ ഭൂരിപക്ഷവും. മരക്കൂട്ടങ്ങൾക്കിടയിലെ ഇരുട്ടിൽ അകപ്പെട്ട മിന്നല്പിണരുപോലെയോ കൊള്ളിമീൻപോലെയോ തിളങ്ങിപ്പറക്കുന്ന ആൺനാകമോഹനെനോക്കി നിർവൃതികൊണ്ടിട്ടുള്ളവർകൂടി അവൻ ഒരു വിരുന്നുകാരൻ മാത്രമാണെന്നും കാശ്മീരിലും വടക്കേഇന്ത്യയുടെ മറ്റുഭാഗങ്ങളിലുമാണ് അക്കൂട്ടർ കൂടുകെട്ടുന്നതെന്നും കേട്ടിട്ടുണ്ടായിരിക്കുകയില്ല.

'ദേശാടനമെന്ന മഹാത്ഭുതം' എന്ന തലക്കെട്ടിലെഴുതിയ ലേഖനത്തിൽ നീലകണ്ഠൻ എഴുതി:

> ഭൂമിയുടെ ഉത്തരഗോളത്തിലെ അനവധി ജാതി പക്ഷികൾ ഹേമന്തകാലാരംഭത്തിൽ (ആഗസ്ത്–സെപ്തംബർ) സ്വദേശം വിട്ട് തെക്കോട്ട് സഞ്ചരിക്കുന്നു. അടുത്ത വസന്താഗമനങ്ങളിൽ വീണ്ടും തിരിച്ചെത്തി സന്താനോല്പാദനത്തിൽ ഏർപ്പെടുന്നു. ആയിരമായിരം വർഷങ്ങളായി ആണ്ടിലൊരിക്കൽ തെക്കോട്ടും വടക്കോട്ടുമുള്ള ഈ സഞ്ചാരം മുറതെറ്റാതെ സംഭവിച്ചുകൊണ്ടിരിക്കുകയാണ്.

ആറു മുതൽ ഒൻപതുവരെ മാസങ്ങൾക്ക് മുമ്പ് ഏത് സ്ഥലത്തുനിന്ന് പുറപ്പെട്ടോ, അവിടെത്തന്നെ കൃത്യമായി തിരിച്ചെത്താൻ കഴിവുള്ള വ്യോമയാന വിദഗ്ദ്ധരാണ് പലജാതി പക്ഷികളും എന്ന് അസന്ദിഗ്ദ്ധമായി തെളിയിക്കപ്പെട്ടു. ഇന്ത്യയിലെ പക്ഷിവിജ്ഞാനികളിൽ അഗ്രഗണ്യനായ സാലിം അലി ബോംബെയിലുള്ള തന്റെ വീട്ടുവളപ്പിൽ വന്നിരുന്ന ഒരു

ഇന്ദുചൂഡനും ഭാര്യ പാർവ്വതിയും

വഴികുലുക്കി പക്ഷിയുടെ (Greay Wagtail) കാലിൽ ഒരു അലൂമിനിയം വളയം ഘടിപ്പിച്ചു. നാലുവർഷം തുടർച്ചയായി എല്ലാ ശരത്കാലത്തും ആ പക്ഷി ആ വീട്ടുവളപ്പിൽ വിരുന്നുവന്നിരുന്നതായി അദ്ദേഹം കണ്ടുപിടിച്ചു.

പക്ഷികളുടെ ഇടയിലെ ദേശാടനത്തെക്കുറിച്ച് ഈ ആധുനികകാലത്തും പൂർണ്ണമായൊരുത്തരം പറയാൻ കഴിയാത്ത സ്ഥിതിയാണ്. ദേശാടന സ്വഭാവത്തിന്റെ നിഗൂഢതകൾ ഇനിയും അനാവരണം ചെയ്യപ്പെടാനുണ്ട്. എങ്കിലും ആധുനിക ശാസ്ത്രത്തിന്റെ വെളിച്ചത്തിൽ ദേശാടനത്തെ വിശകലനം ചെയ്യുന്ന കാര്യത്തിൽ നമ്മളിന്ന് ഏറെ മുന്നോട്ടുപോയിട്ടുണ്ട്. പ്രകൃതി ശാസ്ത്രജ്ഞർ ഇക്കാര്യത്തിൽ നിരവധി സിദ്ധാന്തങ്ങൾ ആവിഷ്കരിച്ചിട്ടുണ്ട്.

പകൽ പറക്കുന്ന പക്ഷികൾ സൂര്യനെ ആശ്രയിച്ച് ദിശാനിർണ്ണയം നടത്തുമെന്നാണ് മാത്യൂസിനെയും ക്രാമറെയും പോലുള്ളവരുടെ അഭിപ്രായം. എന്നാൽ രാത്രിയിൽ സഞ്ചരിക്കുമ്പോൾ പക്ഷികൾ നക്ഷത്രങ്ങളെയാണ് ദിശയറിയാൻ ആശ്രയിക്കുന്നതെന്നാണ് സോവർ ദമ്പതികളുടെ കണ്ടെത്തൽ. എന്തായാലും പക്ഷികളുടെ ഇടയിലെ ദേശാടന സ്വഭാവത്തെക്കുറിച്ച് ആഴത്തിലുള്ള ഗവേഷണങ്ങൾ ഇപ്പോഴും നടന്നുവരുകയാണ്.

ദിശതെറ്റാതെ പതിനായിരക്കണക്കിന് മൈലുകൾ കടലിലൂടെയും കരയിലൂടെയും സഞ്ചരിക്കാൻ പക്ഷികൾക്ക് കഴിയുന്നത് അവരുടെ സഹജാവബോധമാണ് കാരണമെന്ന് കരുതുന്നവരുമുണ്ട്. ജൈവഘടികാരം (Biological Clock) കോശകീയ ഘടികാരം (Cellular Clock) ആന്തരിക ക്രോണോമീറ്റർ (Internal Chronometer) എന്നെല്ലാമുള്ള വ്യത്യസ്ത പേരുകളിൽ അറിയപ്പെടുന്ന പ്രതിഭാസം പക്ഷികളിൽ പ്രവർത്തിക്കുന്നതിന്റെ അടിസ്ഥാനത്തിലാണ് ദേശാടനം സംഭവിക്കുന്നതെന്നാണ്

വിശ്വസിക്കപ്പെടുന്നത്. പക്ഷികളുടെ അത്ഭുതസിദ്ധിയെക്കുറിച്ച് കെ കെ നീലകണ്ഠൻ എഴുതി:

> പറന്നുകൊണ്ടിരിക്കുന്ന ഒരു പക്ഷിക്ക്, ഘനമേഘങ്ങൾക്കിടയിലൂടെ സ്ഫുരിതമാകുന്ന സൂര്യനെ ഒരു നിമിഷത്തേക്ക് കണ്ടാൽ മതി, തിരിച്ച സ്ഥലത്തിനോ എത്തേണ്ട സ്ഥലത്തിനോ, ആപേക്ഷികമായി താനിപ്പോൾ എവിടെയാണുള്ളതെന്ന് നിർണ്ണയിക്കാൻ. ഏതാനും സെക്കന്റുകൾക്കുള്ളിൽ സൂര്യന്റെ ഗതി എങ്ങോട്ടാണെന്ന് കണ്ടുപിടിക്കാൻ വേണ്ട സംവേദനശക്തിയും പക്ഷികൾക്കുണ്ട്. പിന്നെയെല്ലാം അവയ്ക്ക് മനക്കണക്കാണ്.

പക്ഷികളുടെ ദേശാടനത്തെക്കുറിച്ച് ആഴത്തിൽ പഠിക്കാൻ നീലകണ്ഠൻ ശ്രദ്ധിച്ചു. പക്ഷികളുടെ വരവു പോക്കുകളുടെ കൃത്യത നീലകണ്ഠൻ മനസ്സിലാക്കിയെടുത്തു. ഏതൊക്കെ മാസങ്ങളിൽ ഏതൊക്കെ പക്ഷികൾ ദേശാടകരായി എത്തുമെന്നൊക്കെ അറിയുന്നിടത്തുവരെ ഈ അറിവ് വളർന്നു. നീലകണ്ഠൻ കോളേജ് അദ്ധ്യാപകനായി ആന്ധ്രപ്രദേശിൽ ജോലി ചെയ്യുന്ന കാലത്ത് അദ്ദേഹം പക്ഷികളുടെ ദേശാടനത്തെ കുറിച്ചു കൃത്യമായ പ്രവചനം നടത്തിയിട്ടുണ്ട്.

> എല്ലാ പക്ഷികൾക്കും നല്ല സമയബോധവും അപാരമായ ഓർമ്മശക്തിയും ഉണ്ടെന്ന കാര്യം പക്ഷിവിജ്ഞാനികൾക്കെല്ലാം ബോദ്ധ്യമുള്ളകാര്യമാണ്. വ്യോമസഞ്ചാരത്തിന് ഒഴിച്ചുകൂടാൻ വയ്യാത്തവയാണ് ഇവ രണ്ടും. പക്ഷികൾ കൃത്യസമയത്ത് ഉണരുകയും ഉറങ്ങാൻ പോകുകയും ചെയ്യുന്നു. അതുപോലെ നിത്യവും സഞ്ചാരത്തിന് ചില പ്രത്യേക മാർഗ്ഗങ്ങൾ തന്നെ വളരെ കൃത്യമായി ഉപയോഗിക്കുന്നു. ഇതുപോലെ മറ്റനേകം കാര്യങ്ങളിലും പക്ഷികൾ അത്ഭുതാവഹമായ ചിട്ടയും ക്രമവും പാലിക്കുന്നു. 1947 കാലത്ത് ഇരതേടാനിറങ്ങുന്ന കാട്ടുതാറാവുകളുടെ ആദ്യത്തെ പറ്റം രാജമഹേന്ദ്രി (ആന്ധ്രാപ്രദേശത്ത്) പാലത്തിന് മുകളിൽക്കൂടി പറക്കുന്ന സമയം കൃത്യമായി പ്രവചിച്ച് ഞാൻ തന്നെ ചില സ്നേഹിതന്മാരെ അത്ഭുതപരതന്ത്രരാക്കിയിട്ടുള്ളത് ഓർക്കുന്നു. ഓരോ ദിവസവും താറാവിൻപറ്റങ്ങൾ കടന്നുപോകുന്ന സമയം ഞാൻ കൃത്യമായി രേഖപ്പെടുത്താറുണ്ടായിരുന്നതു കൊണ്ടും, ഒന്നോ രണ്ടോ ദിവസത്തിനകം ഉണ്ടാകാവുന്ന വ്യതിയാനങ്ങൾ തീരെ നിസ്സാരമായതു കൊണ്ടും എന്റെ പ്രവചനങ്ങൾ ഫലിച്ചതിൽ അത്ഭുതമില്ല.

കെ കെ നീലകണ്ഠന്റെ ഈ വാക്കുകൾ വായിക്കുന്നതിനു മുമ്പു തന്നെ ഞങ്ങളുടെ നൂറനാട്ടെ കുടുംബവീട്ടിനു മുകളിലൂടെ തുലാം – വൃശ്ചിക മാസത്തിൽ എരണ്ടക്കൂട്ടങ്ങൾ പറക്കുന്ന സമയകൃത്യത

എനിക്കു ബോദ്ധ്യപ്പെട്ടിട്ടുള്ള കാര്യമാണ്. വീടിനോട് ചേർന്നുള്ള കനാൽ പാലത്തിൽ ഇരുന്ന് മക്കളായ അമലിനെയും അഖിലയെയും ഞാനിതു ബോദ്ധ്യപ്പെടുത്തി കൊടുക്കുകയും ചെയ്തു. അഖിലയോട് ഒരു നോട്ടുബുക്കിൽ എരണ്ടക്കൂട്ടത്തിന്റെ ആദ്യപറ്റം പോകുന്നതു മുതലുള്ള സമയക്രമം രേഖപ്പെടുത്തി വയ്ക്കാനും നിർദ്ദേശിച്ചു. അത്ഭുതകരമായ കൃത്യതയാണ് ഓരോ പക്ഷിക്കൂട്ടത്തിനുമുള്ളതെന്ന് ഞങ്ങൾക്ക് ബോദ്ധ്യപ്പെട്ടു.

ദേശാടനം പക്ഷികളിൽ മാത്രമല്ല മത്സ്യങ്ങളുടെ ഇടയിലും മൃഗങ്ങളിലും ചിത്രശലഭങ്ങളിലുമെല്ലാമുണ്ട്. മൊണാർക്ക് ശലഭങ്ങളുടെ ദേശാടനം എന്തൊരത്ഭുതമാണ്. പ്രായപൂർത്തിയായ ഈ ശലഭങ്ങൾ സാധാരണ നാലഞ്ച് ആഴ്ചകൾമാത്രമെ ജീവിക്കുകയുള്ളു. നോബൽസമ്മാനജേതാവായ നമ്മുടെ പ്രിയ എഴുത്തുകാരൻ രവീന്ദ്രനാഥടാഗോർ ചിത്രശലഭങ്ങളെക്കുറിച്ച് പറഞ്ഞ വാക്കുകൾ ഇവിടെ ഓർത്തുപോകുന്നു.

“മാസങ്ങളല്ല, നിമിഷങ്ങളാണ് ചിത്രശലഭങ്ങൾ എണ്ണുന്നത്. എന്നിട്ടും ആവശ്യത്തിന് സമയമുണ്ട്.”

ശരത് കാലമാകുമ്പോൾ മൊണാർക്ക് ശലഭങ്ങളുടെ ഇടയിൽനിന്ന് ഒരു പ്രത്യേക തലമുറ പിറവിയെടുക്കുന്നു. ഏഴെട്ടുമാസം ജിവിക്കാൻ ശേഷിയുള്ള തലമുറയാണിത്. അതിസാഹസികമായി ഈ തലമുറശലഭങ്ങൾ കാനഡയിൽനിന്നും അമേരിക്കൻ ഐക്യനാടുകളിൽനിന്നും ശിശിരം വരുംമുമ്പെ തെക്കോട്ടു യാത്ര പുറപ്പെടുന്നു. മെക്സിക്കോയുടെ മദ്ധ്യഭാഗത്തുള്ള പർവ്വതങ്ങളിൽ പറന്നിറങ്ങി ശിശിരനിദ്രയിലാണ് മഞ്ഞുകാലം ചെലവഴിക്കും. വസന്തം വരുന്നതോടെ മെക്സിക്കോയിൽനിന്ന് അമേരിക്കയിലേക്ക് മടങ്ങും. ഈ യാത്രക്കിടെ വഴിയിൽ മുട്ടകളിട്ട് കുഞ്ഞുവിരിയിച്ച് നിരവധി തലമുറകളിലൂടെയാണ് തിരികെ അമേരിക്കയിലും കാനഡയിലുമൊക്കെ മടങ്ങിയെത്തുന്നത്.

ആർട്ടിക് ടേൺ എന്ന ചെറുപക്ഷി 22000 മൈലുകളിലധികം ഓരോ വർഷവും ദേശാടനത്തിനായി യാത്രചെയ്യുന്നുവെന്നുകൂടി ഇതിനോട് ചേർത്തുവായിക്കേണ്ടതാണ്. ഈ പക്ഷിയെ കെ കെ നീലകണ്ഠൻ ‘ദേശാടനം’ എന്ന ലേഖനത്തിൽ ഇങ്ങനെ പരിചയപ്പെടുത്തുന്നു.

ദേശാടനപ്പക്ഷികളിൽ പ്രശസ്തൻ ആർട്ടിക് ടേൺ എന്ന കടൽ പക്ഷിയാണ്. ഇത് ഉത്തരധ്രുവത്തിന് ചുറ്റുമുള്ള പ്രദേശങ്ങളിൽ അവിടത്തെ വേനൽക്കാലത്ത് മുട്ടയിട്ട് കുഞ്ഞുവളർത്തി വേനൽ കഴിയാറാ

കുമ്പോൾ തെക്കോട്ടു യാത്രതുടങ്ങുന്നു. യാത്രാവസാനം എത്തുന്നത് ദക്ഷിണധ്രുവപ്രാന്തങ്ങളിലാണ്. ഈ പ്രദേശങ്ങൾ തമ്മിലുള്ള ദൂരം 11000 മെൽ (17600 കി.മീ) വരും. പക്ഷി ശരംപോലെ തെക്കോട്ട് പറക്കുകയല്ല ചെയ്യുന്നത്. വൻകരകളുടെ അരികെക്കൂടി വളഞ്ഞുപുളഞ്ഞുപോകുന്ന ഒരു വഴിയാണ് ഇതിനായി സ്വീകരിക്കുന്നത്. അതുകൊണ്ട് 14 ഇഞ്ച് (35 സെ.മീ) മാത്രം നീളമുള്ള ഈ കൃശഗാത്രൻ പന്ത്രണ്ട് മാസക്കാലത്തിനിടയ്ക്ക് യാത്രചെയ്യുന്ന യഥാർത്ഥ ദൂരം 22000 മൈലിൽ അധികമാണെന്ന് കണക്കാക്കാം. ഉത്തരാർദ്ധഗോളത്തിൽ ശീതകാലം അനുഭവപ്പെടുന്നകാലത്താണല്ലോ ദക്ഷിണാർദ്ധഗോളത്തിൽ വേനൽ. അതിനാൽ ആർട്ടിക്ക് ടേണിന് ഏതുകാലത്തും ഗ്രീഷ്മസുഖം അനുഭവിക്കാൻ സാധിക്കുന്നു.

കുട്ടിക്കാലത്ത് കാവശ്ശേരിൽ വന്നുപോകുന്ന പക്ഷികളെയൊക്കെ നോക്കി നോക്കി അവയുടെ ജീവിതവുമായി ഒരടുത്തബന്ധം നീലകണ്ഠൻ ഉണ്ടാക്കിയിരുന്നു. എല്ലാ പക്ഷികളെയും എല്ലാക്കാലവും കാണാനാവില്ലെന്നൊക്കെ അങ്ങനെയാണ് മനസ്സിലാക്കുന്നത്. പക്ഷികൾ ഇരതേടുന്നതിലും കൂടൊരുക്കുന്നതിലും ശബ്ദം പുറപ്പെടുവിക്കുന്നതിലും, ജീവിത ശൈലിയിലും സ്വഭാവത്തിലുമൊക്കെ ഒന്നിനൊന്നു വ്യത്യസ്തരാണെന്നതും നീലകണ്ഠന് മനസ്സിലായി. പക്ഷിജീവിതപഠനമാണ് തനിക്ക് ഏറ്റവും പ്രിയതരമെന്ന് നീലകണ്ഠൻ തിരിച്ചറിഞ്ഞു.

ഇതോടെ തന്റെ ശ്രദ്ധയും താല്പര്യവും വിവിധ കാര്യങ്ങളിലേക്ക് ചിതറിപ്പോകാതെ നീലകണ്ഠൻ പക്ഷിനിരീക്ഷണത്തിൽത്തന്നെ മനസ്സുറപ്പിക്കുകയാണ് ചെയ്തത്. സംഗീത താല്പര്യവും മാജിക് പഠനവും ഷാഡോ പ്ലേയുമൊക്കെ ശക്തമായ പക്ഷിപഠന താല്പര്യത്തിന് മുമ്പിൽ വഴിമാറി. പക്ഷികളോട് ഒരു പ്രത്യേക താല്പര്യം വന്നതിനെക്കുറിച്ച് നീലകണ്ഠൻ എഴുതിയതിങ്ങനെ:

> കുട്ടിക്കാലം മുതൽക്കു സകലമാന ജീവികളെയും നോക്കി നടക്കുവാൻ ഇഷ്ടപ്പെട്ടിരുന്ന എനിക്ക് കാലക്രമേണ പക്ഷികളോടൊരു പ്രത്യേക സ്നേഹമുണ്ടായിരുന്നു. ഇതിനു കാരണം. ഞാൻ താഴ്ന്ന ക്ലാസുകളിൽ പഠിക്കുമ്പോൾത്തന്നെ പക്ഷികളെക്കുറിച്ചുള്ള പുസ്തകങ്ങളാണ് എളുപ്പം കണ്ടെത്തിയിരുന്നതെന്നതാണ്. എങ്കിലും നമ്മുടെ ഭാഷയിൽ പക്ഷികളെ വിവരിക്കുന്ന ഒരു പുസ്തകം ഇല്ലാതിരുന്നത് എന്റെ പക്ഷിനിരീക്ഷണത്തിനു വലിയൊരു പ്രതിബന്ധമായിരുന്നു. മലയാളത്തിൽ വല്ല പുസ്തകങ്ങളുമുണ്ടോ എന്നു കിണഞ്ഞു അന്വേഷിച്ചതിന്റെ ഫലമായി

ശ്രീ.കെ കുമാരൻ എഴുതിയ *ജന്തുശാസ്ത്രം* എനിക്കു കിട്ടി. പക്ഷേ, അതിന്റെ സഹായം കൊണ്ടു നമ്മുടെ രാജ്യത്തുള്ള മിക്ക പക്ഷികളെയും കണ്ടു നിർണ്ണയിക്കുവാൻ സാദ്ധ്യമല്ലെന്ന് ഉടൻ തെളിഞ്ഞു. അന്നു ഞാൻ അനുഭവിച്ച നിരാശയ്ക്ക് അതിരില്ലായിരുന്നു.

കെ കെ നീലകണ്ഠൻ ക്ലാസിൽ മിടുക്കനായ വിദ്യാർത്ഥിയായിരുന്നു. സ്വഭാവമഹിമ കൊണ്ട് അദ്ധ്യാപകരുടെയും കുട്ടികളുടെയും സ്നേഹം ആർജ്ജിക്കാനും നീലകണ്ഠന് കഴിഞ്ഞു. സാഹിത്യത്തോട് കുട്ടിക്കാലത്തുതന്നെ അദ്ദേഹത്തിന് പ്രത്യേക താല്പര്യമുണ്ടായിരുന്നു. കഥയും കവിതയും എഴുതാനുള്ള പരിശ്രമങ്ങളും നടത്തിയിരുന്നു. പക്ഷിപുസ്തകങ്ങൾക്കൊപ്പം ഇംഗ്ലീഷു നോവലുകളും നീലകണ്ഠൻ ലൈബ്രറികളിൽ നിന്നെടുത്തുവായിച്ചു. ഇംഗ്ലീഷ് ഭാഷയോട് പ്രത്യേകിച്ച് ഇംഗ്ലീഷ് സാഹിത്യത്തോട് പ്രത്യേക മമതതന്നെ നീലകണ്ഠനുണ്ടായിരുന്നു. ഈ സാഹിത്യ പ്രണയമാണ് ബിരുദത്തിന് ഇംഗ്ലീഷ് ഐച്ഛിക വിഷയമായിട്ടെടുത്തു പഠിക്കാൻ അദ്ദേഹത്തെ പ്രേരിപ്പിച്ചത്. ഷേക്സ്പിയർ കൃതികളുടെ ഒരു ആരാധകൻ തന്നെയായിരുന്നു നീലകണ്ഠൻ. ഷേക്സ്പിയറുടെ ഒട്ടുമിക്ക കൃതികളും അദ്ദേഹം ആഴത്തിൽ പഠിച്ചു. ഇംഗ്ലീഷ് ഭാഷയോടുള്ള ഈ അഭിനിവേശം ഇല്ലായിരുന്നുവെങ്കിൽ സ്വാഭാവികമായും അദ്ദേഹം ജന്തുശാസ്ത്രമോ, സസ്യശാസ്ത്രമോ മുഖ്യവിഷയമായിട്ടെടുത്ത് പഠിക്കുമായിരുന്നു. ആ മേഖലകളിൽ ഒരു ശാസ്ത്രജ്ഞനായി അദ്ദേഹം മാറിയേനെ. എന്നാൽ നമ്മൾ ഇന്നറിയപ്പെടുന്ന പക്ഷിനിരീക്ഷകനായ കെ കെ നീലകണ്ഠൻ ഉണ്ടാകുമായിരുന്നോ എന്നു സംശയമാണ്.

ഗുരുനാഥൻ

സാക്ഷാൽ പരമശിവന്റെ പേരുകളാണ് നീലകണ്ഠനും ഇന്ദുചൂഡനും. ഇതിൽ നീലകണ്ഠൻ എന്നത് അദ്ദേഹത്തിന് മാതാപിതാക്കളിട്ട പേരാണ്. സ്വയമിട്ട പേരാണ് ഇന്ദുചൂഡൻ എന്നത്. ഇന്ദുചൂഡൻ എന്ന തൂലികാനാമത്തിലാണ് അദ്ദേഹം *മാതൃഭൂമിആഴ്ചപ്പതിപ്പിൽ പക്ഷിക്കുറിപ്പുകൾ* എഴുതിയിരുന്നത്. *കേരളത്തിലെ പക്ഷികൾ* എന്ന മലയാളത്തിലെ ആദ്യത്തെ ആധികാരികമായ പക്ഷിപുസ്തകം എഴുതിയതും ഇന്ദുചൂഡൻ എന്ന തൂലികനാമത്തിൽ തന്നെ. അതുകൊണ്ട് കെ കെ നീലകണ്ഠൻ എന്ന കോളേജിലെ ഇംഗ്ലീഷ് പ്രൊഫസറാണ് ഇന്ദുചൂഡൻ എന്ന പ്രശസ്ത പക്ഷിനിരീക്ഷകനെന്ന് അദ്ദേഹത്തിന്റെ പല വിദ്യാർത്ഥികൾക്കും അടുപ്പക്കാർക്കും അറിയുമായിരുന്നില്ല.

തന്റെ ഇംഗ്ലീഷ് ക്ലാസുകളിൽ പക്ഷിക്കാര്യങ്ങൾ പറയാൻ അദ്ദേഹം ശ്രമിച്ചിരുന്നില്ല. കെ കെ നീലകണ്ഠൻ സ്വന്തം കാര്യങ്ങൾ പറഞ്ഞു മേനിനടിക്കുന്ന. ശീലക്കാരനുമായിരുന്നില്ല. എന്നാൽ ഏതെങ്കിലും ഒരു വിദ്യാർത്ഥി തന്റെ പ്രൊഫസർ പക്ഷിവിദഗ്ദ്ധനാണെന്ന് തിരിച്ചറിഞ്ഞ് അദ്ദേഹത്തോട് അതുമായി ബന്ധപ്പെട്ട സംശയവുമായി എത്തിയാൽ സംശയനിവാരണം നടത്തിക്കൊടുക്കാൻ ഒട്ടും അമാന്തിച്ചിരുന്നില്ല. തന്നെ സമീപിക്കുന്നയാൾ പ്രകൃതിസ്നേഹിയും പക്ഷികളിൽ താല്പര്യമുള്ളയാളുമെന്ന് ബോദ്ധ്യപ്പെട്ടാൽ ഒപ്പം കൂട്ടാനും അവരെ പ്രകൃതിപഠനത്തിന്റെ ഏതറ്റംവരെ നയിക്കാനും അദ്ദേഹം പരിശ്രമിച്ചിരുന്നു. ഇങ്ങനെ ഒരുപിടി ശിഷ്യന്മാർ കെ കെ നീലകണ്ഠന് കേരളത്തിലുണ്ട്. ഇവരൊക്കെ പിന്നീട് അറിയപ്പെടുന്ന പക്ഷിനിരീക്ഷകരും പ്രകൃതി ശാസ്ത്രജ്ഞരുമായി മാറുകയും ചെയ്തു. ഒരർത്ഥത്തിൽ ഇന്ദുചൂഡന്റെ ഗുരുകുലത്തിൽ നിന്നാണ് വലിയ പക്ഷിസ്നേഹികളും പരിസ്ഥിതി പ്രവർത്തകരും

ഉയർന്നുവന്നതെന്ന് പറയുന്നതിൽ തെറ്റില്ല. ബോംബെ നാച്വുറൽ ഹിസ്റ്ററി സൊസൈറ്റി പോലൊരു സ്ഥാപനം ഇന്നും കേരളത്തിൽ ഉണ്ടായിട്ടില്ല. ഈ ഒരു കുറവ് കുറച്ചെങ്കിലും പരിഹരിക്കുന്നത് കെ കെ നീലകണ്ഠനെപ്പോലെയുള്ള പ്രകൃതിസ്നേഹികളിലൂടെയാണ്.

അദ്ധ്യാപനത്തിൽ അസാധാരണമായ കഴിവുകളുള്ള ഒരാളായിരുന്നു അദ്ദേഹം. എന്നാൽ ഒരാളുടെ സഹജമായ കഴിവുകളെ തട്ടിയുണർത്തുകയെന്നല്ലാതെ തനിക്കിഷ്ടപ്പെട്ട വിഷയത്തിലേക്ക് അവരെ ബലമായി പിടിച്ചടുപ്പിക്കുകയെന്നത് അദ്ദേഹത്തിന്റെ ശീലമേ ആയിരുന്നില്ല.

സ്വന്തം പരിശ്രമംകൊണ്ട് നേടുകയെന്നതായിരുന്നു അദ്ദേഹം ശിഷ്യരെ പഠിപ്പിച്ച പ്രധാന പാഠം. ഇംഗ്ലീഷ് സാഹിത്യത്തിലുള്ള കെ കെ നീലകണ്ഠന്റെ ജ്ഞാനം അപാരമായിരുന്നു. പ്രശസ്ത സാഹിത്യ നിരൂപകനും പരന്ന വായനയുള്ളയാളുമായിരുന്ന എം കൃഷ്ണൻ നായർക്ക് ഒരു ആംഗലകവിയെക്കുറിച്ച് കൂടുതൽ അറിയേണ്ടതുണ്ടായിരുന്നു. സാഹിത്യവാരഫലം എന്ന ആഴ്ചപംക്തിയിലൂടെ പ്രശസ്തനായ ആളാണ് പ്രൊഫ. എം കൃഷ്ണൻ നായർ. തനിക്കറിയേണ്ട കവിയെക്കുറിച്ച് അദ്ദേഹം പല ഇംഗ്ലീഷ് പ്രൊഫസർമാരോട് തിരക്കിയിട്ടും കാര്യമായൊന്നും അവർക്കും അറിയുമായിരുന്നില്ല. ഇന്റർനെറ്റ് ഒന്നും ഇല്ലാത്ത കാലമായതിനാൽ എം കൃഷ്ണൻനായർ ആകെ വശംകെട്ടു. അങ്ങനെയിരിക്കെ ഒരു ദിവസം കെ കെ നീലകണ്ഠനെ കാണാനിടയായി. എം കൃഷ്ണൻ നായർ തന്റെ സംശയങ്ങൾ അദ്ദേഹത്തിന്റെ മുമ്പിൽ വച്ചു. കാര്യമായിട്ടൊന്നും ആ കവിയെക്കുറിച്ച് എനിക്കറിയില്ലെന്ന്

പറഞ്ഞു തുടങ്ങിയ കെ കെ നീലകണ്ഠൻ തനിക്ക് അറിയേണ്ടതെല്ലാം പറഞ്ഞുതന്നുവെന്ന് പിന്നീട് എം കൃഷ്ണൻനായർ എഴുതുകയുണ്ടായി. കെ കെ നീലകണ്ഠന്റെ ഇംഗ്ലീഷ് ക്ലാസിൽ ഒരിക്കൽ ഇരുന്നവർ പിന്നീട് അദ്ദേഹത്തിന്റെ ക്ലാസ് ഒഴിവാക്കുമായിരുന്നില്ല.

കൃശഗാത്രനായ ഈ മനുഷ്യന്റെ ക്ലാസിൽ എത്ര കൊടികെട്ടിയ വിദ്യാർത്ഥിയും ഒരു തരത്തിലുള്ള വിളച്ചിലും പുറത്തെടുത്തിരുന്നില്ല. അസാമാന്യമായ ആജ്ഞാശക്തി ആ കണ്ണുകളിൽ നിന്ന് പ്രസരിച്ചിരുന്നു. ക്ലാസിലെ ബാക്ക് ബഞ്ചുപോലും കെ കെ നീലകണ്ഠന്റെ ക്ലാസിൽ നിശ്ശബ്ദമായിരിക്കും. ആരെങ്കിലും ഒന്നനങ്ങിയാൽ ആ കണ്ണുകളിൽ നിന്ന് ഒരഗ്നിസ്ഫുലിംഗം പാറും. അതോടെ പരിപൂർണ്ണ നിശ്ശബ്ദത അവിടെ പരക്കും. പക്ഷിനിരീക്ഷകന്റെ സൂക്ഷ്മശ്രദ്ധയോടെ ഓരോ പാഠഭാഗത്തിനും അദ്ദേഹം കുറിപ്പുകൾ തയ്യാറാക്കിയാണ് പഠിപ്പിച്ചിരുന്നത്.

എന്തിനാണ് പക്ഷിനിരീക്ഷണം എന്ന ചോദ്യത്തിന് ശരിക്കുമൊരുത്തരം നല്കുക ബുദ്ധിമുട്ടാണെന്നാണ് കെ കെ നീലകണ്ഠന്റെ അഭിപ്രായം. ഇതിന് അദ്ദേഹം ചൂണ്ടിക്കാട്ടുന്ന ഒരു ഉദാഹരണം ഇങ്ങനെ: ഒരിക്കൽ പ്രസിദ്ധ പർവ്വതാരോഹണ വിദഗ്ദ്ധനായ മലോറിയോട് ഒരാൾ എവറസ്റ്റ് കയറുവാൻ ശ്രമിക്കുന്നതെന്തിന് എന്ന് ചോദിച്ചുവത്രെ. ഉടനെ കിട്ടിയ ഉത്തരം അതവിടെ ഉള്ളതുകൊണ്ട് എന്നായിരുന്നു. ഇത്തരത്തി

ലുള്ള ഒരു മറുപടിയായിരിക്കും പക്ഷികളെക്കുറിച്ച് പഠിക്കുന്നതെന്തിന് എന്ന ചോദ്യത്തിനും ഏറ്റവും യുക്തമായിരിക്കുക എന്ന് അദ്ദേഹം *പക്ഷിനിരീക്ഷണം* എന്ന കുറിപ്പിൽ എഴുതുകയുണ്ടായി.

മാനസിക പിരിമുറുക്കങ്ങൾക്ക് ഒരയവുവരുത്തുന്നതിനും മനസ്സിന് ഉല്ലാസവും ആഹ്ലാദവും പ്രദാനം ചെയ്യാനും പക്ഷിനിരീക്ഷണത്തിലൂടെ കഴിയും. പക്ഷിനിരീക്ഷണത്തിനായി ജീവിതശൈലിയിൽ പ്രത്യേകിച്ച് കാര്യമായ മാറ്റങ്ങളൊന്നും ആരും വരുത്തേണ്ടതില്ല. ഏതൊരു ഗൃഹസ്ഥാശ്രമിയേയും പോലെ കുടുംബത്തോടും ബന്ധുക്കളോടും സമൂഹത്തോടുമുള്ള ഉത്തരവാദിത്വങ്ങളൊക്കെ മുറയനുസരിച്ച് ചെയ്തുകൊണ്ട് കണ്ണും കാതും മനസ്സും പക്ഷികൾക്കു കൂടി സമർപ്പിച്ചാൽ മാത്രം മതിയാകും.

സ്വന്തം വീട്ടിൽ സ്ഥിരമായി താമസിക്കുന്ന ഒരു പക്ഷിപ്രിയനു തനിക്കുചുറ്റും ഒരു പക്ഷിത്താവളം സൃഷ്ടിക്കാൻ വിഷമമില്ല. സ്വന്തം ജീവിതംകൊണ്ട് ഇതു കാട്ടിത്തന്നയാളാണദ്ദേഹം. നഗരവല്ക്കരണം അതിവേഗം ലോകമെമ്പാടും നടന്നുകൊണ്ടിരിക്കുകയാണ്. കേരളം മുഴുവനൊരുമഹാനഗരമാണിന്ന്. മാറിയ സാഹചര്യങ്ങളോടു പക്ഷികളും ചേർന്നുപോകുന്നുണ്ട്. ഗ്രാമപ്രദേശങ്ങളിൽ പാടങ്ങളിൽ മേയുന്ന പശുക്കൾക്കും ആടുകൾക്കും പിന്നാലെ നടന്ന് ഇരപിടിച്ചുകഴിഞ്ഞിരുന്ന കാലിക്കൊക്കുകളെ തിരുവനന്തപുരത്തെ നഗരമാലിന്യക്കൂമ്പാരങ്ങളിൽ ധാരാളം ഇപ്പോൾ കാണുന്നുണ്ട്. വഴുതക്കാട്ട് വൈകുന്നേരങ്ങളിൽ ഞാൻ നടക്കാനിറങ്ങുമ്പോൾ അവിടെയുള്ള ചില ക്ലബ്ബുകളിലെ പരിപാടികളുടെ ഭാഗമായി നടത്തുന്ന സല്ക്കാരത്തിന് ശേഷം ജൈവമാലിന്യങ്ങൾ കൂട്ടിയിട്ടിരിക്കുന്നിടത്തും പാതയോരത്തെ തട്ടുകടകളെ ചുറ്റിപ്പറ്റിയും നിരവധി കാലിക്കൊക്കുകളെ കാണാറുണ്ട്. കുറെനേരം അവയുടെ പട്ടണപ്രവേശത്തെ കുറിച്ചോർത്തു കാലിക്കൊക്കിന്റെ ചേഷ്ടകൾ നോക്കി നില്ക്കും. ചിലപ്പോൾ അടുത്തേക്ക് പോയാലുമത് മാറില്ല. മനുഷ്യരെ കണ്ടുകണ്ട് പരിചിതമായതാവാം കാരണം. കാലിക്കൊക്കുകളുടെ പട്ടണപ്രവേശത്തെക്കുറിച്ച് കാര്യമായ പഠനം ഉണ്ടാവേണ്ടതാണ്.

അതുപോലെ നഗരവാസികളായ കാക്കകൾക്ക് കൂടൊരുക്കാൻ ലോഹക്കമ്പികളായാലും മതിയെന്ന സ്ഥിതിയായിട്ടുണ്ട്. ഇലക്ട്രിസിറ്റി പോസ്റ്റുകളിലും ട്രാഫിക് സിഗനൽ ലൈറ്റുകളുടെ തൂണുകളിലും കാക്കകൾ കൂടൊരുക്കുന്നതും ഇവിടെ പതിവാണ്. തൊണ്ണൂറുകൾക്ക് ശേഷ

മാണ് രാജ്യത്ത് നഗരവല്ക്കരണം പിടിവിട്ട് വളർന്നത്. ഇതിന്റെ പ്രത്യാഘാതങ്ങൾ ഇപ്പോൾ മനുഷ്യരെക്കാളേറെ നമ്മുടെ സഹജീവികളാണനുഭവിക്കുന്നത്. കെ കെ നീലകണ്ഠൻ എഴുതി:

നമ്മുടെ പട്ടണങ്ങളുടെയും ഗ്രാമങ്ങളുടെയും രൂപം നിമിഷംപ്രതി മാറിക്കൊണ്ടിരിക്കുകയാണ്. ജനപ്പെരുപ്പവും പുതിയ കെട്ടിടനിർമ്മാണ രീതികളും ശ്യാമളസുന്ദരമായിരുന്ന സ്ഥലങ്ങളെ അനവധി കൂറ്റൻകെട്ടിടങ്ങൾമാത്രമുള്ള മരുഭൂമികളാക്കി മാറ്റുകയാണ്. എങ്കിലും കുറെ മരങ്ങളും ചെടികളും അവശേഷിക്കുന്ന സ്ഥലത്തെല്ലാം ഇന്നും പക്ഷികളെ കാണാം. കൽക്കത്തയിലെ കാക്കകൾക്കും പാശ്ചാത്യരാജ്യങ്ങളിലെ മഹാനഗരങ്ങളിൽ സസുഖം ജീവിക്കുന്ന ചില ജാതി പക്ഷികൾക്കും മരവും ചെടിയുമില്ലെങ്കിലും വിരോധമില്ല എന്നായിട്ടുണ്ടത്രെ. കോൺക്രീറ്റ് കെട്ടിടങ്ങളിൽ സുലഭമായ ജനല്പടികളും മറ്റും ഇവയ്ക്ക് ഉറങ്ങുവാനും കൂടുകെട്ടുവാനും വേണ്ടതിലധികം സൗകര്യംകൊടുക്കുന്നു.

പക്ഷിനിരീക്ഷണം ഒരു ശാസ്ത്രം

പക്ഷിനിരീക്ഷണം തുടങ്ങുന്ന ഒരാൾക്ക് ഒരു ഗുരുനാഥനുണ്ടാകുന്നത് എന്തുകൊണ്ടും നല്ലതാണ്. പുസ്തകത്തിലൂടെ ലഭിക്കുന്നതിലധികം ഗുരുവിൽനിന്ന് ലഭിക്കും. പക്ഷികളെക്കുറിച്ച് സമഗ്രമായ ഒരറിവ് ലഭിക്കുന്നതിന് പക്ഷിനിരീക്ഷണത്തിൽ മുൻപരിചയമുള്ള ഒരാളുടെ സഹായം ഗുണകരമാകും. പണ്ട് പണ്ട് ഓന്തിന്റെയും ഉടുമ്പിന്റെയും ഏതോ ഒരു പൂർവ്വികൻ വായുവിലൂടെ സഞ്ചരിക്കാൻ ശ്രമിച്ചതോടെയാണ് പക്ഷികളെന്നൊരു വർഗ്ഗം ഉരുത്തിരിഞ്ഞുവരാൻ കാരണമെന്നാണ് ശാസ്ത്രജ്ഞർ പറയുന്നത്. നമ്മുടെ കാട്ടിലിപ്പോഴും പറക്കുന്ന ഓന്തുകളുണ്ടല്ലോ. അതിരപ്പിള്ളി വാഴച്ചാൽ പുഴയോരത്ത് താമസിക്കാൻ അവസരം ലഭിച്ചപ്പോൾ പറക്കും ഓന്തുകളെ നിരീക്ഷിക്കാൻ അവസരം ലഭിച്ചിട്ടുണ്ട്. അക്കാലത്ത് അമിതാബച്ചൻ എന്ന എന്റെ സുഹൃത്തവിടെ വേഴാമ്പലുകളെക്കുറിച്ച് പഠിക്കുന്നുണ്ടായിരുന്നു. *വേഴാമ്പൽ സംരക്ഷണത്തിന്റെ രണ്ട് ദശകങ്ങൾ* എന്ന പേരിലൊരു പുസ്തകവും അമിതാബച്ചൻ സുഹൃത്തുക്കളുമായി ചേർന്ന് എഴുതിയിട്ടുണ്ട്. ഇക്കോളജി എന്ന വാക്കിന് ആവാസശാസ്ത്രമെന്ന മലയാള പദം പകരം വെച്ചത് ഞാനാദ്യം കണ്ടത് ഇവരുടെ പുസ്തകത്തിലാണ്.

ഇപ്പോൾ കേരളത്തിലെവിടെയും പക്ഷികളെക്കുറിച്ച് താല്പര്യമുള്ളവരുടെ എണ്ണം വർദ്ധിച്ചിട്ടുണ്ട്. വികസിതരാജ്യങ്ങളിൽ കാണും വിധമുള്ള വർദ്ധനവാണിത്. വികസിതരാജ്യങ്ങളിൽ പ്രകൃതിശാസ്ത്രജ്ഞരും പക്ഷിനിരീക്ഷകരും കൂടുതലായി ഉണ്ടാവുക സ്വാഭാവികമാണ്. അവരുടെ വികസനമെന്നത് പ്രകൃതിയെ ചൂഷണം ചെയ്തിട്ടായതുകൊണ്ട് സ്വരക്ഷയ്ക്കായുള്ള പ്രകൃതിയുടെ ഇടപെടലാകാം പ്രകൃതി

സ്നേഹികളുടെഎണ്ണം വർദ്ധിക്കുന്നതിന്റെ കാരണമെന്നാണ് എന്റെ ഒരു വിചാരം. യൂറോപ്പിലും അമേരിക്കയിലും വലിയ പ്രകൃതിശാസ്ത്രജ്ഞരും പ്രകൃതിസ്നേഹികളും ഇഷ്ടംപോലെയുണ്ട്. എന്നാൽ അവരോളം പ്രകൃതിയെ ചൂഷണം ചെയ്തുനശിപ്പിച്ച മറ്റൊരു ജനവിഭാഗവും ലോകത്തില്ലെന്നോർക്കുക. പ്രകൃതിയിലെ ഒരു ജീവിയാണ് മനുഷ്യൻ. അതുകൊണ്ട് നമ്മുടെ ചിന്തകളും പ്രകൃതിയറിയുന്നുണ്ട്. പക്ഷിനിരീക്ഷണത്തിലൂടെ പ്രകൃതിയെ കൂടുതൽ അറിയാൻ കഴിയും. ശാസ്ത്രീയമായ പലതത്ത്വങ്ങളും കണ്ടെത്താൻ സഹായിച്ചതും പക്ഷിനിരീക്ഷണമാണ്.

പ്രകൃതിക്ക് ക്ഷതം തട്ടുമ്പോഴും പരിസരദൂഷണം സംഭവിക്കുമ്പോഴും സസ്യസമ്പത്ത് ധൂർത്തടിക്കപ്പെടുമ്പോഴുമെല്ലാം ഏറ്റവും നേരത്തെയും വ്യക്തമായും നമുക്കവയെക്കുറിച്ച് മുന്നറിവ് നല്കുന്നത് പക്ഷികളാകുന്നു. ഗലാപെഗോസ് ദ്വീപ് സമൂഹത്തിലെ ചിലതരം പക്ഷികളുടെ പ്രത്യേകതകൾ നിരീക്ഷിച്ചതുവഴിയാണ് ചാൾസ് ഡാർവ്വിൻ ജന്തുശാസ്ത്രത്തിന്റെ ഗതി തിരിച്ചുവിട്ട സുപ്രസിദ്ധമായ പരിണാമസിദ്ധാന്തത്തിന് രൂപം നല്കിയത്. പില്ക്കാലത്ത് പക്ഷിനിരീക്ഷകർ കണ്ടുപിടിച്ച വസ്തുതകളുടെ ആധാരശിലയിന്മേലാണ് ജീവികളുടെ പെരുമാറ്റത്തെ വിഷയമാക്കിയുള്ള ഇതോളജി എന്ന നവീന ജീവശാസ്ത്രശാഖ പടുത്തുയർത്തിയിട്ടുള്ളത്. കെ കെ നീലകണ്ഠന്റെ ഈ നിരീക്ഷണങ്ങൾ അർത്ഥവത്താണ്.

കുട്ടികളുടെ ബാല്യത്തെ ഇന്നു നമ്മൾ തട്ടിപ്പറിച്ചുവെങ്കിലും ചില കുട്ടികളെങ്കിലും പക്ഷികളുടെ പാട്ട് കേൾക്കുകയും പൂമ്പാറ്റകൾ പാറിക്കളിക്കുന്നതും പൂക്കൾ വിരിയുന്നതും കാണുകയും ചെയ്യുന്നുണ്ടാകണം. അവർ പള്ളിക്കൂടത്തിലെ പഠിപ്പിൽ ഒരുപക്ഷേ, ഒന്നാം സ്ഥാനക്കാരാകില്ലായിരിക്കാം. സർഗ്ഗാത്മകതയുള്ളവർ എക്കാലത്തും ഇങ്ങനെയൊക്കെതന്നെയായിരുന്നുവല്ലോ. അറ്റ്ലാന്റയുടെ തീരത്തെ എം മരങ്ങളെ ത്തേടി വസന്തത്തിന്റെ വരവറിയിച്ചു റോബിൻ പക്ഷികൾ എത്താത്ത കാര്യം ആദ്യം തിരിച്ചറിഞ്ഞതും അവിടത്തെ കുട്ടികളായിരുന്നു. റോബിൻ പക്ഷികളുടെ പാട്ട് മുഴങ്ങിക്കേട്ടാൽ ശിശിരം വിട്ടൊഴിഞ്ഞ് വസന്തമെത്തുമെന്നവർക്കറിയാം. കിളിപ്പാട്ടിനവർ ആഹ്ലാദത്തോടെ കാതോർത്തിരുന്നു.

വസന്തത്തിന്റെ വരവറിയിച്ച് മുഴങ്ങാറുള്ള കിളിപ്പാട്ട് കേൾക്കാതെ വന്നപ്പോൾ കുട്ടികൾ അസ്വസ്ഥരായി. പ്രകൃതിയൊന്നാകെ പുത്തുല

യുന്ന വസന്തകാലം. ഇനിവരാതെയാകുമോയെന്നവർ ഭയപ്പെട്ടിട്ടുണ്ടാകണം. ഇനിയൊരിക്കലും മനോഹരമായ റോബിൻ പക്ഷികളുടെ പാട്ട് കേൾക്കാൻ കഴിയില്ലേയെന്നവർ വേദനിച്ചിരിക്കാം. തങ്ങളുടെ ഈ ആശങ്കകൾ അവരവരുടെ അമ്മമാരോട് പങ്കുവച്ചു. അങ്ങനെ ഒരമ്മ അമേരിക്കൻ പ്രകൃതി ചരിത്രമ്യൂസിയത്തിലെ സൂക്ഷിപ്പുകാരനായി വിരമിച്ച പ്രശസ്ത പക്ഷിശാസ്ത്രജ്ഞനായ റോബർട്ട് കഷ്മാൻ മർഫിക്ക് ഒരു കത്തയച്ചു. 1959 ലാണ് ആ വീട്ടമ്മ കത്തയച്ചത്. അതിങ്ങനെയായിരുന്നു:

ഞങ്ങളുടെ നാട്ടിൽ കഴിഞ്ഞ കുറേ കാലങ്ങളായി എം മരങ്ങളിൽ കീടനാശിനി തളിച്ചുവരുകയാണ്. മുമ്പിവിടെ പലതരം പക്ഷികളെ കാണാറുണ്ടായിരുന്നു. മഞ്ഞുകാലം തീരുമ്പോൾ എവിടെനിന്നെല്ലാമോ ധാരാളം പക്ഷികൾ ഇവിടേക്ക് പറന്നുവരും. ഏതാനും വർഷങ്ങളായുള്ള ഡി ഡി റ്റി പ്രയോഗത്തിനുശേഷം ഞങ്ങളുടെ ഗ്രാമത്തിലോ ചെറുപട്ടണങ്ങളിലോ പക്ഷികളെ കാണാനായില്ല. പക്ഷികളെ കാണാത്തതിനെക്കുറിച്ചുള്ള കുട്ടികളുടെ ചോദ്യങ്ങൾക്ക് ഉത്തരം പറയാൻ കഴിയുന്നില്ല. അവർ ചോദിക്കുന്നു. പക്ഷികൾ ഇനി ഒരിക്കലും ഇവിടേക്ക് വരില്ലേയെന്ന്? എനിക്കറിയില്ല അവരോടെന്താണ് പറയേണ്ടതെന്ന്.

കുട്ടികളുടെ ഈ ആശങ്കയുടെ ഉത്തരംതേടിയുള്ള അന്വേഷണമാണ് ഡി ഡി റ്റിയെന്ന മാരകമായ വിഷത്തിന്റെ തനിനിറം തിരിച്ചറിയാനിടയാക്കിയത്.

ഡച്ച് എം രോഗം 1939 ൽ യൂറോപ്പിൽ നിന്നാണ് അമേരിക്കയിൽ എത്തുന്നത്. ഈ ഫംഗസ്രോഗം മൂലം പല മരങ്ങളും ഉണങ്ങാൻ തുടങ്ങി. 1954 മുതൽക്കാണ് ഈ രോഗത്തിനെതിരെ രാസയുദ്ധം ആരംഭിച്ചത്. മഞ്ഞുകാലം കഴിഞ്ഞ് ദേശാടകരായ റോബിൻ പക്ഷികൾ സാധാരണപോലെ അമേരിക്കയിൽ തിരികെയെത്തിയപ്പോൾ അവരെ വരവേറ്റത് കീടനാശിനിയുടെ മരണപ്പെരുമഴയായിരുന്നു. പക്ഷികൾ കൂട്ടത്തോടെ ചത്തുമലർന്നു. എം മരങ്ങൾ പക്ഷികളുടെയും മറ്റും എണ്ണിയാലൊടുങ്ങാത്ത ജീവികളുടെയും മരണക്കെണിയായി മാറി. റോബിൻ പക്ഷികൾ കൂട്ടത്തോടെ ചത്തുമലർന്നപ്പോൾ അവയ്ക്ക് ഏതോ പകർച്ചവ്യാധി പിടിക്കപ്പെട്ടതാകാമെന്നാണ് നാട്ടുകാർ ആദ്യം കരുതിയത്.

എന്നാൽ പിന്നീട് മരണകാരണം കീടനാശിനിയാണെന്ന് കണ്ടെത്തി ഡി ഡി റ്റിയെന്ന കൊടുംവിഷത്തിന്റെ തനിനിറം ലോകം അറിയാൻ തുടങ്ങി. ഈ മാരകവിഷം പക്ഷികളെ മാത്രമല്ല ബാധിക്കുന്നത് മനുഷ്യരെയും ഇഞ്ചിഞ്ചായത് കൊന്നുകൊണ്ടിരുന്നു. ക്യാൻസർ ഉൾപ്പെടെയുള്ള മാരകരോഗങ്ങൾ ആ പ്രദേശങ്ങളിലാകെ പടർന്നു.

റേച്ചൽ കഴ്സന്റെ *നിശ്ശബ്ദവസന്തം* എന്ന പുസ്തകം പുറത്തുവന്നതോടെ ലോകജനത അതേറ്റെടുത്തു. അമേരിക്കയിൽ ഈ ഗ്രന്ഥം അക്ഷരാർത്ഥത്തിൽ കൊടുങ്കാറ്റ് വിതച്ചു. റേച്ചൽ കഴ്സനെ അമേരിക്കൻ സർക്കാരിന് അധികകാലം കണ്ടില്ലെന്ന് നടിക്കാനായില്ല. ജനകീയപ്രക്ഷോഭങ്ങളെത്തുടർന്ന് ഡി ഡി റ്റി അമേരിക്കയിൽ നിരോധിക്കപ്പെട്ടു.

ഇതിന്റെ ചുവടുപിടിച്ച് പല രാജ്യങ്ങളും ഈ മാരകവിഷം നിരോധിച്ചു. എങ്കിലും ഇതിലും മാരകമായ കീടനാശിനികൾ കീടനിയന്ത്രണത്തിന് ലോകമെമ്പാടും ഉപയോഗിച്ചുകൊണ്ടിരിക്കുന്നുവെന്നതാണ് സത്യം. കേരളത്തിൽ എൻഡോസൾഫാൻ വിതച്ച മാരകവിപത്തിന്റെ കെടുതികൾ ഇന്നും അവസാനിച്ചിട്ടില്ലല്ലോ. എത്രയെത്ര മനുഷ്യരാണ് ആരുടെയും കണ്ണുനിറയ്ക്കുന്ന ദുരിതക്കയത്തിൽ കിടന്ന് നരകിക്കുന്നത്. എന്തുകുറ്റം ചെയ്തിട്ടാണവർക്ക് ഈ ഗതി വന്നത്. കേരളത്തിലെ നിശ്ശബ്ദവസന്തമാണ് എൻഡോസൾഫാനെന്ന് വ്യക്തമാണ്. ഇങ്ങനെ പല പ്രകൃതിദുരന്തങ്ങളെക്കുറിച്ചും പക്ഷികൾ നമുക്ക് മുന്നറിയിപ്പ് നല്കിവരുന്നു.

പ്രൊഫ. കെ കെ നീലകണ്ഠൻ കേരളത്തിൽനടത്തിയ ഡി ഡി റ്റി പ്രയോഗത്തിന്റെ ദുരന്തഅനുഭവം 'ഭൂമിയുടെ അവകാശികൾ' എന്ന ലേഖനത്തിൽ വിവരിക്കുന്നതിങ്ങനെ:

> കേരളത്തിന്റെ പലഭാഗങ്ങളിലും മലമ്പനിനിവാരണത്തിനായി ഡി ഡി റ്റി തളിച്ചപ്പോൾ ഉണ്ടായ ഫലങ്ങൾക്ക് ഞാനും ദൃക്സാക്ഷിയായിരുന്നു. നിലമ്പൂരിലുള്ള ഒരു കർഷകന്റെ കളത്തിലും കാലിത്തൊഴുത്തിലുമെല്ലാം കുമ്മായംപൂശിയതുപോലെ ഡി ഡി റ്റി പറ്റിപ്പിടിച്ചിരിക്കുന്ന കാലത്താണ് പക്ഷികളെത്തേടി ഞാൻ ആ സ്ഥലത്തെത്തിയത്. എന്റെ ആതിഥേയനായ കൃഷിക്കാരൻ എലികളുടെ ശല്യത്തെക്കുറിച്ച് പറഞ്ഞുതുടങ്ങി. കുറെ പൂച്ചകളെ വളർത്തിക്കൂടെയെന്ന് ഞാൻ അദ്ദേഹത്തോടു ചോദിച്ചു. അപ്പോഴാണ് ഡി ഡി റ്റി തളിച്ചയുടൻ ഗൗളികൾ ചത്തുവീണതിന്റെയും അവയെ തിന്നിട്ട് പൂച്ചകൾ പിടഞ്ഞുപിടഞ്ഞ് മരിച്ചതിന്റെയും കഥപുറത്തുവന്നത്. ഇന്നും നാം ഉപയോഗിക്കുന്ന രാസവളങ്ങളും കീടനാശിനികളും ധാരാളം ഉപദ്രവം ചെയ്തുതുടങ്ങിയിട്ടുണ്ടെന്നുള്ളതിന് വേറെയും തെളിവുകളുണ്ട്. സുമാർ പത്തുകൊല്ലംമുമ്പ് കാസർഗോഡുമുതൽ കന്യാകുമാരി വരെ പാടങ്ങളിൽ വിളവുള്ള അവസരങ്ങളിൽ യാത്രചെയ്തിരുന്നവർ അതിസുലഭമായി കണ്ടിരുന്ന പലതരം പക്ഷികളെയും ഇന്ന് കാണാതായിട്ടുണ്ട്.

പല കാരണങ്ങളാലും പക്ഷിനിരീക്ഷകരുടെ എണ്ണം ലോകമെമ്പാടും സമീപകാലത്ത് വർദ്ധിച്ചിട്ടുണ്ട്. ചിത്രശലഭങ്ങളെ പഠിക്കുന്നവരുടെ എണ്ണത്തിലും വർദ്ധനവുണ്ട്. കെ കെ നീലകണ്ഠൻതന്നെ സുപ്രസിദ്ധ പക്ഷിനിരീക്ഷകനായ ജെയിംസ് ഫിഷർ ഒരിക്കൽ പറഞ്ഞതു ചൂണ്ടിക്കാട്ടുകയുണ്ടായി: പക്ഷിനിരീക്ഷണം വെറും ഒരു ഭ്രാന്തോ, ഒരു കലയോ ഒരു ശാസ്ത്രമോ, ഒരു നേരമ്പോക്കോ, ആനന്ദപ്രദമായ ഒരു ഹോബിയോ പരമബോറോ എന്തുമാകാം. എന്നാൽ അത് ഇന്ന് ലോകമൊട്ടാകെ പ്രചരിച്ചിട്ടുള്ള അനേകലക്ഷം ആളുകൾ കൈവരിച്ചിരിക്കുന്ന ഒരു ശാസ്ത്രീയവിനോദമായിത്തീർന്നിട്ടുണ്ട്.

പക്ഷിനിരീക്ഷണത്തിന് ഇറങ്ങിപ്പുറപ്പെടുന്നവർക്ക് എപ്പോഴും നല്ലൊരു സഹായിയെ കൂട്ടുകിട്ടണമെന്നില്ല. ഈ സാഹചര്യത്തിൽ പക്ഷികളെക്കുറിച്ചെഴുതിയ നല്ലപുസ്തകങ്ങൾ സഹായകരമാകും. ഫീൽഡ് ഗൈഡായി കൂടി ഉപയോഗിക്കാവുന്ന നിരവധി നല്ല പുസ്തകങ്ങൾ ഇപ്പോൾ ലഭ്യമാണ്. കൂടാതെ സോഷ്യൽ മീഡിയ, ഇന്റർനെറ്റ് സംവിധാനങ്ങൾ, ഫോട്ടോഗ്രാഫി എന്നിവയിലൂടെ പക്ഷിജീവിതപഠനം കൂടുതൽ ആകർഷകവും എളുപ്പമുള്ളതുമായിട്ടുണ്ട്.

സാലിം അലിയുടെ *ബുക്ക് ഓഫ് ഇന്ത്യൻ ബേർഡ്സും* കെ കെ നീലകണ്ഠന്റെ *കേരളത്തിലെ പക്ഷികളും* അഞ്ചാറു പതിറ്റാണ്ടായി പക്ഷിപ്രേമികൾ ആധികാരികഗ്രന്ഥമെന്നനിലയിൽ പ്രയോജനപ്പെടുത്തിവരുന്നവയാണ്. പക്ഷിനിരീക്ഷണം ജനകീയമാകാനുള്ള കാരണത്തെക്കുറിച്ച് കെ കെ നീലകണ്ഠന്റെ അഭിപ്രായം ഇങ്ങനെ:

യാതൊരുവിധത്തിലുള്ള സവിശേഷ പ്രാഗല്ഭ്യവും ആവശ്യമില്ലാത്ത ഉപദ്രവകാരികളല്ലെന്നു മാത്രമല്ല പ്രത്യുപകാരങ്ങൾ കൂടിയായ ചില വിനോദങ്ങളുണ്ട്. അവയിൽ പ്രധാനമായൊന്നാണ് പ്രകൃതിപഠനം. എന്തിനെയും ഉപയോഗവാദത്തിന്റെ കണ്ണുകളിൽക്കൂടി നോക്കിക്കാണുന്ന ആൾക്കും പഠനത്തിനു പറ്റിയ ഒരു വിഷയം തന്നെയാണ് പ്രകൃതി. സസ്യങ്ങൾ, മൃഗങ്ങൾ, പക്ഷികൾ, ചെറുപ്രാണികൾ ഇവയിൽ നിന്ന് ലഭ്യമാകുന്ന ഭൗതികങ്ങളായ നേട്ടങ്ങൾ നിർണ്ണയാതീതമാണ്. പ്രായോഗിക പരിജ്ഞാനമുള്ള ഒരു സാമ്പത്തിക വിദഗ്ദ്ധനുപോലും ഒരുലക്ഷം സംവത്സരക്കാലം ഗവേഷണം തുടരാൻ വേണ്ടുന്ന വക ഈ മണ്ഡലങ്ങളിൽ അന്തർഭവിച്ചിട്ടുണ്ട്. പ്രകൃതിപഠനത്തിന്റെ പല വിഭാഗങ്ങൾക്കിടയിൽ പക്ഷികളെ നിരീക്ഷിക്കുന്നതുപോലെ ആനന്ദദായകവും ഏവർക്കും എളുപ്പം വശത്താക്കുവാൻ കഴിയുന്നതുമായ മറ്റൊരു വിഷയം ഉണ്ടോ എന്നും സംശയമാണ്.

നിങ്ങൾക്ക് പക്ഷികളെ അടുത്തറിയണമെന്നുണ്ടെങ്കിൽ രാജ്യത്തുള്ള മുഴുവൻ പക്ഷികളുടെയും പേര് പഠിക്കാനുള്ള അഭിലാഷം ഉപേക്ഷിക്കുകയാണ് നല്ലത്. അതിനുപകരം ഏതാനും പക്ഷികളുടെ പെരു

മാറ്റം കുറെകാലങ്ങൾ തുടർച്ചയായി സൂക്ഷ്മമായി നിരീക്ഷിച്ചു പഠിക്കുകയാണ് വേണ്ടതെന്ന അഭിപ്രായക്കാരൻ കൂടിയായിരുന്നു അദ്ദേഹം.

പക്ഷിനിരീക്ഷണം വിനോദമെന്നതുപോലെ ഒരു ശാസ്ത്രമാണെന്നും കെ കെ നീലകണ്ഠൻ തന്റെ ശിഷ്യരെ ബോദ്ധ്യപ്പെടുത്തി. ഒരു നോട്ടുബുക്കും പെൻസിലും (പേന) പക്ഷിനിരീക്ഷണത്തിന് ഇറങ്ങിപ്പുറപ്പെടുന്ന ഏതൊരാളും നിർബ്ബന്ധമായും കൈയിൽ കരുതിയിരിക്കണം. പക്ഷിനിരീക്ഷകൻ വളരെ നിസ്സാരമെന്നു കരുതുന്ന കാര്യം പോലും രേഖപ്പെടുത്തണം. ഒരുപക്ഷേ, ഭാവിയിൽ അതാവും വലിയ കണ്ടെത്തലുകളായി മാറുക. പക്ഷിയെ കണ്ട സമയം, സ്ഥലം, പക്ഷിയുടെ ആകൃതി, നിറങ്ങളും അവയുടെ സ്ഥാനങ്ങളും, പക്ഷിയുടെ ഇരിപ്പ്, നില്പ്, ഗമനരീതി, ആഹാരം, ഇരതേടുന്ന രീതി, പക്ഷി ഉച്ചരിക്കുന്ന ശബ്ദങ്ങൾ എന്നീ കാര്യങ്ങളൊക്കെ ശ്രദ്ധിച്ചെഴുതണം. പക്ഷിയുടെ ആകൃതിയും മറ്റു സവിശേഷതകളും തിരിച്ചറിയത്തക്കവിധത്തിൽ വരച്ചിടുന്നതും പക്ഷിയേതെന്ന് തിരിച്ചറിയാൻ പിന്നീട് ഉപകാരമാകും. നമ്മൾ ഇതുവരെ കണ്ടിട്ടില്ലാത്ത ഒരു പക്ഷിയെയാണ് കാണുന്നതെങ്കിൽ അതിന്റെ പ്രത്യേകതകൾ മനസ്സിലാക്കാൻ കഴിയുംവിധം കുറിപ്പെഴുതണം. എങ്ങനെവേണം ഇത്തരം കുറിപ്പെഴുതേണ്ടതെന്നതിന്റെ ഒരു കെ കെ നീലകണ്ഠ മാതൃക നോക്കുക.

> അറ്റക്കുരുവിയെക്കാൾ ചെറിയത് സുമാർ 5 (അഞ്ചിഞ്ച്) നീളം ഏകദേശം അങ്ങാടിക്കുരുവിയുടേതുപോലെ നിലത്ത് അമർന്നിരിക്കുവാനാണ് ഇഷ്ടം. ഇണ അടുത്തുതന്നെയുണ്ട്. അവർക്ക് മുഖത്തോ അടിവശത്തോ കറുപ്പ് തീരെയില്ല. രണ്ടുപേരും ദേഹം പൊക്കാതെ തന്നെ കൂടെക്കൂടെ അല്പദൂരം ഓടി നിലത്തുനിന്ന് എന്തോ കൊത്തി വിഴുങ്ങുന്നു. അടിവശം കറുത്ത പക്ഷി ഇടയ്ക്കിടെ പെട്ടെന്ന് പറന്ന് 25–30 അടി ഉയരം ചെന്നശേഷം ഉയർന്നും താഴ്ന്നുംകൊണ്ട് പറക്കുന്നു. ഓരോ തവണ ഉയരുമ്പോൾ കരീ....രീ... രീ....രീ എന്നും താഴുമ്പോൾ വ്വീ... വീ.... വീ...? എന്ന് ശബ്ദിക്കുന്നു. കരീ രി രി രി എന്നുച്ചരിച്ചുകൊണ്ട് ഉയരുമ്പോൾ ചിറകുകൾ തുടരെ തുടരെ വിറപ്പിക്കുകയും താഴോട്ടു കൂമ്പൽകുത്തുമ്പോൾ ചിറകുകൾ പൂട്ടിയിടുകയും ചെയ്യുന്നു. ഇങ്ങനെ അഞ്ചാറുപ്രാവശ്യം പൊങ്ങിയും താഴ്ന്നും പറന്നശേഷം പെട്ടെന്നു കല്ലു വീഴുന്നപോലെ താഴോട്ടിറങ്ങി വരമ്പിന്മേൽ പൂർവ്വസ്ഥാനത്തുതന്നെ ഇരിക്കുന്നു. കൂടെക്കൂടെ പൂവൻ (അടിവശം കറുത്ത പക്ഷി പൂവനായിരിക്കാം എന്ന് ഊഹം) പിടയെ തുരത്തി പറക്കുന്നു. നല്ല വേഗതയോടെ നിലത്തുനിന്ന് അധികം ഉയരത്തിലല്ലാതെയാണ് ഈ തുരത്തൽ. തിരിഞ്ഞും വളഞ്ഞുമാണ് പോക്ക്. അല്പസമയത്ത് യാതൊരു ശബ്ദവും പുറപ്പെടുവിക്കുന്നില്ല. നിലത്ത് നടന്ന് പുൽവിത്തുകൾ പെറുക്കി വിഴുങ്ങുന്നു.

കരിവയറൻ വാനമ്പാടിയാണ് ഈ കുറിപ്പിൽ വിവരിച്ചിരിക്കുന്ന പക്ഷിയെന്ന് പക്ഷിപ്പുസ്തകം നോക്കി ഏതൊരാൾക്കും പിന്നീട് മനസ്സിലാക്കിയെടുക്കാൻ ഒരു ബുദ്ധിമുട്ടും ഉണ്ടാവില്ല. ഇങ്ങനെ ഒരു പക്ഷിയെ സംബന്ധിച്ച് വളരെ സൂക്ഷ്മമായ വിവരങ്ങൾ പോലും കുറിച്ചു വയ്ക്കുന്നതാണ് അദ്ദേഹത്തിന്റെ ശീലം. ശിഷ്യന്മാരെയും ഇതിനായി അദ്ദേഹം പ്രേരിപ്പിച്ചിരുന്നു. ഏതെങ്കിലും ഒരാൾ ഞാൻ സാധാരണമായി കാണാത്ത ഒരു പക്ഷിയെ കണ്ടുവെന്ന് വിളിച്ചുപറഞ്ഞാൽ അതപ്പടി വിശ്വസിക്കുന്ന ശീലക്കാരനായിരുന്നില്ല അദ്ദേഹം. വ്യക്തമായ തെളിവുകൾ ഉണ്ടെങ്കിൽ മാത്രമേ വിശ്വസിച്ചിരുന്നുള്ളു. ഇന്നത്തെപ്പോലെ ഫോട്ടോഗ്രാഫിയൊന്നും സർവ്വസാധാരണമാകാത്ത കാലത്തായിരുന്നുവല്ലോ ഇന്ദുചൂഡൻ പക്ഷിനിരീക്ഷണം നടത്തിയിരുന്നത്. ഇതേക്കുറിച്ച് പ്രമുഖ പക്ഷിനിരീക്ഷകനായ ഡോ. പി ഒ നമീർ തന്റെയൊരനുഭവം എഴുതിയിട്ടുണ്ട്.

മണ്ണുത്തി–വെള്ളാനിക്കര കാർഷിക സർവ്വകലാശാല കാമ്പസിൽ നിന്ന് ഞാൻ പുല്ലുപ്പനെ (lesser coucal) കണ്ടെത്തുകയുണ്ടായി. അത് കേരളത്തിലെ പക്ഷികളിൽ പ്രതിപാദിച്ചിട്ടില്ലാത്ത ഒരു പക്ഷിയായിരുന്നു. മാത്രമല്ല കേരളത്തിൽ അപൂർവ്വമായിരുന്നു. ഇന്ദുചൂഡൻ സാർ ആ കണ്ടെത്തൽ അംഗീകരിക്കാൻ തയ്യാറായിരുന്നില്ല. അദ്ദേഹം എന്നോട് പറഞ്ഞത് നമീർ പുല്ലുപ്പൻ എന്നവകാശപ്പെടുന്ന പക്ഷിയുടെ ഒരു ചിത്രമോ അല്ലെങ്കിൽ അതിന്റെ ഒരു സ്പെസിമനോ കൊണ്ടുവന്നാൽ മാത്രമേ അംഗീകരിക്കുകയുള്ളൂ എന്നാണ്. അങ്ങനെയായിരിക്കെ ഇന്ത്യയിലെ തന്നെ അറിയപ്പെടുന്ന പക്ഷിനിരീക്ഷകനായ തമിഴ്നാട് സ്വദേശിയായ ഡോ. ശാന്താറാം കുറെ നാളുകൾക്ക് ശേഷം ഞങ്ങളുടെ കാമ്പസിൽ വരുകയും അദ്ദേഹത്തിന് ഞാൻ പുല്ലുപ്പനെ കാണിച്ചു കൊടുക്കുകയും

ചെയ്തു. തുടർന്ന് ഞങ്ങൾ കാവശ്ശേരിയിൽ സാറിനെ കാണുവാൻ പോയി. അപ്പോൾ ഇന്ദുചൂഡൻ സാർ പറഞ്ഞത് ശാന്താറാം കണ്ട് ഉറപ്പാക്കിയതാണെങ്കിൽ ഞാനത് സ്വീകരിക്കുന്നു എന്നാണ്.

ഒരു പക്ഷിയെ കണ്ടുവെന്ന് ആവർത്തിച്ചുറപ്പാക്കിയ ശേഷമെ അദ്ദേഹം അംഗീകരിച്ചിരുന്നുള്ളൂ. പ്രത്യേകിച്ചു തുടക്കക്കാരായ പക്ഷിനിരീക്ഷകർ പുതിയ ജാതിപക്ഷികളെ കണ്ടെത്തി ആ മേഖലയിൽ തന്റെ കൈയൊപ്പ് പതിച്ച് അംഗീകാരം നേടാൻ വ്യഗ്രത കാട്ടാറുണ്ട്.

ഇത്തരക്കാർക്ക് പലപ്പോഴും അസംബന്ധം പിണയാനും സാദ്ധ്യതയുണ്ട്. അതുകൊണ്ട് ഏതെങ്കിലും അപൂർവ്വ പക്ഷിയെ കണ്ടതായി ചെറുപ്പക്കാർ ആരെങ്കിലും കെ കെ നീലകണ്ഠനെ വിവരം അറിയിച്ചാൽ കഴിവതും അവിടെയെത്തി അത് ശരി തന്നെയോയെന്ന് അദ്ദേഹം ഉറപ്പാക്കുമായിരുന്നു. 1991 ൽ നമീറിന് സൈലന്റുവാലി ദേശീയോദ്യാനത്തിൽ വച്ച് ഒരു ചത്ത നത്തിനെ കിട്ടി. സൈലന്റുവാലി കാട്ടിലെ സൈരന്ധ്രിയിൽ വച്ചാണത് കിട്ടിയത്. ഒരു ബ്ലെയ്ഡ് ഉപയോഗിച്ച് ഈ നത്തിനെ സ്കിൻ ചെയ്ത് കെ കെ നീലകണ്ഠന്റെ അരികിലെത്തിച്ചു. Oriental scops owl ആണെന്ന് പക്ഷിയെ കണ്ട മാത്രയിൽത്തന്നെ കെ കെ നീലകണ്ഠന് മനസ്സിലായി. കേരളത്തിൽ നിന്ന് ലഭിക്കുന്ന ഈ പക്ഷികളുടെ ആദ്യത്തെ സ്പെസിമനായിരുന്നു. അതിന്റെ മൂല്യം തിരിച്ചറിഞ്ഞ അദ്ദേഹം ബോംബെ നാച്ചുറൽ ഹിസ്റ്ററി സൊസൈറ്റിയുടെ മ്യൂസിയത്തിൽ സൂക്ഷിച്ചുവയ്ക്കാനായി അയച്ചുകൊടുക്കുകയും ചെയ്തു. സൈരന്ധ്രിയിൽ നിന്ന് ലഭിച്ച നത്തായതിനാൽ സൈരന്ധ്രിനത്ത് എന്നതിന് പേരിടുകയും ചെയ്തു.

പക്ഷി നിരീക്ഷകനായ സി സുശാന്ത് തന്റെ പക്ഷി നിരീക്ഷണ തുടക്കക്കാലത്തെ അനുഭവം ഓർക്കുന്നു:

1984 ആണ് എന്റെ പക്ഷിനിരീക്ഷണത്തിന്റെ ഗതി തിരിച്ചുവിട്ട സംഭവം ഉണ്ടാകുന്നത്. ആ വർഷത്തെ വേനൽമഴയിൽ വീടിന്റെ സമീപത്തെ ഇരുമരം വയലേലകളിൽ വെള്ളക്കെട്ടുകളുണ്ടായി. തന്റെ പക്ഷി നിരീക്ഷണയാത്രകളിൽ തീപ്പൊരി കണ്ണൻ (water cock), മഴക്കൊച്ച, കരിക്കൊച്ച, തുടങ്ങിയ നാണംകുണുങ്ങികളായ പക്ഷികളെ അടുത്തു കാണാൻ കഴിഞ്ഞു. ആ കൂട്ടത്തിൽ തീരെ പരിചിതമല്ലാത്ത മൂന്ന് പക്ഷികളെ നിരീക്ഷിക്കുകയുണ്ടായി. കണ്ണിന് ചുറ്റും വെള്ള ചുട്ടിയും തിളങ്ങുന്ന ഇരുമ്പ് കലർന്ന നിറവും നീണ്ട മഞ്ഞച്ചുണ്ടുമുള്ള ഒരു പക്ഷിയും അതിനോടൊപ്പം നടക്കുന്ന വർണ്ണശോഭയില്ലാത്ത രണ്ടു പക്ഷികളും. കുറച്ചു ദിവസം കഴിഞ്ഞ് ഈ അപരിചിതരായ പക്ഷികളെ കാണാതായി.

പിന്നീട് അപരിചിതരായ പക്ഷികളെ വീണ്ടും കണ്ടു. ഒപ്പം വെള്ളത്തിൽ നീന്തുന്ന വരയും കുറികളുമുള്ള രണ്ട് കുഞ്ഞുങ്ങളെയും. കുഞ്ഞുങ്ങളുടെ ചിത്രങ്ങൾ പകർത്തുകയുണ്ടായി. കുറച്ചു ദിവസങ്ങൾക്ക് ശേഷം പക്ഷിയുടെ വിവരങ്ങൾ കുറിച്ചെടുത്ത നോട്ടുബുക്കും കു

ഞ്ഞുങ്ങളുടെ ഫോട്ടോയുമായി ഞാൻ നീലകണ്ഠൻ സാറിന്റെ വീട്ടിലെത്തി. അദ്ദേഹം കുറിപ്പുകൾ വായിച്ച് ചിത്രങ്ങളും നോക്കിയ ശേഷം അത്ഭുതത്തോടെ പറഞ്ഞു.

നിങ്ങൾ കണ്ട പക്ഷി അപൂർവ്വനായ കാളിക്കാടയാണ്. പിന്നീടദ്ദേഹം പക്ഷിപ്പുസ്തകങ്ങൾ വായിച്ചശേഷം ബ്രിട്ടീഷ് പക്ഷി ശാസ്ത്രജ്ഞനായ എച്ച് എസ് ഫർഗൂസൻ കണ്ടെത്തിയശേഷം നൂറുവർഷത്തിന് ശേഷമാണ് കാളിക്കാടയുടെ പ്രജനനം കണ്ടെത്തുന്നതെന്ന് കൂട്ടിച്ചേർക്കുകയും ചെയ്തു. പ്രജനന നിരീക്ഷണത്തെക്കുറിച്ചുള്ള കുറിപ്പ് അദ്ദേഹം തന്നെ തയ്യാറാക്കി ബോംബെ നാച്ചുറൽ ഹിസ്റ്ററി സൊസൈറ്റിക്ക് അയച്ചുകൊടുക്കുകയും ആ കണ്ടെത്തൽ ജേർണലിൽ പ്രസിദ്ധീകരിക്കുകയും ചെയ്തു. പക്ഷിനിരീക്ഷണം വെറുമൊരു ഹോബിമാത്രമല്ല. ഗൗരവമേറിയ ശാസ്ത്രീയ പഠനമാണെന്നും അന്ന് കെ കെ നീലകണ്ഠൻ വ്യക്തമാക്കി.

നമ്മൾ നിസ്സാരമെന്നു കരുതുന്ന ഒരു പക്ഷി പക്ഷിനിരീക്ഷണ ചരിത്രത്തിൽ വലിയ പ്രാധാന്യമുള്ളതാണെന്ന് ചിലപ്പോൾ പിന്നീട് തെളിയിക്കപ്പെടാം. അതുകൊണ്ട് പക്ഷിനിരീക്ഷണത്തിനിറങ്ങുമ്പോൾ അതൊക്കെ രേഖയാക്കി സൂക്ഷിക്കുകയെന്നത് പക്ഷിനിരീക്ഷകന്റെ ഉത്തരവാദിത്വമാണ്. ഭാവി തലമുറയ്ക്കുള്ള വിലപ്പെട്ട പ്രകൃതി നിരീക്ഷണ വിവരങ്ങളുടെ നിധിശേഖരമാണ് ഇത്തരം പ്രകൃതിനിരീക്ഷണക്കുറിപ്പുകൾ. കെ കെ നീലകണ്ഠൻ വിശദമായ പ്രകൃതി നിരീക്ഷണ കുറിപ്പുകൾ എഴുതുമായിരുന്നു. ആകാശവാണിയിൽ ഡയറി ഓഫ് എ നാച്ച്യുറലിസ്റ്റ് എന്ന പേരിൽ കെ കെ നീലകണ്ഠൻ നടത്തിയൊരു ഇംഗ്ലീഷ് പ്രഭാഷണത്തിൽ അദ്ദേഹം പറയുന്നു.: എന്റെ ഡയറിയുടെ താളുകൾ എനിക്കൊരു ഫോട്ടോ ആൽബം പോലെയാണ്. താളുകൾ മറിക്കുമ്പോൾ രസകരമായ സംഭവങ്ങൾ ഒന്നൊന്നായി എന്റെ മനസ്സിൽ ഇതൾവിടർത്തുന്നു. കെ കെ നീലകണ്ഠൻ നടത്തിയ ഈ പ്രഭാഷണം നാച്ച്യുറലിസ്റ്റ് സൊസൈറ്റി പ്രസിദ്ധീകരണമായ *ബ്ലാക്ക് ബക്ക്* പ്രസിദ്ധീകരിച്ചിട്ടുണ്ട്. തിയോഡർ ഭാസ്കരൻ എഡിറ്റ് ചെയ്ത് പെൻഗ്വിൻ പ്രസിദ്ധീകരിച്ച *സ്പ്രിന്റ് ഓഫ് ദി ബ്ലാക്ക് ബക്ക്* എന്ന പേരിലുള്ള പുസ്തകത്തിലും ഈ പ്രഭാഷണം ഉൾപ്പെടുത്തിയിട്ടുണ്ട്.

ഒരു പക്ഷി നിരീക്ഷകനെന്ന നിലയിൽ വസ്തുതകളിൽ ഒരു തരത്തിലും കളങ്കം കടന്നു കൂടാതിരിക്കാൻ അദ്ദേഹം ബദ്ധശ്രദ്ധയനായിരുന്നു. ഈ ജാഗ്രതയാണ് കെ കെ നീലകണ്ഠനെ ഈ രംഗത്തെ ഒരാചാര്യനായി ഉയർത്തുന്നതും.

ശിഷ്യർക്കൊപ്പം പക്ഷി നിരീക്ഷണത്തിനു പോകുമ്പോൾ കാട്ടിനുള്ളിൽനിന്ന് ഒരു പക്ഷിയുടെ കുജനം കേട്ടുവെന്നിരിക്കട്ടെ. കെ കെ നീലകണ്ഠൻ പെട്ടെന്ന് ആ ശബ്ദത്തിലേക്ക് തന്റെ സർവ്വ ശ്രദ്ധയും കേന്ദ്രീകരിക്കും. എന്നിട്ട് ശിഷ്യരോട് പറയും: ഇക്കരയുന്നത് ചിന്ന കൂട്ടുറുവനാണ്. കാട് മുഴക്കിയാണ്, കാട്ടുമൈനയാണ്, കുയിലാണ്, കുളക്കോ

ഴിയാണ്, ശിഷ്യന്മാരാരെങ്കിലും അതുകേട്ട് ആ പക്ഷിയെക്കുറിച്ച് നോട്ടുബുക്കിൽ കുറിച്ചാൽ മട്ടുമാറും.

നിങ്ങൾ പക്ഷിയെ കണ്ടോ എന്നദ്ദേഹം ചോദിക്കും. കണ്ടില്ലന്ന് ശിഷ്യർ ചമ്മലോടെ മറുപടി പറഞ്ഞെന്നിരിക്കട്ടെ. പിന്നെങ്ങനെ നിങ്ങൾ പക്ഷിയുടെ പേര് നോട്ടുബുക്കിൽ കുറിച്ചു എന്നാവും അടുത്ത ചോദ്യം.

സാർ പറഞ്ഞതല്ലേ എന്ന് ശിഷ്യർ മറുപടി പറഞ്ഞെന്നിരിക്കട്ടെ. അതുകേട്ട് അദ്ദേഹം പറയും: മുതിർന്ന പക്ഷിനിരീക്ഷകർ പക്ഷിയുടെ ശബ്ദം കേട്ട് അവയുടെ പേര് പറഞ്ഞെന്നിരിക്കും. അതുകേട്ട് നിങ്ങൾ ഒരിക്കലും പക്ഷിയെ കണ്ടതായി എഴുതരുത്. കാരണം പിന്നീട് ഈ കുറിപ്പുകൾ നിങ്ങൾ തന്നെ പരിശോധിക്കുമ്പോൾ ആകെ സംശയമാകും. ഒരു പക്ഷി തന്നെ മറ്റു പല പക്ഷികളുടെയും ശബ്ദം അനുകരിച്ചെന്നിരിക്കും. ഉദാഹരണം കാടുമുഴക്കി തന്നെ. അതുകൊണ്ട് ശബ്ദം കേട്ടുവെന്നു കരുതി ആ പക്ഷി അവിടെയുണ്ടെന്ന് ഉറപ്പിക്കാനാകില്ല. എന്നാൽ നിരന്തരം പരിശീലനം കൊണ്ട് ശബ്ദം കേട്ട് ഒട്ടുമിക്ക പക്ഷികളെയും ചിലർക്കെങ്കിലും തിരിച്ചറിയാൻ കഴിയുമെന്നത് വിസ്മരിക്കുന്നില്ല. ശബ്ദം കേട്ട് പക്ഷിയേതെന്ന് ഉറപ്പിക്കാൻ കഴിഞ്ഞാൽ പോലും അതിനെ നേരിട്ട് കണ്ട് ബോദ്ധ്യപ്പെട്ട ശേഷം കുറിക്കുന്നതാണ് ശരിയായ രീതി എന്നതായിരുന്നു കെ കെ നീലകണ്ഠൻ ഗുരുകുല ശൈലി.

പക്ഷിനിരീക്ഷകനെന്നനിലയിൽ പേരെടുത്തിട്ടും ഇന്ദുചൂഡൻ ഒരു പക്ഷിയെ കാണുമ്പോൾ ഭയങ്കര ആവേശത്തിലാകും. ഒരു കുട്ടി ആദ്യമായി ഒരു പക്ഷിയെ കാണുമ്പോഴുള്ള ആനന്ദ കൗതുകവും തന്റെ ജീവിതത്തിലുടനീളം പക്ഷിനിരീക്ഷണത്തിൽ അദ്ദേഹം കാത്തുസൂക്ഷിച്ചു.

പക്ഷികളെക്കുറിച്ച് ശാസ്ത്രീയമായിട്ടൊന്നും മനസ്സിലാക്കാനായില്ലെങ്കിലും അടിസ്ഥാനപരമായി ഒരാൾക്ക് വേണ്ടത് അവയെ കാണുമ്പോഴുള്ള ആവേശമാണെന്ന വിശ്വാസക്കാരനായിരുന്നു അദ്ദേഹം.

പക്ഷിനിരീക്ഷകനായ അഡ്വ. എൽ നമശ്ശിവായൻ ഓർക്കുന്നു:

"ഒരിക്കൽ പെരുമാതുറ ബീച്ചിൽവച്ച് 'ഞണ്ടുതീനി' എന്ന ദേശാടനപ്പക്ഷിയെ കണ്ടപ്പോൾ ഇന്ദുചൂഡൻ പത്തുമിനിറ്റോളം ആഹ്ലാദത്താൽ ആഫ്രിക്കൻ 'വൂഡു' ഡാൻസ് കളിച്ചു."

സാധാരണ കാണാത്ത ഒരു പക്ഷിയെ കണ്ടാൽ അതേതാണെന്ന് ആരെങ്കിലും അദ്ദേഹത്തോടു ചോദിച്ചാൽ 'ഫെദേർഡ് ബൈ പെഡ്' എന്നേ പറയു. ഇരുകാലുള്ള, ചിറകുള്ള തൂവലുള്ള സാധനം. വിശദമായ പരിശോധനയ്ക്കുശേഷമേ പക്ഷിയേതെന്ന് അദ്ദേഹം പറയുമായിരുന്നുള്ളൂ.

ഒരിക്കൽ ഇന്ദുചൂഡൻ വാലൻ താമരക്കോഴിയെ സാധാരണ താമരക്കോഴിയാണെന്നു തെറ്റിദ്ധരിച്ച് ബോംബെ നാചറൽ ഹിസ്റ്ററി സൊസൈറ്റിക്കെഴുതി. തനിക്കു പറ്റിയ ഈ തെറ്റിനെയോർത്തു മരിക്കും വരെ അദ്ദേഹത്തിന് സങ്കടം തോന്നിയിരുന്നു.

'ബെറ്റർ ഗോ എ, സ്പീഷിസ് അൺ ഐഡന്റിഫൈഡ് ദാൻ റോങ് ഐഡന്റിഫൈഡ്' എന്ന വിശ്വാസക്കാരനായിരുന്നു അദ്ദേഹം.

ഒരു പക്ഷിയെ കണ്ടാൽ ഉടനെ അതിനെ തിരിച്ചറിയണമെന്ന വാശി വേണ്ട. ഒരു പക്ഷിയെ തെറ്റായി രേഖപ്പെടുത്തുന്നത് നമ്മൾ ശാസ്ത്രത്തിനോടു ചെയ്യുന്ന ഏറ്റവും വലിയ നീതികേടാണ്. പക്ഷിയേതെന്ന് തിരിച്ചറിഞ്ഞില്ലെങ്കിലും കുഴപ്പമില്ല. ഇതായിരുന്നു പക്ഷി ജീവിതപഠനത്തിൽ ഇന്ദുചൂഡൻ സ്വീകരിച്ച നിലപാട്.

പക്ഷികളുടെ നാട്ടുപേരുകളും ഇംഗ്ലീഷ് പേരുകളും പഠിച്ചുവയ്ക്കുന്നത് വളരെ പ്രധാനപ്പെട്ട കാര്യമാണ്. പക്ഷിജീവിതനിരീക്ഷണത്തിൽ നമ്മൾ മുന്നോട്ട് പോകുമ്പോൾ നിർബ്ബന്ധമായും പക്ഷികളുടെ ശാസ്ത്രനാമങ്ങൾ കൂടി പഠിക്കേണ്ടതുണ്ട്. ലോകത്തെവിടെയുള്ളവരുമായും പക്ഷികളെ സംബന്ധിച്ച് ആശയവിനിമയം നടത്താൻ ഇതു സഹായം ചെയ്യും. ജീവജാലങ്ങളെയെല്ലാം സ്പീഷിസ് (ജാതി) അടിസ്ഥാനത്തിൽ വേർതിരിച്ചത് പതിനെട്ടാംനൂറ്റാണ്ടിൽ സ്വീഡനിൽ ജീവിച്ചിരുന്ന ലിന്നെയസ് എന്ന ശാസ്ത്രജ്ഞനാണ്. ഓരോ ജാതിക്കും പ്രത്യേക ശാസ്ത്രനാമങ്ങൾ കൊടുക്കുന്ന ഒരു പദ്ധതി ആദ്യമായി ആവിഷ്കരിച്ച് അദ്ദേഹം പ്രചാരത്തിൽ വരുത്തി. ഈ രീതിയനുസരിച്ച് ഗ്രീക്കിലോ ലാറ്റിനിലോ ഉള്ള രണ്ടുപദങ്ങൾ ഒരോ ജാതിക്കുമുണ്ടാകും. വീട്ടുകാക്കയുടെ ശാസ്ത്രനാമം കോർവസ് സ്പ്ലെൻഡൻസ്. ഇതിന്റെ അർത്ഥം സുന്ദരനായ കാക്കയെന്നാണ്.

ആശുപത്രിക്കിടക്കയിൽ കിടന്ന് പോലും പക്ഷികളെക്കുറിച്ച് എന്തെങ്കിലും സംശയവുമായി ആരെങ്കിലും കത്തെഴുതി ചോദിച്ചാലതിന്

കൃത്യമായി മറുപടി അയക്കുമായിരുന്നു. നടനും എഴുത്തുകാരനുമായ വി കെ ശ്രീരാമന് വീടിന്റെ തട്ടിൻപുറത്തുനിന്നൊരു വെള്ളിമൂങ്ങയെ കിട്ടി. പറക്കാൻ കഴിയാത്ത അവസ്ഥയിലായ അതിനെ ഒരു കോഴിക്കൂട്ടിലടച്ചിട്ടു. പിന്നെന്തു ചെയ്യണമെന്നറിയില്ല. പക്ഷിനിരീക്ഷകനായ കെ കെ നീലകണ്ഠനെ ശ്രീരാമന് അപ്പോ ഓർമ്മവന്നു. കെ കെ നീലകണ്ഠന് കാര്യങ്ങൾ വിശദീകരിച്ചൊരു കത്തെഴുതി. അപ്പോഴദ്ദേഹം തിരുവനന്തപുരം മെഡിക്കൽ കോളേജിൽ രോഗബാധിതനായി കിടക്കുകയായിരുന്നു.

ഫ്രം. റൂം 428, കെ എച്ച് ആർ ഡബ്ല്യു എസ് വാർഡ്, മെഡിക്കൽ കോളേജ് ഹോസ്പിറ്റൽ, ട്രിവാൻഡ്രം. 8.5.89 എന്ന വിലാസത്തിൽ നിന്നാണ് ശ്രീരാമന് മറുപടിക്കത്ത് വന്നത്. കത്തിങ്ങനെ:

> താങ്കളുടെ വിരുന്നുകാരനെ ഇന്ന് രാത്രി എട്ട് മണിക്ക് മോചിപ്പിക്കുകയാണ് ഏറ്റവും നല്ലത്. പകൽസമയത്ത് തുറന്നുവിട്ടാൽ കാക്കകൾ കൊത്തി കൊല്ലാനിടയുണ്ട്. മുറിവോ മറ്റോ ഉണ്ടെങ്കിൽ, നല്ലതുപോലെ കൊത്തിനുറുക്കിയ ഇറച്ചി ചെറുതായി മുറിച്ചത് തിന്നാൻ കൊടുക്കുക, രാത്രി എഴുമണിക്ക് ശേഷം കൂട് തുറന്നു വിടുന്നതാണ് ഉത്തമം. സ്വതന്ത്രമായ മൂങ്ങ ധാരാളം എലികളെ പിടിച്ചുതിന്ന് നമുക്ക് ഗുണം ചെയ്യും. വളർത്താൻ ശ്രമിക്കുന്നത് ശരിയല്ല. ദേഹത്തിന് സുഖമില്ലാത്തതിനാൽ ആശുപത്രിയിലാണെന്നും മേയ് മാസം കഴിയുംമുമ്പ് കാവശ്ശേരിക്ക് തിരിച്ചുപോകാൻ കഴിയുമെന്നാണ് പ്രതീക്ഷിക്കുന്നതെന്നും കത്തിലെഴുതിയിട്ടുണ്ട്. വിരുന്നുകാരനെ ആരെങ്കിലും തടവിലിടാറുണ്ടോ?

എന്നൊരു ചോദ്യവും കത്തിലുണ്ട്. (വെള്ളിമൂങ്ങയെ പിടിച്ച് കോഴിക്കൂട്ടിലടച്ചതിനെക്കുറിച്ചാണിത്). കെ കെ നീലകണ്ഠന്റെ ഈ കത്ത് വി കെ ശ്രീരാമൻ നിധിപോലെ സൂക്ഷിക്കുന്നുണ്ട്. കെ കെ നീലകണ്ഠനെപ്പോലെ പ്രശസ്തനായൊരു പ്രകൃതിസ്നേഹിയെ നേരിൽ കാണാനായില്ലല്ലോയെന്ന ഖേദവും അദ്ദേഹം ഹൃദയത്തിൽ സൂക്ഷിക്കുന്നു.

തുന്നാരൻ

സംഗീതത്തോട് കെ കെ നീലകണ്ഠന് താല്പര്യമായിരുന്നു. പല കീർത്തനങ്ങളും ഭംഗിയോടെ വിസിൽ ചെയ്തിരുന്നു. പക്ഷികളുടെ ശബ്ദം സൂക്ഷ്മതയോടെ വിസിൽ ചെയ്തനുകരിക്കാനും പ്രത്യേക കഴിവുണ്ടായിരുന്നു. ബുൾബുൾ പക്ഷിയുടെ പാട്ടായാലും മണ്ണാത്തി പുള്ളിന്റേതായാലും ശ്യാമയുടെതായാലും എന്തിനു സങ്കീർണ്ണമായ ചില നീർപക്ഷികളുടെ പോലും ശബ്ദം അദ്ദേഹം നന്നായി അനുകരിച്ചിരുന്നു.

സംഗീതത്തോടുള്ള ഈ താല്പര്യം തന്നെ അദ്ദേഹത്തിന് ചിത്രരചനയിലും കാണാം. പക്ഷികളുടെ സൂക്ഷ്മ നിറവിന്യാസം അതിന്റെ, ശരീരഘടനയുടെ പ്രത്യേകതകളൊന്നും ചോരാതെയും അദ്ദേഹം പക്ഷികളെ വരച്ചിരുന്നു. ഒരുപക്ഷേ, സാലിം അലിയാവാം കെ കെ നീലകണ്ഠന്റെ ഇക്കാര്യത്തിലുള്ള മാതൃക. കൊളോണിയൽ സ്വാധീനം സാലിം അലിയുടെ വരയിലും പക്ഷിനിരീക്ഷണ ശൈലിയിലും തുടക്കക്കാലത്ത് നിറഞ്ഞു നിന്നിരുന്നുവെന്നത് സത്യമാണ്. അതിന്റെ തുടർച്ച കെ കെ നീലകണ്ഠനിലുമുണ്ട്. പക്ഷികളെ അതിന്റെ ജീവിത പരിസരത്തുനിന്ന് അടർത്തിയെടുത്ത് വരയ്ക്കുകയെന്നത് കൊളോണിയൽ ചിത്രരചനാ ശൈലി. എന്നാൽ ഇന്ത്യൻശൈലി ചുറ്റുപാടുകളെക്കൂടി ഉൾക്കൊള്ളുന്നതാണ്. മുഗൾചിത്രങ്ങൾ തന്നെ ഉദാഹരണം. പ്രകൃതിയുടെ പല അടരുകൾ നമുക്കതിൽ ദർശിക്കാനാവും. പന്ത്രണ്ടാം നൂറ്റാണ്ടിൽ ജീവിച്ചിരുന്ന പേർഷ്യൻ സൂഫികവിയായ ഫരീദുദ്ദീൻ അത്താറിന്റെ *പക്ഷിയുടെ സമ്മേളനം* (*matiq-ut-Tair - The conference of birds*) എന്ന കാവ്യം ലോകപ്രശസ്തമാണ്.

നമ്മുടെ വൈക്കം മുഹമ്മദ് ബഷീർ ഫരീദുദ്ദീൻ അത്താറിനെക്കുറിച്ച് എഴുതിയിട്ടുണ്ട്. ഒരുപക്ഷേ അദ്ദേഹത്തെ കുറിച്ച് മലയാളത്തിൽ

വരുന്ന ശ്രദ്ധേയമായ ആദ്യത്തെ ലേഖനം വൈക്കം മുഹമ്മദ് ബഷീറിന്റേതാവാം. ലോകത്തിലെ പക്ഷികളെല്ലാവരും കൂടി സിമോർഗ് (Simurgh) എന്ന അവയുടെ ഭരണാധിപനെ കാണാനുള്ള യാത്രയിലാണ്. ഉപ്പൂപ്പൻ (Hoopoe) ആണവരുടെ നേതാവ്. ആത്മാന്വേഷണത്തിന്റെ മഹാവിഹായസാണ് ഈ കാവ്യത്തിലൂടെ അദ്ദേഹം തുറന്നിടുന്നത്. ആയിരക്കണക്കിന് പക്ഷികളിൽ മുപ്പതെണ്ണത്തിന് മാത്രമെ യാത്ര മുഴുവിക്കാൻ കഴിയുന്നുള്ളൂ. മനുഷ്യന്റെ കേവല അറിവുകൾക്കപ്പുറം വാക്കുകൾ കൊണ്ട് വിവരിക്കാൻ കഴിയാത്തതും ബുദ്ധികൊണ്ടു പ്രാപിക്കാൻ കഴിയാത്തതുമായ ഒന്നിന്റെ ഗംഭീരമായൊരു കവാടത്തിലാണ് പക്ഷികളുടെ യാത്ര ചെന്നവസാനിക്കുന്നത്. സൂഫി ചിന്തയല്ലാതെ ഇതു മറ്റൊന്നല്ല. സമഗ്രതയെ പുല്കാനുള്ള അഭിവാഞ്ഛയാണതിൽ നിറഞ്ഞു നില്ക്കുന്നത്. പക്ഷി വൈവിദ്ധ്യത്തിലും രചനാ സൗകുമാര്യത്തിലും കിഴക്കിന്റെ കലയുടെ മാഹാത്മ്യം മുഴുവൻ വെളിവാക്കുന്നതാണ്. എ ഡി 1600 ൽ പേർഷ്യൻ ചിത്രകാരനായ ഹബീബ് അള്ളാ പക്ഷികളുടെ സമ്മേളനത്തിന് വരച്ച ചിത്രം – പക്ഷികളുടെ ആവാസ വ്യവസ്ഥ കൂടി വെളിപ്പെടുത്തുന്നതാണത്. ഷാർജ പുസ്തകോത്സവത്തിൽ പങ്കെടുക്കാനായി 2018 ൽ ഞാനവിടെ പോവുകയുണ്ടായി. *ബ്യൂട്ടിഫുൾ ബേർഡ്സ്, ഫെദേർഡ് ഫ്രണ്ട്സ്* എന്ന എന്റെ ഇംഗ്ലീഷ് പക്ഷിപ്പുസ്തകങ്ങൾ മുൻവിദ്യാഭ്യാസമന്ത്രിയായിരുന്ന എം എ ബേബി അവിടെവച്ച് പ്രകാശനം ചെയ്തു. ഷാർജയിലെ ആർട്ട് മ്യൂസിയം ലോകത്തിലെ തന്നെ ശ്രദ്ധേയമായൊരു മ്യൂസിയമാണെന്ന് ഞാൻ കേട്ടിരുന്നു. അവിടം കാണാതെ മടങ്ങുക വലിയ നഷ്ടമാണ്. സുഹൃത്തുക്കളായ ഗോപീനാരായണനും ബാബു ജോണിനുമൊപ്പം ആർട്ട് ഗാലറി സന്ദർശിച്ചപ്പോൾ ഇക്കാര്യം നേരിട്ട് ബോദ്ധ്യപ്പെടുകയും ചെയ്തു. ബാഗ്ദാദിലേക്ക് എ ഡി 1258 ൽ മാഗോൾ അധിനിവേശം സംഭവിച്ചശേഷം പേർഷ്യൻ കലാപാരമ്പര്യത്തിൽ ചൈനീസ് പാരമ്പര്യം സ്വാധീനം ചെലുത്തുകയുണ്ടായി. പേർഷ്യൻ – ചൈനീസ് പാരമ്പര്യങ്ങളുടെ സമന്വയത്തിനിത് കാരണമായി. രണ്ടു ചിത്രരചനാ പാരമ്പര്യങ്ങളുടെ സമന്വയത്തിന്റെ മനോഹരമായൊരു ചിത്രം സിമോർഗിലൂടെ ഞാനവിടെ കണ്ടു. സാംസ്കാരികപരിമിതികളെ ഭേദിച്ചുള്ള ചിത്രരചനാ ശൈലിയാണിത്. ഭാവനയ്ക്കാണിവിടെ കേന്ദ്രസ്ഥാനം. (സിമോർഗിന്റെ) ദാർശനികവും ഭാവനാത്മകവുമായ പക്ഷികളുടെ സമ്മേളനത്തിൽ നിന്ന് വ്യത്യസ്തമായ തലമാണ് പക്ഷിനിരീക്ഷകനുള്ളത്. പക്ഷിപ്പുസ്തകങ്ങൾക്കായി ചിത്രങ്ങൾ വരയ്ക്കുമ്പോൾ പല പരിമിതികളുമുണ്ട്.

പക്ഷികളെ തിരിച്ചറിയാൻ വേണ്ടുന്ന ചേരുവകളാണതിൽ പ്രധാനം. അതുകൊണ്ട് നീലകണ്ഠന്റെയും സാലിം അലിയുടെയും പക്ഷിച്ചിത്രങ്ങളുടെ വിമർശകർ ഇക്കാര്യംകൂടി പരിഗണിക്കേണ്ടതുണ്ട്.

മുഗൾ രാജാക്കന്മാരുടെ പ്രകൃതിസ്നേഹം ലോകപ്രസിദ്ധമാണ്. അവരിൽ പലരും കവിഹൃദയമുള്ളവരുമായിരുന്നു. ഔറംഗസേബ് കൂട്ടത്തിൽ വ്യത്യസ്തനായിരുന്നു. ജഹാംഗീർ ചക്രവർത്തിയുടെ ഡയറിക്കുറിപ്പുകളൊക്കെ നല്ല ഒന്നാംതരം പക്ഷിനിരീക്ഷണക്കുറിപ്പുകൾ കൂടിയാണ്. ആദ്യമായി വർണ്ണചിത്രങ്ങളോടെ പക്ഷിനിരീക്ഷണക്കുറിപ്പുകൾ എഴുതിയത് ജഹാംഗീർ ചക്രവർത്തിയായിരുന്നു. കൊട്ടാരം ചിത്രമെഴുത്തുകാരനായ മൺസൂറാണ് മനോഹരമായ പക്ഷിച്ചിത്രങ്ങൾ ചക്രവർത്തിയുടെ പ്രകൃതിനിരീക്ഷണക്കുറിപ്പുകളിൽ ആലേഖനം ചെയ്തിരുന്നത്. മൗറിഷ്യസിൽ ഒരുകാലത്ത് ധാരാളം ഉണ്ടായിരുന്ന ഡോഡോപ്പക്ഷി ഇപ്പോൾ വംശനാശമടഞ്ഞുപോയ പക്ഷിയാണ്. യൂറോപ്യരാണ് ഇതിനെ മുച്ചൂടും കൊന്നു നശിപ്പിച്ചത്. ഈ ഡോഡോപ്പക്ഷിയെ മുഗൾക്കൊട്ടാരത്തിൽ വളർത്തിയിരുന്നുവെന്ന് നമ്മൾ മനസ്സിലാക്കുന്നത് മൺസൂറിന്റെ ചിത്രങ്ങളിലൂടെയാണ്. ക്രെയിൻപക്ഷികളെക്കുറിച്ചുള്ള ജഹാംഗീർ ചക്രവർത്തിയുടെ നിരീക്ഷണക്കുറിപ്പുകൾ ശാസ്ത്രീയവും സൗന്ദര്യാത്മകവുമാണ്. മുഗൾചക്രവർത്തിമാരുടെ ഡയറിക്കുറിപ്പുകൾ അക്കാലത്തെ ഭാരതത്തിലെ പ്രകൃതിസമ്പത്തിലേക്ക് കൂടി വെളിച്ചം വീശുന്നവയാണ്.

ഡോ. സാലിം അലിയുടെ ജീവിതവും ഇന്ദുചൂഡന്റെ ജീവിതവും തമ്മിൽ പലതരത്തിൽ സാമ്യമുള്ളതായി കാണാം. പക്ഷികളുടെ പെരുമാറ്റ ശാസ്ത്രവും ചുറ്റുപാടുമായുള്ള പക്ഷികളുടെ ബന്ധത്തെയുംകുറിച്ചു പഠിക്കാനായിരുന്നു സാലിം അലിക്ക് ഏറെ താല്പര്യം. കെ കെ നീലകണ്ഠനും അങ്ങനെ തന്നെയായിരുന്നു. ഇരുവരും തമ്മിൽ ആത്മസുഹൃത്തുക്കളായിരുന്നു. *പക്ഷികളും മനുഷ്യരും പക്ഷിനിരീക്ഷണത്തിന് ഒരു ആമുഖം* എന്ന തന്റെ പുസ്തകം സാലിം അലിക്കാണ് കെ കെ നീലകണ്ഠൻ സമർപ്പിച്ചിരിക്കുന്നത്.

ഭാരതീയ പക്ഷിനിരീക്ഷകരുടെയെല്ലാം കുലഗുരുവായ ഒരു പ്രകൃതിശാസ്ത്രജ്ഞൻ എന്ന നിലയ്ക്കും പ്രകൃതിസംരക്ഷണത്തിനായി സർവ്വസ്വവും ത്യജിച്ചുവർത്തിച്ച ഒരു യോഗിവര്യനെന്ന നിലയ്ക്കും അന്തർദ്ദേശീയ

പ്രശസ്തിയും ബഹുമതികളും നേടിയ വളർന്നുവരുന്ന തലമുറയ്ക്ക് ഒരുത്തമമാതൃകയായ ഡോക്ടർ സാലിം അലി. ഈ ഗ്രന്ഥത്തിന് അവതാരിക എഴുതിയിരിക്കുന്നത് സാലിം അലിതന്നെയാണ്. കേരളത്തിലെ ജനങ്ങൾക്കിടയിൽ പക്ഷിനിരീക്ഷണത്തിലുണ്ടായിരിക്കുന്ന അവബോധത്തിനും ഉണർവ്വിനും താല്പര്യത്തിനും മുഖ്യകാരണം കെ കെ നീലകണ്ഠൻ ഈ വിഷയത്തിലെഴുതുന്ന ലേഖനങ്ങളാണെന്ന് സാലിം അവതാരികയിൽ ചൂണ്ടിക്കാട്ടുന്നുണ്ട്.

കെ കെ നീലകണ്ഠന് മലയാളം പോലെ ഇംഗ്ലീഷും വശമാണെന്ന വസ്തുത ഞങ്ങളെപ്പോലെയുള്ള വിദേശികൾക്ക് ഏറ്റവും സന്തോഷകരമത്രെ. ബോംബെ നാച്ചുറൽ ഹിസ്റ്ററി സൊസൈറ്റിയുടെ ജേർണലിൽ അദ്ദേഹമെഴുതാറുള്ള ലേഖനങ്ങൾ വഴി തന്റെ ഗാഢമായ പക്ഷിജീവിതനിരീക്ഷണത്തിന്റെ സത്ഫലങ്ങൾ ഇടയ്ക്കിടയ്ക്ക് ഞങ്ങൾക്കും ലഭിക്കുന്നുണ്ട്.

പ്രൊഫ. കെ കെ നീലകണ്ഠന്റെ നൈപുണ്യവും ബഹുമുഖസിദ്ധികളും നേരിട്ടറിയാവുന്നയാളെന്ന നിലയിൽ *പക്ഷികളും മനുഷ്യരും* എന്ന പുസ്തകം ഇംഗ്ലീഷ് വായനക്കാർക്ക് കൂടി ലഭ്യമാകുന്നതരത്തിൽ വിവർത്തനം ചെയ്തു പ്രസിദ്ധീകരിക്കണമെന്നും സാലിം അലി അവതാരികയിൽ ആവശ്യപ്പെടുന്നുണ്ട്.

ജന്തുശാസ്ത്രത്തിൽ ഒരു ഡിഗ്രിയില്ലാതെയാണ് സാലിം അലി ലോകപ്രശസ്ത പക്ഷി നിരീക്ഷകനായി മാറിയത്. ഇന്ദുചൂഡനും ജന്തുശാസ്ത്രത്തിൽ ഡിഗ്രിയുണ്ടായിരുന്നില്ല. ഇംഗ്ലീഷ് സാഹിത്യത്തിലായിരുന്നു അദ്ദേഹം ഡിഗ്രി നേടിയത്. എന്നാൽ ജന്തുശാസ്ത്രത്തിൽ ഗവേഷണം നടത്തുന്ന ഏതൊരാളേക്കാളും കണിശതയും ശാസ്ത്രീയതയും പുലർത്തിയവരായിരുന്നു ഇരുവരും. വ്യക്തിപരമായ നേട്ടങ്ങളോ സാമ്പത്തിക താല്പര്യമോ ലക്ഷ്യംവയ്ക്കാതെയാണ് രണ്ടുപേരും തങ്ങളുടെ ജീവിതം പ്രകൃതി സംരക്ഷണത്തിനും പക്ഷികൾക്കായും സമർപ്പിച്ചത്. തൂക്കണാം കുരുവിയുടെ ജീവിത രഹസ്യം നമുക്ക് പറഞ്ഞുതന്നത് സാലിം അലിയാണ്. തൂക്കണാം കുരുവി പൂവൻ മനോഹരമായ കൂട് നെയ്ത് ഇണയ്ക്കായി കാത്തിരിക്കും.

പിടപ്പക്ഷി വന്ന് കൂട് പരിശോധിച്ച് ഇഷ്ടമായെങ്കിൽ മാത്രമെ ഇരുവരും വിവാഹ കരാറിൽ ഏർപ്പെടുകയുള്ളൂ. കൂട് ഇഷ്ടമായ ഇണപ്പക്ഷിക്ക് മുട്ടയിടാനായത് സമ്മാനിച്ചശേഷം പൂവൻ മറ്റൊരു കൂടിന്റെ പണിതുടങ്ങും. അടുത്ത ഇണപ്പക്ഷിക്കതു നല്കും. ഇങ്ങനെ കൂടൊരു

ക്കുന്ന കാലത്ത് മൂന്നും നാലും കൂടുകൾ ഒരാൺപക്ഷി നിർമ്മിക്കാറുണ്ട്. സാലിം അലി തൂക്കണാം കുരുവിക്കൂടുകൾ ദിവസങ്ങളോളം നിരീക്ഷണം നടത്തുമ്പോൾ പ്രിയ പത്നി തെഹ്മിനയും ഒരു സഹായിയായി അദ്ദേഹത്തോടൊപ്പമുണ്ടായിരുന്നു. തൂക്കണാം കുരുവിയുടെ രഹസ്യ ജീവിതം നമുക്ക് വെളിവാക്കിത്തന്നത് സാലിം അലിയാണെങ്കിൽ തുന്നാരൻ കിളികളുടെ ജീവിത രഹസ്യത്തിലേക്ക് വെളിച്ചം വീശിയത് ഇന്ദുചൂഡനാണ്. സാലിം അലിക്ക് തൂക്കണാം കുരുവിയെന്നതു പോലെയായിരുന്നു ഇന്ദുചൂഡന് തുന്നാരൻ പക്ഷി.

തിരുവനന്തപുരം യൂണിവേഴ്സിറ്റി കോളേജിൽ ഇംഗ്ലീഷ് പ്രൊഫസറായി ഇന്ദുചൂഡൻ ജോലി നോക്കുമ്പോൾ പുളിമൂടിന് സമീപമുള്ള മാമ്പള്ളി ലെയ്നിലുള്ള ഒരു വാടക വീട്ടിലായിരുന്നു അദ്ദേഹം താമസിച്ചിരുന്നത്. ഇപ്പോൾ ആ ലെയ്ൻ ജി പി ഒ (ജനറൽ പോസ്റ്റ് ഓഫീസ് ലൈൻ) എന്നാണറിയപ്പെടുന്നത്. ചെറുതെങ്കിലും മനോഹരമായൊരു വീട്ടുവളപ്പായിരുന്നു ആ വീടിനുണ്ടായിരുന്നത്. കുറെ ചെടികളും മരങ്ങളും അവിടുണ്ടായിരുന്നു. ധാരാളം പക്ഷികളവിടെ നിത്യസന്ദർശകരായിരുന്നു.

ഇന്ദുചൂഡന്റെ പക്ഷിനിരീക്ഷണ ജീവിതത്തിൽത്തന്നെ തിളക്കമുള്ള ഒരു അദ്ധ്യായമായി മാറിയ തുന്നാരൻ കുരുവി പഠനം ഇവിടെയാണ് നടന്നത്. അടയ്ക്കാക്കുരുവി, പാണക്കുരുവി എന്നെല്ലാം പേരുള്ള ഒരു സാധാരണ പക്ഷിയാണിത്. ആകെ നീളം അഞ്ചിഞ്ച് മാത്രമെ വരുകയുള്ളൂ. പൂവന്റെ വാലിന് ഒരിഞ്ചോളം നീളം വരും. നെറ്റിയും മൂർദ്ധാവും ചുകപ്പ്, പുറം ചിറകുകൾ, വാൽ എന്നിവ മഞ്ഞ കലർന്ന പച്ച. ചിറകുകളിലെ വലിയ തൂവലുകൾക്ക് തവിട്ടുനിറം. മുഖവും ദേഹത്തിന്റെ അടിവശവും വെള്ള. പൂവനും പിടയും തമ്മിൽ കാഴ്ചയ്ക്കു വാലിന്റെ ആകൃതിയിലും നീളത്തിലും മാത്രമെ വ്യത്യാസം കാണുകയുള്ളൂ. കൂടുനിർമ്മാണത്തിന്റെ പേരിൽ പ്രസിദ്ധനായ പക്ഷിയാണിത്. Tailor Bird (തുന്നാരൻ) എന്നാണ് പൊതുവിൽ ഇതറിയപ്പെടുന്നത്. താഴ്ന്ന ക്ലാസുകളിൽ ഈ പക്ഷിയെക്കുറിച്ച് പഠിക്കാനുണ്ടാകുമെങ്കിലും സർവ്വസാധാരണമായി കാണപ്പെടുന്ന ഇതിന്റെ ജീവിത രഹസ്യങ്ങളെക്കുറിച്ച് അധികമൊന്നും അനാവരണം ചെയ്യപ്പെട്ടിരുന്നില്ല. കേരളത്തിൽ തുന്നാരൻ പക്ഷിയെക്കുറിച്ച് ആദ്യമായി ബ്രഹത്തായൊരു നിരീക്ഷണം നടത്തിയത് കെ കെ നീലകണ്ഠനാണ്. അദ്ദേഹത്തിന്റെ വീട്ടുവളപ്പിൽ സാധനങ്ങൾ സൂക്ഷിക്കാനുള്ള ഒരു മുറിയുടെ (സ്റ്റോർ റൂം) ജനലിനരുകിൽ ഇരുന്നാൽ തൊട്ടടുത്തുള്ള മന്ദാരത്തിൽ തുന്നാരൻ കൂടൊരുക്കുന്നതൊക്കെ നന്നായി കാണാനാവുമായിരുന്നു. ഇതൊരവസരമാക്കിയാണ് അദ്ദേഹം കുടുംബാംഗങ്ങളുടെ സഹകരണത്തോടെ തുന്നാരൻ പക്ഷി നിരീക്ഷണം ആരംഭിച്ചത്. 128 മണിക്കൂറുകൾ തുന്നാരൻ പക്ഷികളുടെ വരവ് പോക്കും പെരുമാറ്റവും കൃത്യമായി അവർ രേഖപ്പെടുത്തി. 13 ദിവസം പ്രായമുള്ള മൂന്നു തുന്നാരൻ കുഞ്ഞുങ്ങൾക്ക് 233 തവണ തീറ്റ കൊടു

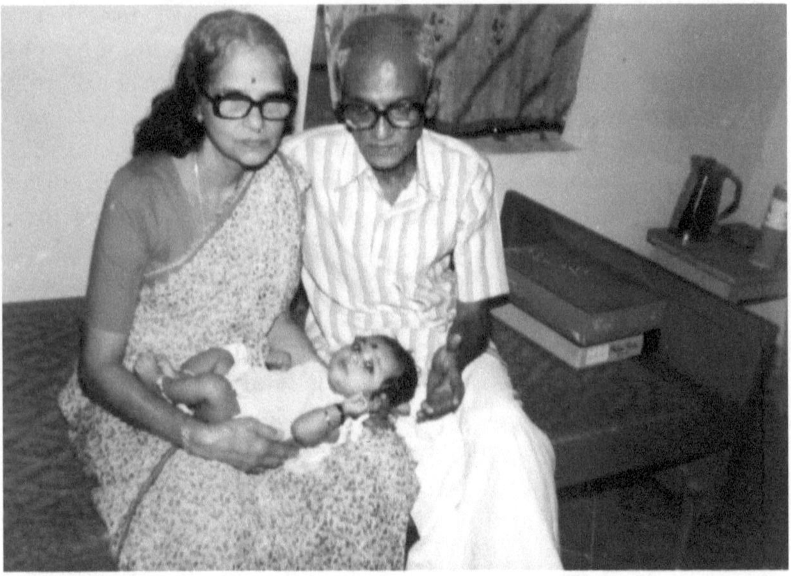

ത്തതായി അവർക്ക് കണ്ടെത്താൻ കഴിഞ്ഞു. ഇങ്ങനെ ഒരുപാടുകാര്യങ്ങൾ ആ നിരീക്ഷണത്തിലൂടെ വെളിപ്പെട്ടു.

പക്ഷിനിരീക്ഷണം എങ്ങനെയാവണം എന്നതിന്റെ വ്യക്തമായൊരു പാഠശാലയാണ് അദ്ദേഹത്തിന്റെ ഇതു സംബന്ധിച്ചുള്ള കുറിപ്പുകൾ: സംഭവം നടന്നത് 1973 ജൂൺ–ജൂലൈ മാസക്കാലത്താണ്. സ്ഥലം തിരുവനന്തപുരം നഗരമദ്ധ്യത്തിൽ ഒരു കൊച്ചു വളപ്പ്. അഞ്ചാറു ചതുരശ്രവാര വിസ്തൃതിയുള്ള ഈ വളപ്പിൽ കുറെ ചെമ്പരത്തി, ഒരു പുളി, കുറെ മുരിങ്ങ, ഒരു മന്ദാരം ഒരു ചെമ്പകത്തൈ എന്നിവ നിന്നിരുന്നു. ജൂൺ 11 നാണ് ചെമ്പകത്തിൽ കെട്ടിത്തുടങ്ങിയ കൂട് കണ്ടുപിടിച്ചത്. 17 ഉം 19 ഉം വയസ്സുള്ള രണ്ടു മക്കളും ഞാനും മാറിമാറി പതിവായി കൂടിന് കാവലിരിക്കുകയും ദിവസേന മൂന്നു തവണ ഓരോ മണിക്കൂർ നേരം പക്ഷികളുടെ ചേഷ്ടകളെല്ലാം സൂക്ഷിച്ചുനോക്കി കുറിച്ചിടുകയും ചെയ്തു.

കെട്ടിടത്തിന്റെ രണ്ട് വാതിലുകളിൽ നിന്നും ഒരു ജനാലയിൽ നിന്നും 1.5–2.5 മീറ്റർ മാത്രം ദൂരെയായിരിക്കുന്ന തുന്നാരൻ കൂട് നല്ല പോലെ കാണാമായിരുന്നു. 11.6.73 നും 13.7.73 നും മിടയ്ക്ക് 6 ദിവസം സൂര്യോദയം മുതൽ സൂര്യാസ്തമനം വരെ ആരെങ്കിലും ഒരാൾ പക്ഷികളുടെ പരിപാടികളെല്ലാം നിരീക്ഷിച്ച് കുറിപ്പെഴുതി. ഒരു കസാലയും ഒരു പലകയും വാച്ച്, കടലാസ്, പെൻസിൽ എന്നിവയും മാത്രമാണ് ഗവേഷണത്തിനുവേണ്ടിവന്ന ഉപകരണങ്ങൾ. ഒട്ടാകെ 128 മണിക്കൂർ നേരം പക്ഷികളുടെ ഗതാഗതവും പെരുമാറ്റവും ഇങ്ങനെ രേഖപ്പെടു

ത്താൻ കഴിഞ്ഞു. 10.6.73 ന് കാലത്ത് ഒമ്പതര മണിക്ക് കൊക്കിൽ തൂവെള്ളയായ പൂടത്തൂവലുകളുമായി വന്ന ആൺ തുന്നാരൻ അവയെ ഓടിന്റെ പുറത്തിരുന്നിരുന്ന പിടയുടെ വായിൽ ഇട്ടുകൊടുക്കുവാൻ ശ്രമിക്കുന്നതു കണ്ടു. തത്സമയം പിട ഭക്ഷണം യാചിക്കുന്ന കുഞ്ഞിനെപ്പോലെ കൊക്ക് മുകളിലേക്ക് ചൂണ്ടി, വായ തുറന്നുപിടിച്ച്, ചിറകുകൾ തൂക്കിയിട്ട് തുരുതുരെ വിറപ്പിച്ചു. ആൺപക്ഷി തൂവലുകളുംകൊണ്ട് താഴോട്ട് പറന്ന്, അങ്ങിങ്ങു തുള്ളിച്ചാടിയ ശേഷം പറന്നുപോയി. ഞങ്ങൾ കൂട് തിരഞ്ഞു തുടങ്ങി. പിറ്റേന്നു മാത്രമെ കണ്ടുകിട്ടിയുള്ളൂ.

നിരീക്ഷണ പഠനം ചുരുക്കത്തിൽ

1973 ജൂൺ 10 – പൂവൻ തൂവലുകൾ കൊണ്ടു വരുന്നതുകണ്ടു. ജൂൺ 11 കെട്ടിത്തുടങ്ങിയ കൂട് കണ്ടെത്തി.

ജൂൺ 12–15 കൂട് നിർമ്മാണം നടന്നു. പിട മാത്രമെ ജോലി ചെയ്തിരുന്നുള്ളൂ. 15 ന് വൈകുന്നേരം കൂട് പൂർത്തിയായി.

ജൂൺ 16 പക്ഷികൾ കൂടുള്ള സ്ഥലത്ത് വന്നതേയില്ല.

ജൂൺ 17 കാലത്ത് 7.30 ന് കൂട്ടിൽ ഒരു മുട്ട കണ്ടു.

ജൂൺ 18 കാലത്ത് 6.35 ന് പിട വന്ന് രണ്ടാമത്തെ മുട്ടയിട്ടു. 6.38 ന് പറന്നുപോയി. പിന്നീട് വന്നത് സന്ധ്യക്ക് 6.40 തിനായിരുന്നു.

ആദ്യമായി കൂട്ടിൽ ഇറങ്ങിയത് ഈ ദിവസമായിരുന്നു.

ജൂൺ 19 രാവിലെ 6.45 ന് മൂന്നാമത്തെ മുട്ടയിട്ട് 6.47 ന് പിട പറന്നുപോയി. ഒരു മണിക്കൂറിനുശേഷം വന്ന് അടയിരുന്നു തുടങ്ങി. പകൽ പലവുരു അടയിരുന്നു. രാത്രി കൂട്ടിൽത്തന്നെ ഉറങ്ങി.

ജൂൺ 20–30

പിട പതിവായി പൊരുത്തിനിരിക്കുകയും കൂട്ടിൽ രാത്രി ഉറങ്ങുകയും ചെയ്തു. പൂവൻ ഒരിക്കലും അടയിരുന്നില്ല. കൂട്ടിലിരുന്നിരുന്ന പിടയ്ക്കു ഭക്ഷണം കൊടുക്കുന്നതും കണ്ടില്ല.

ജൂൺ 31 പുലർച്ചെ 6.58ന് പിട ഒരു മുട്ടത്തോടും കൊക്കിൽ പിടിച്ച് പറന്നുപോയി.

ഉച്ച തിരിഞ്ഞ് 2.10 ന് കൂട്ടിൽ 2 കുഞ്ഞുങ്ങളും ഒരു മുട്ടയുമാണ് ഉണ്ടായിരുന്നത്. 11.37 തൊട്ട് പൂവനും പിടയും കുഞ്ഞുങ്ങളെ തീറ്റിത്തുടങ്ങി. വൈകുന്നേരം 5.50 ന് പിട കൂട്ടിൽ ഉറങ്ങുവാൻ എത്തി.

ജൂലൈ 1 ഉച്ചതിരിഞ്ഞ് 2 മണി. കൂട്ടിൽ മൂന്നു കുഞ്ഞുങ്ങൾ ഉള്ളതായി കണ്ടു. 2.10 പൂവനും പിടയും കുഞ്ഞുങ്ങൾക്ക് തീറ്റ കൊടുത്തു.

ജൂലൈ 10, ജൂൺ 19 മുതൽ പതിവായി കൂട്ടിൽത്തന്നെ ഉറങ്ങിയിരുന്ന പിട രാത്രി കൂട്ടിൽ ഉണ്ടായിരുന്നില്ല. രാത്രി 9.30 ന് നല്ല വളർച്ച എത്തിയ മൂന്നു കുഞ്ഞുങ്ങളും സുഖമായി ഉറങ്ങുന്നതു കണ്ടു. ജൂലൈ 9 നാണ് പിട അവസാനമായി കൂട്ടിൽ ഉറങ്ങിയത്.

ജൂലൈ 13

കാലത്ത് 6.55, 8.05, 8.15 എന്നീ സമയങ്ങളിൽ കുഞ്ഞുങ്ങൾ ഓരോന്നായി കൂടുവിട്ടു പറന്നു

കൂട് 965 സെ.മീ പൊക്കമുള്ള ചെമ്പകത്തിൽ തറയിൽ നിന്ന് 60 സെ.മീ. പൊക്കത്തിലായിരുന്നു. മൂന്നു കുഞ്ഞുങ്ങളും കൂട്ടിൽനിന്ന് പറന്നുപോയിട്ടും പിട കൊക്കിൽ ആഹാരവുമായി ഒഴിഞ്ഞുകിടക്കുന്ന കൂട്ടിലേക്കുവന്നു. പറന്നുപോയ കുഞ്ഞുങ്ങൾ തിരികെ കൂട്ടിൽ വന്നിരിപ്പുണ്ടോയെന്ന് പരിശോധിക്കാനാവണം ഈ വരവ്. കുഞ്ഞുങ്ങളെ കാണാത്തതിനാൽ പിട തിരിച്ചുപോയി.

സാലിം അലിയും റിപ്ലിയും (1973) മാൽക്കം മാക്ഡൊനാൾഡും (1960) പറയുന്നത് കൂടുകെട്ടുന്നതിലും അടയിരിക്കുന്നതിലും കുഞ്ഞുങ്ങളെ തീറ്റിക്കുന്നതിലും പിടയും പൂവനും തുല്യപങ്കുണ്ടെന്നാണ്. അടയിരിക്കുന്ന പിടയെ ഇടയ്ക്കിടെ പൂവൻ തീറ്റുമെന്നും അവർ പറഞ്ഞിട്ടുണ്ട്. ഡി കെ ഷാഗാംഗുലി എഴുതിയ പുസ്തകത്തിൽ (1975) പിട മാത്രമേ അടയിരിക്കുകയുള്ളൂ എന്ന അഭിപ്രായമാണ് കാണുന്നത്. ഞങ്ങൾ നിരീ ക്ഷിച്ച ഇണയിലെ പൂവൻ തുടക്കത്തിൽ ഒരു പ്രാവശ്യം തൂവൽ കൊണ്ടു വന്നതല്ലാതെ മറ്റൊരു വിധത്തിലും കൂടുണ്ടാക്കുവാൻ സഹായിച്ചില്ല. അവർ ഒരിക്കലും അടയിരിക്കുകയോ കൂട്ടിൽ ഇരുന്ന പിടയ്ക്ക് ഭക്ഷണം കൊടുക്കുകയോ ചെയ്തില്ല. എന്നാൽ മുട്ട വിരിഞ്ഞ ഉടനെ കുഞ്ഞുങ്ങൾക്ക് തീറ്റ കൊടുക്കുന്നതിനും അവയുടെ പുരിഷസഞ്ചി (കാഷ്ഠം) കൊത്തിക്കൊണ്ടു പോകുന്നതിലും പൂവൻ പിടയെക്കാൾ തൃഷ്ണ കാണിച്ചു.

ഒരു ഗവേഷണത്തിൽ നിന്ന് മാത്രം തുന്നാരന്റെ കുടുംബ ജീവിതത്തെ സാമാന്യവല്ക്കരിക്കുക സാദ്ധ്യമല്ലെന്ന് അദ്ദേഹം നമ്മെ ഓർമ്മിപ്പിക്കുന്നുണ്ട്. ചുതുങ്ങിയത് 20, 30 കൂടുകളെ സൂക്ഷിച്ച് നിരീക്ഷിച്ച് കഴിഞ്ഞാൽ മാത്രമെ ചില പൊതു തത്ത്വങ്ങൾക്ക് രൂപം കൊടുക്കുവാൻ സാധിക്കുകയുള്ളൂവെന്നും അദ്ദേഹം പറയുന്നു. പുതുതലമുറയിലെ പക്ഷി നിരീക്ഷികർക്കിതൊരു ശക്തമായ താക്കീതാണെന്നതിൽ സംശയമില്ല. 1979ൽ

മറ്റൊരു മന്ദാരത്തിൽ തുന്നാരൻ കൂടൊരുക്കുന്നത് ശ്രദ്ധിച്ചപ്പോൾ പൂവനും പിടയും മാറിമാറി സാമഗ്രികൾ കൊണ്ടുവന്ന് കൂട് നിർമ്മിക്കുന്നത് കണ്ട

കാര്യവും കെ കെ നീലകണ്ഠൻ ചൂണ്ടിക്കാട്ടുന്നുണ്ട്. പക്ഷികളെ സംബന്ധിച്ച് ലഭിക്കുന്ന അറിവുകൾ ആവർത്തിച്ചുറപ്പാക്കേണ്ടതിന്റെ ആവശ്യകതയാണ് അദ്ദേഹം നമുക്ക് നല്കുന്നത്. ഇലകൾ തുന്നി കൂടൊരുക്കുന്നതിൽ പ്രസിദ്ധനായ തുന്നാരൻ പക്ഷി കൂട്ടിനുള്ളിൽ തയ്യാറാക്കുന്ന പഞ്ഞിമെത്തയുടെ നിർമ്മിതിയിലും അസാധാരണ വൈദഗ്ദ്ധ്യം പുലർത്താറുണ്ട്. കൂടിന്റെ ഏറ്റവും കട്ടികൂടിയ ഭാഗത്ത് ഓരോ നിര പരുത്തിയും ചകിരിനാരും ഇടവിട്ട് വച്ച് ഈ സ്ഥലത്ത് കൂടുതൽ ബലം കൊടുക്കുന്നു. ഏകദേശം പ്ലൈവുഡ് നിർമ്മിക്കുന്നതുപോലെയാണിതെന്നാണ് അദ്ദേഹത്തിന്റെ അഭിപ്രായം. ഇങ്ങനെ തുന്നാരൻ പക്ഷിയുടെ ജീവിതത്തിലെ അറിയപ്പെടാതിരുന്ന ഒരുപാടു കാര്യങ്ങൾ കണ്ടെത്താൻ തുന്നാരൻ പഠനം സഹായിച്ചു. തുന്നാരൻ ദമ്പതികളെക്കുറിച്ചുള്ള മൂന്ന് പേജ് ഡയറി 1976 ൽ അദ്ദേഹം പ്രസിദ്ധീകരിച്ചു. 1989 ൽ *ന്യൂസ് ലെറ്റർ ഫോർ ബേർഡ് വാച്ചേഴ്സി*ലാണ് ഈ പരീക്ഷണ റിപ്പോർട്ട് പ്രസിദ്ധീകരിച്ചത്. സഹധർമ്മിണി പാർവ്വതി നീലകണ്ഠനാണ് അദ്ദേഹത്തോടൊപ്പം ലേഖനം എഴുതിയത്. പ്രശസ്ത പ്രകൃതിശാസ്ത്രജ്ഞൻ സഫർ ഫത്തേഹള്ളി ബാംഗ്ലൂരിൽ നിന്നും പ്രസിദ്ധീകരിച്ചിരുന്ന മാസികയാണ് *ന്യൂസ് ലെറ്റർ ഫോർ ബേർഡ്സ്*.

കെ കെ നീലകണ്ഠന്റെ 23 ലഘു കുറിപ്പുകൾ *ദ ഹാൻഡ് ബുക്ക് ഓഫ് ബേർഡ്സ് ഓഫ് ദി വേൾഡിൽ* പരാമർശിക്കപ്പെട്ടിട്ടുണ്ട്. ലോകത്തിലെ എല്ലാ പക്ഷികളെയുംകുറിച്ചുള്ള ഏറ്റവും സമഗ്രമായ വിവരങ്ങൾ അടങ്ങിയ ഗ്രന്ഥമാണിത്. അങ്ങനെ കേരളത്തിന്റെ മഹത്തായ ഈ പക്ഷി നിരീക്ഷകൻ ലോകത്തിലെ എണ്ണപ്പെട്ട പക്ഷി നിരീക്ഷകരിൽ ഒരാളായി മാറിയെന്നതിൽ നമുക്കഭിമാനിക്കാം.

കേരളത്തിലെ പക്ഷികൾ

ആയിരത്തി തൊള്ളായിരത്തി എഴുപത്തി ആറിൽ തമിഴ്നാട് സർക്കാർ, പ്രസിദ്ധമായ പോയിന്റ് കാലിമർ പക്ഷി സങ്കേതത്തിൽ വലിയൊരു മറൈൻ കെമിക്കൽ കോംപ്ലക്സ് സ്ഥാപിക്കാൻ തീരുമാനിച്ചു. ഇവിടം ലക്ഷക്കണക്കിനു ദേശാടനപ്പക്ഷികളുടെ ആവാസകേന്ദ്രമാണ്. പോയിന്റ് കാലിമറിലെ വിശാലമായ ചതുപ്പുകളും കരിനിലങ്ങളും (Salt Swamps) വിവിധ ജാതിക്കാരായ ലക്ഷക്കണക്കിനു വരുന്ന ദേശാടനപ്പക്ഷികളുടെ പ്രിയപ്പെട്ട സങ്കേതമാണ്, മഞ്ഞുകാലത്ത് യൂറോപ്പിൽനിന്നും റഷ്യയുടെ പല ഭാഗങ്ങളിൽനിന്നും വൻ പക്ഷിക്കൂട്ടങ്ങളാണ് ഇവിടേക്ക് വരുന്നത്. രാജഹംസങ്ങളും എരണ്ടകളും തലവരയൻ വാത്തകളും ഇവയിൽ പ്രധാനപ്പെട്ടവയാണ്. രാജഹംസങ്ങളുടെ വലിയ കൂട്ടങ്ങൾ ഇക്കാലത്ത് പോയിന്റ് കാലമറിലെ ഒരു സാധാരണ കാഴ്ചയാണ്. ദേശാടന പക്ഷികളുടെ താവളമായ പോയിന്റ് കാലിമറിൽ മറൈൻ കെമിക്കൽ കോംപ്ലക്സ് സ്ഥാപിക്കുന്നതോടെ പക്ഷികളുടെ നിലനില്പിനെയതു കാര്യമായി ബാധിക്കും. ഇവിടെയുള്ള ചതുപ്പുകളിലും കരിനിലങ്ങളിലും എണ്ണിയാലൊടുങ്ങാത്ത ജീവിവർഗ്ഗങ്ങൾ വേറെയും ജീവിക്കുന്നുണ്ട്.

ഉപ്പളങ്ങളിൽ തദ്ദേശീയരായ നൂറുകണക്കിനാളുകൾ തൊഴിൽ ചെയ്യുന്നുണ്ടുതാനും. ഇവരുടെയൊക്കെ ജീവിതത്തെ പുതിയ പദ്ധതി ദോഷകരമായി ബാധിക്കുന്നതാണുതാനും. പ്രകൃതിയുടെ തുലനാവസ്ഥയെയും ജലസ്രോതസിനെയും സംരക്ഷിക്കുന്നതിൽ ചതുപ്പുകൾ വലിയ തോതിൽ സഹായം ചെയ്യുന്നുമുണ്ട്. അതുകൊണ്ട് മറൈൻ കെമിക്കൽ കോംപ്ലക്സ് പോയിന്റ് കാലിമറിൽ സ്ഥാപിക്കുന്നതിന്റെ പരിസ്ഥിതി പ്രത്യാഘാതങ്ങളെക്കുറിച്ച് പഠിക്കേണ്ടതുണ്ടായിരുന്നു. എന്നാൽ

അക്കാലത്ത് ഇത്തരം പഠനങ്ങളൊന്നും അത്ര സാധാരണമായിരുന്നില്ല. ദക്ഷിണേന്ത്യയിലെ തന്നെ പ്രസിദ്ധമായ ദേശാടനപ്പക്ഷിത്താവളമായ പോയിന്റ് കാലിമറിൽ മറൈൻ കെമിക്കൽ കോംപ്ലക്സ് വരുന്ന വിവരം മണത്തറിഞ്ഞ സാലിംഅലി അതിനെതിരെയുള്ള നീക്കങ്ങൾ ശക്തിപ്പെടുത്തി. കെമിക്കൽ കോംപ്ലക്സ് സ്ഥാപിച്ചാലുണ്ടാകുന്ന പ്രശ്നങ്ങളെക്കുറിച്ച് പഠിക്കാൻ ബി എൻ എച്ച് എസിനെ തന്നെ സർക്കാർ ചുമതലപ്പെടുത്തി. തമിഴ്നാട് സർക്കാറിന്റെ കൂടി താല്പര്യപ്രകാരം ബി എൻ എച്ച് എസ് ഇതിനായി നിയോഗിച്ചത് കെ കെ നീലകണ്ഠനെയായിരുന്നു. 1981 കാലത്താണ് ഒരു വർഷത്തോളം പോയിന്റ് കാലിമറിൽ താമസിച്ച് കെ കെ നീലകണ്ഠൻ വിശദമായൊരു പഠന റിപ്പോർട്ട് സമർപ്പിച്ചത്. പക്ഷികളുടെ പക്ഷത്തുനിന്നുമാത്രം ചിന്തിച്ചു തയ്യാറാക്കിയ ഒരു റിപ്പോർട്ടായിരുന്നില്ല അദ്ദേഹം സമർപ്പിച്ചത്. വികസനവും പരിസ്ഥിതി സംരക്ഷണവും കൂട്ടിയിണക്കുന്ന ഒന്നായിരുന്നു. വിശാലമായ ചതുപ്പിനെ പല സോണുകളായി തിരിച്ച് ഇലയ്ക്കും മുള്ളിനും കേടില്ലാത്ത വിധമൊരു ശാസ്ത്രീയ സമീപനമാണദ്ദേഹം കൈക്കൊണ്ടത്. കെ കെ നീലകണ്ഠൻ പോയിന്റ് കാലിമറിൽ താമസിക്കുമ്പോൾ പലതവണയവിടെ സാലിം അലി സന്ദർശിക്കുകയുണ്ടായി. കെ കെ നീലകണ്ഠനുമായി ആത്മബന്ധം കാത്തുസൂക്ഷിക്കാനും സാലിം അലി ശ്രദ്ധവച്ചിരുന്നു. സാലിം അലിയുടെ *ബേർഡ് ഓഫ് കേരള* എന്ന പുസ്തകത്തിൽ പുതുതായി കണ്ടെത്തിയ പക്ഷികളെ ഉൾപ്പെടുത്തി റിവൈസ്ഡ് എഡിഷൻ ഇറക്കുന്നതിനെക്കുറിച്ച് കെ കെ നീലകണ്ഠൻ സാലിം അലിക്കെഴുതിയപ്പോൾ കെ കെ നീലകണ്ഠനോട് പുതിയ പക്ഷികളെ ഉൾപ്പെടുത്തി പുതിയൊരു രചന *ബി എൻ എച്ച് എസിൽ* (BNHS) ജേർണലിൽ എഴുതാൻ നിർദ്ദേശിക്കുകയായിരുന്നു. ഇതാണ് പിന്നീട് *എ ബുക്ക് ഓഫ് കേരളാബേർഡ്സ്* (*A Book of Kerala Birds*) എന്ന പുസ്തകമായത്. കെ കെ നീലകണ്ഠൻ പോയിന്റ് കാലിമറിലെ വിശാലമായ ചതുപ്പുകളൊക്കെ ചുറ്റിക്കറങ്ങിയിരുന്നത് സൈക്കിളിലായിരുന്നു. ശിഷ്യർ ആരെങ്കിലും അദ്ദേഹത്തെ കാണാൻ വന്നാൽ അവർക്കും ഒരു സൈക്കിൾ കൂടി വാടകയ്ക്കെടുക്കും. പ്രകൃതിയോടിണങ്ങിയുള്ള അദ്ദേഹത്തിന്റെ ലളിത ജീവിതശൈലിയുടെ മഹത്ത്വമാണിത് കാണിക്കുന്നത്. ചതുപ്പുകൾ പാഴ്ഭൂമിയല്ലെന്നും അതൊരു വിലപിടിച്ച ആവാസ വ്യവസ്ഥയാണെന്നും കെ കെ നീലകണ്ഠൻ തിരിച്ചറിഞ്ഞിരുന്നു. ചതുപ്പുകളുടെ സംരക്ഷണത്തിനായി കേരളത്തിൽ ശബ്ദമുയർത്തിയ ആദ്യത്തെ പ്രകൃതി സ്നേഹികളിലൊരാൾ കെ കെ നീലകണ്ഠനാണ്. ചതുപ്പു

കൾ വനം പോലെ പ്രാധാന്യമർഹിക്കുന്ന ആവാസവ്യവസ്ഥയാണെന്നാണ് കെ കെ നീലകണ്ഠൻ കൂടെക്കൂടെ പറഞ്ഞിരുന്നത്. കണ്ടൽക്കാടുകളെക്കുറിച്ചും ചതുപ്പുനിലങ്ങളെക്കുറിച്ചും കായലിനെയും കുളങ്ങളെക്കുറിച്ചും അഴിമുഖങ്ങളെക്കുറിച്ചും കെ കെ നീലകണ്ഠൻ ധാരാളം എഴുതിയിട്ടുണ്ട്. പോയിന്റ് കാലിമറിൽ വിശാലമായൊരു ഭൂഭാഗം ദേശാടന പ്പക്ഷികൾക്കായി ശല്യമില്ലാതെ മാറ്റിയിടാൻ കെ കെ നീലകണ്ഠന്റെ പഠന റിപ്പോർട്ട് ശുപാർശ ചെയ്തു. ഒപ്പം ഉപ്പളങ്ങൾ സംരക്ഷിക്കുന്നതുമായിരുന്നു അദ്ദേഹത്തിന്റെ പഠന റിപ്പോർട്ട്. കെമിക്കൽ കോംപ്ലെക്സ് താരതമ്യേന പ്രകൃതിവിനാശം കുറഞ്ഞയിടത്ത് സ്ഥാപിക്കാൻ അദ്ദേഹം അനുവദിക്കുകയും ചെയ്തു.

1951 ൽ തുടങ്ങിയ എഴുത്ത്

കെ കെ നീലകണ്ഠൻ ഇത്തരത്തിൽ നടത്തിയ ആദ്യത്തെ വിശദമായ പഠനമായിരുന്നു പോയിന്റ് കാലിമറിലേതെന്ന് കാണാം. വികസനവും പരിസ്ഥിതിസംരക്ഷണവും സമാന്തര രേഖകളായി കരുതുമ്പോൾ കെ കെ നീലകണ്ഠന്റെ പഠനം അതിനെ സമന്വയിപ്പിക്കാൻ ശ്രമിച്ചു. തദ്ദേശീയരുടെ തൊഴിൽ മേഖല പരിഗണിക്കാതെയും ലക്ഷക്കണക്കിനു വരുന്ന ദേശാടന പക്ഷികളുടെ സങ്കേതത്തെ ഗൗനിക്കാതെയും പരിസ്ഥിതിസംരക്ഷണത്തിന്റെ ആവശ്യകത മറന്നും അടിച്ചേല്പിക്കുന്ന വൻകിട പദ്ധതികൾക്കെതിരെയുള്ള വിശദമായൊരു പഠന റിപ്പോർട്ടായിരുന്നു കെ കെ നീലകണ്ഠൻ പോയിന്റ് കാലിമറിൽ ചെയ്തത്. വികസനത്തെയും പരിസ്ഥിതിയെയും പരിമിതികൾക്കുള്ളിൽ നിന്നുകൊണ്ട് എങ്ങനെ പ്രായോഗികമായി യോജിപ്പിച്ചുകൊണ്ടു പോകാമെന്നതിന്റെയും ഒരു മാതൃകാപഠനമായും ഇത് വിലയിരുത്താം. കേരളത്തിലെ എറണാകുളം ജില്ലയിലെ എലൂരിൽ വ്യവസായ സമുച്ചയം നടത്തുന്ന വായു, ജലമലിനീകരണത്തിന്റെ തീവ്രത ഇന്നും അവസാനിച്ചിട്ടില്ലെന്ന് ഓർക്കുക. വികസനം ഏതുതരത്തിലാണ് ഒരു ജനതയെ ഇല്ലായ്മ ചെയ്യുന്നതിന്റെ നല്ലൊരുദാഹരണം കൂടിയാണിത്. വിരലിൽ എണ്ണാവുന്ന വ്യവസായികൾക്ക് സമ്പത്ത് വാരിക്കൂട്ടാൻ മനുഷ്യരും പ്രകൃതിയൊന്നാകെയും കുപ്പത്തൊട്ടിയായിമാറുന്ന കാഴ്ചയാണെവിടെയും കാണപ്പെടുന്നത്. ഏറ്റവും കൂടുതൽ മലിനീകരിക്കപ്പെട്ട പ്രദേശങ്ങളിൽ ലോകത്തിൽ 35-ാമത്തെ സ്ഥാനമാണ് എലൂരിനുള്ളത്; ഇന്ത്യയിലെ മൂന്നാമ

ത്തേതും. ഇതുകൂടി മനസ്സിൽ വച്ചുകൊണ്ടാവാം കെ കെ നീലകണ്ഠൻ സമതുലിതമായൊരു റിപ്പോർട്ട് പോയിന്റ് കാലിമറിൽ മറൈൻ കെമിക്കൽ കോംപ്ലക്സിന്റെ കാര്യത്തിൽ ഉണ്ടാക്കിയത്.

കെ കെ നീലകണ്ഠൻ നിരവധി പുസ്തകങ്ങൾ എഴുതിയിട്ടുണ്ടെങ്കിലും കേരളത്തിലെ പക്ഷികളാണദ്ദേഹത്തിന്റെ മാസ്റ്റർപീസ് എന്ന് ആരും സമ്മതിക്കും. ഈ പുസ്തകം എഴുതുവാനുണ്ടായ കാരണം അദ്ദേഹം തന്നെ രേഖപ്പെടുത്തിയതിങ്ങനെയാണ്.

> നമ്മുടെ ഭാഷയിൽ പക്ഷികളെ വിവരിക്കുന്ന ഒരു പുസ്കം ഇല്ലാതിരുന്നത് എന്റെ പക്ഷിനിരീക്ഷണത്തിന് വലിയൊരു പ്രതിബന്ധമായിത്തീർന്നു. പിന്നീട് ഇന്ത്യയിലെ പക്ഷികളെക്കുറിച്ച് ഇംഗ്ലീഷിൽ എഴുതിയ പല പുസ്തകങ്ങളുടെയും സഹായത്തോടെയാണ് എനിക്ക് പക്ഷിനിരീക്ഷണം തുടരുവാൻ കഴിഞ്ഞതുതന്നെ. അതിന്റെ ഭവിഷ്യത്തായി ഇന്നും നമ്മുടെ പക്ഷികൾക്ക് മലയാളത്തിലുള്ള പേരുകൾ (ഞാൻ തന്നെ കൊടുത്തിട്ടുള്ളതടക്കം) ഓർമ്മിക്കുവാനും ഉപയോഗിക്കുവാനും വളരെ പ്രയാസമായിത്തീർന്നിരിക്കുന്നു. ഒരു പക്ഷിയെ കണ്ടാലുടനെ അതിന്റെ ഇംഗ്ലീഷ് പേരാണ് മനസ്സിലുദിക്കുന്നത്. വല്ലവരും അതിന്റെ മലയാളപ്പേര് അന്വേഷിച്ചാൽ അറിയുകയില്ല. 'ഓർമ്മയില്ല' നോക്കി പറയാം എന്നെല്ലാം മറുപടി കൊടുക്കേണ്ടിവരുന്നു. അങ്ങനെ സ്വാനുഭവം മൂലം നമ്മുടെ ഭാഷയിൽ പക്ഷികളെക്കുറിച്ചും മറ്റുമുള്ള പുസ്തകങ്ങളില്ലാത്തതിന്റെ ഭവിഷ്യത്ത് എനിക്ക് വ്യക്തമായിട്ടുണ്ട്. എങ്കിലും മലയാളഭാഷയിൽ വേണ്ടതുപോലെ പാണ്ഡിത്യമില്ലാത്തതുകാരണം ഈ കുറവ് ഞാൻതന്നെ തീർക്കുവാൻ ശ്രമിച്ചേക്കാം എന്നൊരുദ്ദേശ്യം ഒരിക്കലും ഉണ്ടായിരുന്നില്ല.
>
> അങ്ങനെയിരിക്കുമ്പോഴാണ് *മാതൃഭൂമി* ആഴ്ചപ്പതിപ്പ് പത്രാധിപരായ എൻ വി കൃഷ്ണവാരിയർ കേരളത്തിലെ പക്ഷികളെക്കുറിച്ച് ഇംഗ്ലീഷ് പത്രങ്ങളിൽ കാണാറുള്ളതുപോലെ കുറെ ലേഖനങ്ങൾ അയച്ചുതരാമോ എന്നെഴുതി ചോദിച്ചത്. ഉടൻ തോന്നിയത് വയ്യ എന്നുമാത്രം മറുപടി കൊടുക്കുവാനായിരുന്നു. എങ്കിലും

വാപിളർന്നു നില്ക്കുന്ന വലിയൊരു കുഴിയുടെ അടിത്തട്ടിൽ അല്പമെങ്കിലും മണ്ണിടുവാൻ കഴിഞ്ഞാൽ കാലക്രമേണ മറ്റുള്ളവരും ചേർന്ന് കുഴി ഇല്ലാതാക്കിത്തീർക്കുമെന്ന് കരുതി.

1951 ഒക്ടോബർ പതിനാലിന്റെ *മാതൃഭൂമി* ആഴ്ചപ്പതിപ്പിലാണ് ഇന്ദുചൂഡന്റെ (കെ കെ നീലകണ്ഠൻ) ആദ്യലേഖനം 'വേഴാമ്പൽ' എഴുതിയത്.

1956 ഒക്ടോബർ പതിനാലിന്റെ ലക്കത്തിൽ 98–ാമത്തെ പക്ഷി വരിഎരണ്ടയെ അദ്ദേഹം പരിചയപ്പെടുത്തി. 1958 ജൂൺ എട്ടിന്റെ ആഴ്ചപ്പതിപ്പിൽ മരപ്പൊട്ടനെപ്പറ്റിയുള്ള ലേഖനം വന്നു. ഇതോടെ ആഴ്ചപ്പതിപ്പ് പ്രഖ്യാപിച്ചു: കേരളത്തിലെ 100 ഓളം പക്ഷികളെപ്പറ്റി (ഇന്ദുചൂഡൻ) ഈ പംക്തിയിലെഴുതി കഴിഞ്ഞിരിക്കുന്നു. അഗാധമായ പ്രകൃതിപ്രേമവും ശാസ്ത്രീയമായ സൂക്ഷ്മ നിരീക്ഷണപാടവവും ഒത്തുചേർന്ന് ഈ സരസലേഖനങ്ങൾ മലയാളികളുടെ മാത്രമല്ല അന്യഭാഷക്കാരുടെയും ശ്രദ്ധയെ ആകർഷിച്ചിട്ടുണ്ട്. ഇവ സമാഹരിച്ച് അടുത്തുതന്നെ പ്രസിദ്ധീകരിക്കുന്ന പുസ്തകം ദക്ഷിണേന്ത്യൻ ഭാഷയിൽ തന്നെ അദ്വിതീയമായിരിക്കും.

പക്ഷികളെക്കുറിച്ച് മികച്ചൊരു പുസ്തകം പ്രാദേശിക ഭാഷയിൽ ആദ്യമായി പ്രസിദ്ധീകരിക്കുന്നതും മലയാളത്തിലാണെന്നതിൽ നമുക്കഭിമാനിക്കാം. എൻ വി കൃഷ്ണവാര്യരോടും കെ കെ നീലകണ്ഠനോടും കേരളസാഹിത്യ അക്കാദമിയോടും നമ്മൾ കടപ്പെട്ടിരിക്കുന്നു. *മാതൃഭൂമി* ആഴ്ചപ്പതിപ്പിൽ പ്രസിദ്ധീകരിച്ച 100 ഓളം ലേഖനങ്ങൾക്ക് പുറമെ 50 പക്ഷികളെ കൂടി ഉൾപ്പെടുത്തിയാണ് കേരളത്തിലെ പക്ഷികളുടെ ആദ്യപതിപ്പ് 1958 ൽ പുറത്തുവന്നത്. രണ്ടാം പതിപ്പ് പുറത്തു വരുമ്പോൾ പക്ഷികളുടെ എണ്ണം 261 ആയി ഉയർന്നു. ഇതേ പതിപ്പിൽത്തന്നെ 400 ല്പരം പക്ഷികൾ കേരളത്തിലുണ്ടെന്നും ഇന്ദുചൂഡൻ രേഖപ്പെടുത്തുന്നുണ്ട്. 1969 സാലിം അലിയുടെ *ബേർഡ് ഓഫ് കേരള* പുറത്തു വരുമ്പോൾ അതിൽ 356 പക്ഷികളെയാണ് വിവരിച്ചിരുന്നത്. *ബേർഡ് ഓഫ് കേരള*യുടെ മുഖവുരയിൽ ഇനി കേരളത്തിൽ പക്ഷികളെയൊന്നും കണ്ടുപിടിക്കാനില്ലെന്ന് സാലിം അലി തന്നെ എഴുതിയിട്ടുണ്ട്. എന്നാൽ

ഇതു ശരിയല്ലെന്ന് ആദ്യം തെളിയിച്ചത് കെ കെ നീലകണ്ഠൻ തന്നെയാണ്. കേരളത്തിൽ നിന്ന് അതുവരെ കണ്ടുപിടിക്കാതിരുന്ന പന്ത്രണ്ടോളം ജാതി പക്ഷികളെ അദ്ദേഹം പിന്നീട് കണ്ടെത്തുകയുണ്ടായി വാലൻ എരണ്ട (Northern Pintail), ചെന്തലയൻ പുള്ള് (Red - necked Falcon), ഞണ്ടുണ്ണി (Crab Plover), ടെറക് മണലൂതി (Terek Sand Piper), തിരക്കാട (Sanderling), പുഴആള (Indian River Tern), തവിടൻ കടലാള (Bridied Tern), നാട്ടുവേഴാമ്പൽ (Indian Gray hornbill), മഞ്ഞക്കണ്ണി ചിലപ്പൻ (Yellow - eyed babbler) എന്നിവയൊക്കെ അദ്ദേഹം പുതുതായി ഇവിടെനിന്ന് കണ്ടെത്തിയവയാണ്.

രണ്ടാം പതിപ്പിൽ 110 പക്ഷികളെ കൂടുതലായി പരിചയപ്പെടുത്തുകയും 243 ചിത്രങ്ങൾ ഉൾക്കൊള്ളുന്ന 50 പ്ലേറ്റുകൾ പുതുതായി അദ്ദേഹം വരയ്ക്കുകയും ചെയ്തു. കെ കെ നീലകണ്ഠന്റെ മരണശേഷമാണ് മൂന്നാം പതിപ്പ് പുറത്തുവരുന്നത്. എം ടി വാസുദേവൻനായരായിരുന്നു അക്കാലത്ത് സാഹിത്യ അക്കാദമി പ്രസിഡന്റ്. കേരളത്തിന്റെ ഭൂപടവും പ്രധാനപ്പെട്ട പക്ഷിമൃഗ സങ്കേതങ്ങളെക്കുറിച്ചും അഴിമുഖങ്ങളെക്കുറിച്ചുമുള്ള സൂചനകളും മൂന്നാം പതിപ്പിൽ ചേർത്തു. വന്യജീവി സംരക്ഷണ നിയമം അനുബന്ധമായി ഉൾപ്പെടുത്തി പക്ഷികളുടെ ചെക്ക് ലിസ്റ്റും ചേർത്ത് കൂടുതൽ പ്രയോജനപ്രദമാക്കി. നാലാം പതിപ്പ് വലിയ മാറ്റങ്ങൾ കൂടാതെയാണ് പ്രസിദ്ധീകരിച്ചത്. ഈ പതിപ്പിൽ പല പക്ഷികളുടെയും സ്ഥിതി (Status) യിലുണ്ടായിട്ടുള്ള മാറ്റം ഉയർത്തിക്കാട്ടാൻ ശ്രമിക്കുകയുണ്ടായി. 2017 ജൂൺ 14 ന് പ്രൊഫ. കെ കെ നീലകണ്ഠന്റെ 25-ാം ചരമ ദിനാചരണത്തിൽ ചൂലന്നൂർ മയിൽ പക്ഷിസങ്കേതത്തിൽ വച്ച് അഞ്ചാം പതിപ്പും പ്രകാശനം ചെയ്തു. ഈ പതിപ്പിൽ 516 പക്ഷികളുടെ പട്ടികയും പ്രസിദ്ധീകരിച്ചിട്ടുണ്ട്. കേരള സാഹിത്യ അക്കാദമി ആദ്യമായി പ്രസിദ്ധീകരിച്ച പുസ്തകം കെ കെ നീലകണ്ഠന്റെ *കേരളത്തിലെ പക്ഷികൾ* ആണ്. ഒരു പക്ഷി പുസ്തകം പ്ര

സിദ്ധീകരിച്ചുകൊണ്ടാണ് സാഹിത്യ അക്കാദമി പുസ്തക പ്രസാധന രംഗത്തേക്കു കടന്നു വന്നത്. *കേരളത്തിലെ പക്ഷികൾ* ഒരു സാഹിത്യപുസ്തകമാണോയെന്ന് ചിലർ സംശയിക്കാം. എന്നാൽ കേരളത്തിലെ പക്ഷികൾ വായിച്ചിട്ടുള്ളവർക്ക് ഇത്തരത്തിലൊരു സംശയം തോന്നാനിടയില്ല. പക്ഷികളെക്കുറിച്ചുള്ള ഇതിലെ ഓരോ കുറിപ്പും സാഹിത്യത്തിന്റെ സൗന്ദര്യം മുഴുവൻ ആവാഹിച്ചെഴുതിയതാണ്. പ്രമുഖ സാഹിത്യകാരന്മാരെ ഈ പുസ്തകം ഏറെ സ്വാധീനിച്ചിട്ടുണ്ട്. പ്രത്യേകിച്ച് കേരളത്തിലെ പക്ഷികളുടെ ഭാഷയെ പ്രശംസിക്കാത്തവർ വളരെ കുറവാണ്. പ്രശസ്ത സാഹിത്യകാരൻ പുനത്തിൽ കുഞ്ഞബ്ദുള്ള കേരളത്തിലെ പക്ഷികളുടെ സാഹിത്യഭാഷയെ വളരെയധികം പുകഴ്ത്തി എന്നോട് പലതവണ സംസാരിക്കുകയുണ്ടായി.

ഗദ്യസൗന്ദര്യത്തിന്റെ നൃത്തശാല

എഴുത്തുകാരനായ സക്കറിയ 'നൃത്തം വയ്ക്കുന്ന മലയാളം' എന്ന തലക്കെട്ടിൽ കേരളത്തിലെ പക്ഷികളുടെ തെളിമലയാളത്തിന്റെ ഗ്രാമവിശുദ്ധിയെക്കുറിച്ച് എഴുതുകയുണ്ടായി. ഏറ്റവും പ്രിയപ്പെട്ട അഞ്ചു പുസ്തകങ്ങൾ എടുത്താൽ അതിലൊന്ന് കെ കെ നീലകണ്ഠന്റെ *കേരളത്തിലെ പക്ഷികൾ* എന്ന ഗ്രന്ഥമായിരിക്കുമെന്ന് പറഞ്ഞാണ് അദ്ദേഹത്തിന്റെ ലേഖനം ആരംഭിക്കുന്നതുതന്നെ. എന്നെ സംബന്ധിച്ചിടത്തോളമാവട്ടെ എന്റെ മനസ്സിന്റെ അബോധതലങ്ങളിൽ എഴുത്ത് അടിസ്ഥാനമിട്ടുതന്ന സ്വാധീനങ്ങളിൽ ഒന്നാണ് കുട്ടിയായ ഞാൻ ഒന്നുമാലോചിക്കാതെ വായിച്ച ഇന്ദുചൂഡന്റെ *നൃത്തം വയ്ക്കുന്ന മലയാളം*. മലയാളത്തെ സ്നേഹിക്കുന്ന ആരെയും മോഹിപ്പിക്കുന്ന ഒരു മൗലികമായ എഴുത്തിന്റെ പ്രപഞ്ചമായിരുന്നു. ലഘുവും ലളിതവും സൗമ്യവും പുഞ്ചിരിപുരണ്ടതുമായ വാക്കുകൾക്ക് മാത്രം പരത്താൻ കഴിയുന്ന ഒരു മാന്ത്രിക വെളിച്ചം നിറഞ്ഞതായിരുന്നു ഇന്ദുചൂഡൻ തന്റെ പ്രിയപ്പെട്ട പക്ഷികൾക്കു വേണ്ടിനിർമ്മിച്ച വാക്കുകൾ കൊണ്ടുള്ള കൊട്ടാരം. പക്ഷികളെപ്പോലെതന്നെ അദ്ദേഹത്തിന്റെ വാക്കുകൾ പറന്നു, തുള്ളിച്ചാടി, പാടി, നൃത്തം വച്ചു പിടിതരാത്ത അനുഭൂതികൾ നിർമ്മിച്ച് മലയാള ഗദ്യ സൗന്ദര്യത്തിന്റെ അത്യപൂർവ്വമായ ഒരു നൃത്തശാലയാണ് ഇന്ദുചൂഡന്റെ കേരളത്തിലെ പക്ഷികൾ. എന്നാൽ കെ കെ നീലകണ്ഠൻ തന്റെ ഭാഷയെക്കുറിച്ച് എഴുതിയത് ഈ പുസ്തകത്തിന്റെ ഭാഷാശൈലി പലപ്പോഴും ബാലിശമാണെന്ന് എനിക്ക് ബോദ്ധ്യമുണ്ട്. എഴുത്തിലുള്ള

വീഴ്ചകൾക്ക് കാരണം അശ്രദ്ധയല്ല അജ്ഞത മാത്രമാണ്. കേരളത്തിലെ പക്ഷികളുടെ ഒന്നാം പതിപ്പിന്റെ മുഖവുരയിലാണ് ഇങ്ങനെയെഴുതിയത്. ഇംഗ്ലീഷ് ഭാഷയിൽ അഗാധപണ്ഡിതനായിരുന്ന കെ കെ നീലകണ്ഠൻ മലയാളഭാഷയിൽ താനത്രകണ്ട് മികവുള്ളയാളല്ലെന്ന് സ്വയം വെറുതെ ധരിച്ചു പോയതാവാം ഇങ്ങനെ എഴുതാനുള്ള കാരണം. എന്തായാലും മലയാളത്തിൽ ചിരപ്രതിഷ്ഠ നേടിയ ഏതൊരു ഗദ്യകാരനോടും കിടപിടിക്കുന്ന ഭാഷാശൈലിയിലാണ് കെ കെ നീലകണ്ഠൻ പക്ഷികളെക്കുറിച്ചെഴുതിയിരിക്കുന്നത്. ശാസ്ത്രീയ വിവരങ്ങളും പുരാണവും മിത്തും ഐതിഹ്യവും വിശ്വാസങ്ങളുമൊക്കെ സാഹിത്യമേന്മയോടെ കൂട്ടിക്കലർത്തി എഴുതിയ ഈ പുസ്തകം ഒരേസമയം ഒരു ഫീൽഡ് ഗൈഡിന്റെ കൂടി പ്രയോജനം ചെയ്യുന്നവയാണ്. 'കാക്കകൾ' എന്ന ആദ്യ അദ്ധ്യായം തന്നെയൊന്നു പരിശോധിക്കാം.

1. ബലിക്കാക്ക (JUNGLE CROW - *Corvus macrorhynchos* 19 (48) SA.R

ദേഹമാസകലം തിളക്കമുള്ള കറുപ്പ്. എങ്ങും ചാരനിറമില്ല. കൊക്കും ദേഹവും പേനക്കാക്കകളുടേതിനെക്കാൾ വലുത്.

2. പേനക്കാക്ക HOUSE CROW - Corvus splendens 17 (43) SA.R

തലയും കഴുത്തും ചാരനിറം, മുഖം, താടി, തൊണ്ട എന്നിവയും ദേഹത്തിന്റെ മറ്റു ഭാഗങ്ങളും കറുപ്പ്. കേരളത്തിൽ ഈ രണ്ടുതരം കാക്കകൾ മാത്രമെയുള്ളൂ.

ഓരോ പക്ഷിയുടെയും മലയാളം പേരിന് പിന്നാലെ ഇംഗ്ലീഷ് പേര് കൊടുത്തിരിക്കുന്നു. അതിനോട് ചേർന്ന് ഇറ്റാലിക്സിൽ പക്ഷിയുടെ ശാസ്ത്രീയനാമം. ഇതിനുശേഷം അക്കങ്ങളിലും അക്ഷരങ്ങളിലുമായി സംക്ഷിപ്തമായ രൂപത്തിൽ പക്ഷിയുടെ കൊക്കിന്റെ അറ്റം മുതൽ വാലിന്റെ അറ്റം വരെയുള്ള നീളം, പൂവനും പിടയും കാഴ്ചയ്ക്ക് ഒരുപോലെയുണ്ടോ, അല്ലയോ എന്ന വിവരം. പക്ഷിസ്ഥിരവാസിയാണോ, ദേശാടകനാണോയെന്ന കാര്യം, പക്ഷിയുടെ ചിത്രം അച്ചടിച്ചിട്ടുള്ള പ്ലേറ്റിന്റെ നമ്പർ, അതിൽ പക്ഷിയുടെ ചിത്രത്തിനുകൊടുത്തിട്ടുള്ള നമ്പർ തുടങ്ങിയവിവരങ്ങളും ചേർത്തിരിക്കുന്നു.

കാക്കയെക്കുറിച്ചുള്ള വിവരണ ഭാഗം ശ്രദ്ധിക്കൂ. കാക്കയെ കേരളീയർക്ക് പരിചയപ്പെടുത്തേണ്ട ആവശ്യമുണ്ടെന്നു തോന്നുന്നില്ല. ശൈശവത്തിൽ നാം പക്ഷി എന്ന് ആദ്യം തിരിച്ചറിയുന്നതുതന്നെ കാക്കയെയാണ്. സർവ്വവ്യാപിയും നിർഭയം മനുഷ്യാശ്രിതനുമാകയാൽ അതിനെ പരിചയപ്പെടാതെ ജീവിക്കുക സാദ്ധ്യമല്ല. എങ്കിലും അനേകം പേർക്ക് നമ്മുടെ രാജ്യത്ത് എത്രതരം കാക്കയുണ്ടെന്നോ അവയുടെ ജീവിതരീതി എന്തെന്നോ ചിന്തിക്കുവാൻ

ഇടവന്നിരിക്കില്ല. ജന്തുശാസ്ത്രത്തിൽ ബിരുദമെടുത്ത സ്നേഹിതൻ പേനക്കാക്ക ബലിക്കാക്കയുടെ ഭർത്താവാണെന്നും ഇവയുടെ വർണ്ണ വ്യത്യാസം ലിംഗഭേദത്തെയാണ് സൂചിപ്പിക്കുന്നതെന്നും ദൃഢമായി വിശ്വസിച്ചിരുന്നു.

ഇങ്ങനെ ഏതൊരു കൊച്ചുകുട്ടിക്കും മനസ്സിലാകുന്നതരത്തിലും ജിജ്ഞാസ ജനിപ്പിക്കും വിധത്തിലുമാണ് കെ കെ നീലകണ്ഠൻ ഓരോ പക്ഷിയെക്കുറിച്ചും എഴുതുന്നത്. നമുക്ക് സുപരിചിതമായ പക്ഷികളെ പരിചയപ്പെടുത്തിക്കൊണ്ട് പക്ഷികളുടെ അത്ഭുത പ്രപഞ്ചത്തിലേക്ക് നമ്മളെ കേരളത്തിലെ പക്ഷികളിലൂടെ അദ്ദേഹം ആനയിക്കുന്നു. ഇതേക്കുറിച്ച് പക്ഷി നിരീക്ഷകനായ പി കെ ഉത്തമന്റെ നിരീക്ഷണം ഇങ്ങനെ:

> കേരളത്തിലെ പക്ഷികളുടെ രചനയിൽ ഈഹയുടെ *ബേഡ്സ് ഓഫ് ബോംബെയും* ഹൂ വിസ്‌ലറുടെ (Hugh Whistler) *പോപ്പുലർ ഹാന്റ് ബുക്ക് ഓഫ് ഇന്ത്യൻ ബേർഡ്സുമാണ്* ഇന്ദുചൂഡനെ ഏറ്റവും അധികം സ്വാധീനിച്ചിട്ടുള്ളതെന്ന് തോന്നുന്നു. ഈഹ (EHA) എന്ന തൂലിക നാമത്തിൽ ഇ എച്ച് അയ്റ്റ്കൻ (Edward Hamilton Aitken) *ടൈംസ് ഓഫ് ഇന്ത്യയിൽ* എഴുതിയിരുന്ന ലേഖനങ്ങൾ പക്ഷികളിൽ ഒട്ടും താല്പര്യമില്ലാത്തവർ പോലും ആസ്വദിച്ച് വായിച്ചുപോകും. ഈ ഗുണം ഇന്ദുചൂഡനെയും അനുഗ്രഹിച്ചിട്ടുണ്ട്. ഈഹയുടേതുപോലെ ലളിതവും മനോഹരവുമാണ് വിസ്‌ലറുടെയും ഭാഷ. പക്ഷേ, പക്ഷികളെ തിരിച്ചറിയാൻ വേണ്ട വിവരങ്ങൾ അദ്ധ്യായത്തിന്റെ തുടക്കത്തിൽ സംക്ഷിപ്തമായി കൊടുത്തിരിക്കുന്നതുകൊണ്ട് കേരളത്തിലെ പക്ഷികളിൽ

ഈഹയും വിസ്ലറും സാലിം അലിയും നിർല്ലീനരായിരുന്നു. അപ്പോഴും ഇന്ദുചൂഡന്റെ ആഖ്യാനം മൗലികമാണ്. വിസ്‌ലറെ അനുകരിച്ചാവാം കാക്കകളിൽ നിന്നാണ് ഇന്ദുചൂഡനും ആരംഭിക്കുന്നത്. കാക്കകളാണല്ലോ നമുക്കേറ്റവും സുപരിചിതരായ പക്ഷികൾ. തുടർന്ന് ആദ്യഭാഗങ്ങളിൽ പക്ഷിനിരീക്ഷണം തുടങ്ങുന്നവർക്കും കേരളത്തിൽ എളുപ്പം കാണാനും പരിചയപ്പെടാനും കഴിയുന്ന പക്ഷികളെ പരിചയപ്പെടുത്തുന്നു. മണ്ണാത്തിപ്പുള്ള്, ചെമ്പോത്ത്, തേൻകിളികൾ, പൂത്താങ്കീരി, കരിയിലക്കിളി, ബുൾബുളുകൾ, തത്തകൾ എന്നിങ്ങനെ മുപ്പത്തിയഞ്ചാം അദ്ധ്യായം തൊട്ട് ശാസ്ത്രീയക്രമമാണ് പിൻതുടരുന്നത്.

എഴുത്തുകാരൻ കാരൂർ നീലകണ്ഠപിള്ള നേതൃത്വം നല്കിയിരുന്ന എസ് പി സി എസിനാണ് കേരളത്തിലെ പക്ഷികൾ പുസ്തകരൂപത്തിലിറക്കാനായി അയച്ചുകൊടുത്തത്. എന്നാൽ പക്ഷികളെക്കുറിച്ചുള്ള പുസ്തകം പ്രസിദ്ധപ്പെടുത്തുന്നതിനുവേണ്ടിവരുന്ന തുകയും ബ്ലോക്കുകളുണ്ടാക്കുന്നതിനുള്ള ബുദ്ധിമുട്ടുകളും ചൂണ്ടിക്കാട്ടി അത് തിരിച്ചയക്കുകയായിരുന്നു. പിന്നീടാണ് സാഹിത്യ അക്കാദമിക്കയക്കുന്നത്. സർദാർ കെ എൻ പണിക്കർ പ്രസിഡന്റും കെ പി കേശവമേനോൻ ഉപാദ്ധ്യക്ഷനുമായ സാഹിത്യ അക്കാദമി പുസ്തകം പ്രസിദ്ധീകരിക്കാൻ തീരുമാനിച്ചു.

നമ്മുടെ അക്കാദമികൾക്കെല്ലാം ഉള്ള നൂലാമാലകൾ ഇന്നത്തേതിലും എത്രയോ ഇരട്ടിയായിരുന്നു അക്കാലങ്ങളിലെന്ന് നമുക്ക് ഊഹിക്കാവുന്നതേയുള്ളൂ. ഇതിൽ കടുത്ത നിരാശനായിരുന്നു കെ കെ നീലകണ്ഠൻ. "പ്രധാനമായും സാഹിത്യഅക്കാദമി കാരണം ഏതാണ്ട് അഞ്ചുവർഷം മുമ്പ് ഞാൻ സാഹിത്യ രചനയിൽ നിന്ന് പിൻവാങ്ങിയതാണ്. ഗ്രന്ഥകാരൻ എന്ന നിലവിലുള്ള എന്റെ അനുഭവം അത്തരത്തിലുള്ളതായിരുന്നു. വീണ്ടും ആ രംഗത്തേക്ക് കടന്നുവരാൻ എനിക്കാഗ്രഹമില്ല." എന്ന് അക്കാദമിക്കൊരിക്കൽ അദ്ദേഹം എഴുതിയെങ്കിൽ എത്രയധികം അക്കാദമിയുടെ ചുമന്ന നാടകൾ അദ്ദേഹത്തെ നൊമ്പരപ്പെടുത്തിയെന്ന് നമുക്ക് മനസ്സിലാക്കാം. അക്കാദമിയിൽ നിന്ന് *കേരളത്തിലെ പക്ഷികൾ* ഒരു കോപ്പി വാങ്ങണമെങ്കിൽ തന്നെ ഭഗീരഥ പ്രയത്നമായിരുന്നു. പുസ്തകത്തിന്റെ വില

യായ 8.50 പൈസ ട്രഷറിയിൽ അടയ്ക്കണം. എന്നിട്ടതിന്റെ ചെല്ലാൻ വാങ്ങി തൃശൂരിലെ അക്കാദമി ഓഫീസിലേക്ക് കൊണ്ടുപോയി കൊടുക്കണം. ഇതൊന്നും അത്ര പ്രായോഗികമായ കാര്യങ്ങളായിരുന്നില്ല. കേരളത്തിലെ പക്ഷികളുടെ രണ്ടാം പതിപ്പ് കൂടുതൽ മികച്ച നിലവാരത്തിലാണ് പുറത്തിറങ്ങിയതെന്ന് കാണാം. ഒന്നാം പതിപ്പ് പ്രസിദ്ധീകരിച്ച് കാൽനൂറ്റാണ്ടിനുശേഷമാണ് രണ്ടാം പതിപ്പ് ഇറങ്ങിയത്.

'ഒരു ഭാഷാദ്ധ്യാപകന്റെ സന്ദേഹങ്ങൾ' എന്ന തലക്കെട്ടിൽ സി ഐ അബ്ദുൽ ബഷീർ കെ കെ നീലകണ്ഠന്റെ അതിമനോഹരമായ എഴുത്തു ശൈലിയെ എടുത്തുകാട്ടിയിട്ടുണ്ട്. ചില ഉദാഹരണങ്ങൾ അദ്ദേഹം തന്റെ ലേഖനത്തിൽ ചൂണ്ടിക്കാട്ടുന്നു. കുളക്കോഴികളെ വിവരിക്കുന്ന പുറം 229 നോക്കുക.

പാട്ടുകച്ചേരി എന്ന പദം ഉപയോഗിച്ചത് എന്റെ ഗുരുനാഥനായിരുന്ന സഞ്ജയൻ പണ്ട് തവളകൾ കണ്ടംകുളത്ത് ഒരു പാട്ടുകച്ചേരി നടത്തിയതിനെക്കുറിച്ച് എഴുതിയത് ഓർത്തുമാത്രമാണ്. കുളക്കോഴികളുടെ ശബ്ദത്തെ വലിയ ഭേകന്മാരുടെ സംഗീതത്തോട് തീർച്ചയായും ഉപമിക്കാം. ഈഹ (EHA) എന്ന എഴുത്തുകാരൻ ഈ കുളക്കോഴി സംഗീതത്തെ വിവരിച്ചിട്ടുള്ളത് ഏകദേശം ഇപ്രകാരമാണ്.

കുളക്കോഴികളുടെ പ്രണയഗാനം ഒരു ശക്തിയേറിയ പോർക്കിനെ ജീവനോടെ പൊരിക്കുമ്പോൾ പുറപ്പെടുന്ന അലർച്ചയെക്കാൾ ഭയങ്കരമാണ്.

ആനറാഞ്ചിപ്പക്ഷികളുടെ ജാഗ്രതയെക്കുറിച്ച് വിസ്തരിച്ച ശേഷം ആ അദ്ധ്യായം ഇങ്ങനെയാണ് അവസാനിക്കുന്നത്. എന്നാൽ ഭദ്രകാളിക്ക് പോലും ചിലപ്പോൾ പിശാച്ചു ബാധയുണ്ടാകുമല്ലോ. അച്ഛൻ കൊമ്പത്ത് (ചക്കയ്ക്കുപ്പുണ്ടോ) എന്ന കുയിൽ ആനറാഞ്ചിയെക്കൂടി കബളിപ്പിച്ച് അതിന്റെ കൂട്ടിൽ സ്വന്തം മുട്ടയെ നിക്ഷേപിച്ച് കുടുംബഭാരം മുഴുവൻ ആനറാഞ്ചിയെ ഏല്പിക്കാറുണ്ട് (പേജ് 131).

സഞ്ചാര പ്രാവിന്റെ വംശനാശകഥ വിവരിച്ചശേഷം അദ്ദേഹം എഴുതി:

> കേരളത്തിലെ പക്ഷിമൃഗാദികൾക്കൊന്നും അത്രത്തോളം ഏഴരശനി ബാധിച്ചിട്ടില്ലായിരിക്കാം. എങ്കിലും കൂട്ടക്കൊലയും കവർച്ചയും പ്രകൃതിയുടെ സമ്പത്തിനെ പാഴാക്കിത്തുടങ്ങിയിട്ട് കുറച്ചു കാലമായി. ഇപ്പോൾ തന്നെ നാം ഇത്തരം നശീകരണം നിർത്തൽ ചെയ്യുകയാണെങ്കിൽ നമ്മുടെ പിൻഗാമികൾക്ക് വ്യസനിക്കേണ്ടിവരുന്നതല്ല. അല്ലെങ്കിൽ യൂറോപ്പിലെ ഒരു രാജ്യത്തിലെപ്പോലെ പക്ഷികളുടെ വർഗ്ഗം തന്നെ നമ്മുടെ നാട്ടിലും കാണാതായി ത്തീരും.

ഇപ്പോൾ നമ്മൾ തെരഞ്ഞു നോക്കുമ്പോൾ എത്ര ശക്തിമത്തായൊരു താക്കീതാണ് കെ കെ നീലകണ്ഠൻ നമുക്ക് കേരളത്തിലെ പ

ക്ഷികളിലൂടെ തന്നതെന്ന് ഓർത്തുപോകുന്നു. ഒരു പക്ഷിയെ കണ്ടാലുടൻ അതിനെ തിരിച്ചറിയാൻ ഉപകരിക്കുന്നതരത്തിലാണ് കെ കെ നീലകണ്ഠൻ അതിനെ *കേരളത്തിലെ പക്ഷികളിൽ* പരിചയപ്പെടുത്തുന്നത്.

ഏപ്രിൽ മാസം പെട്ടെന്നൊരു മഴ പെയ്ത് നിലം തണുത്തിരിക്കുന്നു. ചെടികളും മരങ്ങളുമെല്ലാം കുളിച്ച് ശുദ്ധമായി ഈറനുടുത്ത് കുളിർമ്മയിലാണ്ടിരിക്കുന്നു. കാലിലെ ഒരു മുറിവ് പഴുത്തതുകാരണം നടക്കുവാൻ നിവൃത്തിയില്ലാതെ ഞാൻ മാവിൻചുവട്ടിൽ ചാരുകസേരയിൽ കിടന്ന് ചുറ്റുമുള്ള വാഴകളിലും പുളി, വേപ്പ്, മാവ് എന്നീ മരങ്ങളിലും കളിച്ചുകൊണ്ടിരിക്കുന്ന പക്ഷികളെ നോക്കിക്കൊണ്ടിരിക്കുകയായിരുന്നു. അങ്ങനെയിരിക്കെ ഒരു ചെറുകിളിയുടെ പോക്കുവരവുകൾക്ക് പ്രത്യേകിച്ചൊരു ചിട്ടയുള്ളതായി തോന്നി. ഇരുണ്ട ദേഹമുള്ള ചെറിയൊരു പക്ഷി സുമാർ സൂചിമുഖിയുടെ വലുപ്പമേയുള്ളൂ, പക്ഷേ, നീണ്ട നേരിയ വാൽ സദാപൊന്തിച്ചു പിടിച്ചിട്ടുണ്ട്. ആകപ്പാടെ തവിട്ടുച്ഛായയുള്ള ഇളം പച്ചയാണ് നിറം. സൂക്ഷിച്ചുനോക്കിയപ്പോൾ നെറ്റിയും മൂർദ്ധാവും കുങ്കുമം തേച്ചതുപോലെ അല്പമൊരു ചുകപ്പാണെന്നും തൊണ്ട മുതൽ വയറിന്റെ അടിഭാഗം വരെ വെള്ളയാണെന്നും വ്യക്തമായി. മാത്രമല്ല പക്ഷി കൂടെക്കൂടെ ച്യൂവി....ച്യൂവി എന്ന് ശബ്ദിക്കുമ്പോൾ അതിന്റെ കഴുത്തിനിരുവശത്തും ഓരോ പൊട്ട്, തടിച്ചവരകൾ എന്നുതന്നെ പറയാം ഒളിഞ്ഞുകിടക്കുന്നതും കണ്ടു. പക്ഷിയുടെ തൊണ്ട വീർക്കുമ്പോഴായിരുന്നു ഈ വലിയ കറുത്തപുള്ളികൾ തെളിഞ്ഞുകണ്ടിരുന്നത്.

ഇനിയിപ്പോ പക്ഷിയെ കണ്ടില്ലെങ്കിലും അവയുടെ ശബ്ദം കേട്ടാൽ തന്നെ പക്ഷിയേതെന്ന് തിരിച്ചറിയാൻ കഴിയുംവിധത്തിലാവും മറ്റു ചില പക്ഷികളെക്കുറിച്ച് അദ്ദേഹം എഴുതുക. 'ചെമ്പോത്ത്' എന്ന അദ്ധ്യായത്തിൽ എഴുതിയിരിക്കുന്നത് ശ്രദ്ധിക്കുക. സൂര്യോദയം മുതൽ സന്ധ്യവരെ ഇരതേടി നടക്കുമ്പോഴും മറ്റും ചെമ്പോത്ത് ഇടയ്ക്കിടെ 'ഗുബ്....ഗുബ്.....ഗുബ്...' എന്ന് വിളിക്കാറു പതിവാണ്. ചിലപ്പോൾ 'ച്യേർർർ.....' എന്ന് ചീറുന്നതുപോലെ ഒരു ശബ്ദവും 'ക്വാക്' എന്നൊരു ശബ്ദവും പുറപ്പെടുവിക്കും. സന്ധ്യക്ക് ചേക്കിരിക്കാൻ പോകുമ്പോഴും കേൾക്കാവുന്നതുപോലെ ഒരു ചീറ്റലും 'ഷ് ത്വാക്കു' എന്നൊരു ശബ്ദവും പുറപ്പെടുവിക്കാറുണ്ട്. ചെമ്പോത്തിന്റെ കുഞ്ഞുങ്ങൾ ഭക്ഷണം യാചിക്കുന്നതിനും 'ചേർർർ....' എന്നൊരു ചീറ്റലാണ് ഉപയോഗിക്കുക. കൂടുകെട്ടുന്ന കാലമടുത്താൽ ചെമ്പോത്ത് മാധുര്യമുള്ള 'ഗും...ഗും...ഗും...ഹും..' എന്നൊരു ശബ്ദം വല്ലമരത്തിന്മേലും കയറിയിരുന്നു തുടരെത്തുടരെ പുറപ്പെടുവിക്കും. സാധാരണയായി ഈ ശബ്ദം അടുത്തുള്ള മറ്റു ചെമ്പോത്തുകളും ഉടനെ ആവർത്തിക്കുക പതിവുണ്ട്.

കേരളത്തിലെ പക്ഷികൾ വായിച്ചിട്ടുള്ളവരൊക്കെ ജീവിതകാലം മുഴുവൻ പക്ഷികളുടെ ആരാധകരായിത്തീരാറുണ്ട്. ഇതിനുതക്ക കരവിരുതോടെയാണ് ഈ മനോഹരപക്ഷി സൗധം അദ്ദേഹം നിർമ്മിച്ചിട്ടുള്ളത്.

1960 ൽ *കേരളത്തിലെ പക്ഷികൾക്ക്* എസ് പി സി എസ് നല്കി വരുന്ന *കല്യാണികൃഷ്ണമേനോൻ പുരസ്കാരം* ലഭിച്ചു. 200 രൂപയായിരുന്നു അവാർഡു തുക. 1963 ലെ മോസ്കോ ഭാരതീയ പ്രദർശനത്തിൽ ഇന്ത്യയിൽനിന്നു പ്രദർശിപ്പിക്കാൻ തെരഞ്ഞെടുത്ത മൂന്ന് പുസ്തകങ്ങളിൽ ഒന്ന് *കേരളത്തിലെ പക്ഷി*കളായിരുന്നു.

പുള്ളിച്ചുണ്ടൻ കൊതുമ്പന്നം

ഇന്ത്യയിലെ പ്രശസ്തമായ പക്ഷി സങ്കേതങ്ങളിലൊന്നാണ് ആന്ധ്രയിലെ കല്ലേരു പക്ഷിസങ്കേതം. വിവിധ ജാതി നീർപ്പക്ഷികളുടെ പ്രജനന കേന്ദ്രമാണിവിടം. നീർപ്പക്ഷികൾ നാടിന്റെ നാനാഭാഗങ്ങളിൽ നിന്നിവിടേക്ക് വിരുന്നിനെത്തുന്നു. രാജഹംസങ്ങൾ, വർണ്ണക്കൊറ്റികൾ, എരണ്ടകൾ, വാത്തകൾ, കൊതുമ്പന്നങ്ങൾ, കൊറ്റികൾ, നീർക്കാക്കകൾ, ഐബിസുകൾ തുടങ്ങി നിരവധി പക്ഷികൾ ഇവയിൽ ഉൾപ്പെടും. എന്നാൽ പുള്ളിച്ചുണ്ടൻ കൊതുമ്പന്നങ്ങളുടെ കൂടൊരുക്കൽ കേന്ദ്രമെന്ന നിലയിലാണ് ഏറെ പ്രശസ്തം. കൃഷ്ണനദിയുടെയും കാവേരി നദിയുടെയും ഇടയ്ക്കുള്ള വിശാലമായ ചതുപ്പാണ് പക്ഷിസങ്കേതമായി മാറിയത്. ഏതാണ്ട് 673 സ്ക്വയർ കിലോമീറ്റർ വിസ്തൃതിയിലുള്ള തണ്ണീർത്തടമാകെ നീർപ്പക്ഷികളുടെ ആവാസ കേന്ദ്രമാണ്. ഈ തണ്ണീർത്തടത്തെ റംസാർ സൈറ്റായി പ്രഖ്യാപിച്ച് സർക്കാർ സംരക്ഷണപ്രവർത്തനങ്ങൾ ആരംഭിച്ചിട്ടുണ്ട്. അതിനുമുമ്പ് ഈ പക്ഷികളിൽ മഹാഭൂരിപക്ഷവും എത്തിയിരുന്നത് ആരേഡു എന്ന ഗ്രാമത്തിലായിരുന്നു. കല്ലേരുവിനു സമീപത്തുള്ള ഒരു ഗ്രാമമാണിത്. ഇവിടേക്ക് പതിനായിരക്കണക്കിന് കൊതുമ്പന്നങ്ങൾ എത്തിപ്പെടുന്നത് ബർമ്മയിലെ സിറ്റാങ് നദീതീരത്തു നിന്നാവാം.

ഇതേക്കുറിച്ച് *പുല്ലുതൊട്ട് പുന്നാര വരെ*യെന്ന കൃതിയിൽ കെ കെ നീലകണ്ഠൻ എഴുതിയിട്ടുണ്ട്. ഇന്ത്യൻ നാഷണൽ കോൺഗ്രസിന്റെ സ്ഥാപകനായ എ ഒ ഹ്യൂം ഇന്ത്യൻ പക്ഷി വിജ്ഞാനത്തിന്റെ പ്രണേതാക്കളിൽ ഒരാളാണ്. അറേബ്യ മുതൽ ഈസ്റ്റ് ഇൻഡീസിന്റെ കിഴക്കേയറ്റം വരെ വ്യാപിച്ചുകിടക്കുന്ന പൗരസ്ത്യദേശത്ത് കാണപ്പെട്ടിരുന്ന ദശലക്ഷക്കണക്കിന് പുള്ളിച്ചുണ്ടൻ പെലിക്കനുകൾ എവിടെയാണ്

കൂടുകൂട്ടുന്നതെന്ന് കണ്ടുപിടിക്കാൻ ഹ്യൂം കൊതിച്ചു. ഈ പക്ഷി കൂടുകെട്ടുന്ന സ്ഥലങ്ങൾ കണ്ടുപിടിക്കുവാൻ അദ്ദേഹം പലരെയും പ്രേരിപ്പിച്ചു. അങ്ങനെയിരിക്കെ യുജിൻ ഓട്സ് എന്ന പ്രകൃതി ശാസ്ത്രജ്ഞൻ ബർമ്മയിലെ സിറ്റാങ് നദിയുടെ കരയിൽ അവിശ്വസനീയമായ ഒരു കാഴ്ച കണ്ടു. കൊടുങ്കാട്ടിനുള്ളിലെ മരങ്ങളിൽ ദശലക്ഷക്കണക്കിന് പെലിക്കനുകൾ (കൊതുമ്പന്നങ്ങൾ) കൂടുകെട്ടിയിരിക്കുന്നു. നൂറ് ചതുരശ്ര മൈലിലധികം വരുന്ന സ്ഥലത്തെ മരങ്ങളിലത്രയും കൊറ്റികുടുംബത്തിൽപ്പെട്ട വയൽ നായ്ക്കന്മാരോടൊപ്പം അസംഖ്യം പുള്ളിച്ചുണ്ടൻ പെലിക്കനുകളും സന്താനോല്പാദന പ്രക്രിയയിൽ ഏർപ്പെട്ടിരിക്കുന്നു. 1877 ൽ ആയിരുന്നു ഓട്സ് ഈ അത്ഭുത ദൃശ്യം കണ്ടത്.

എന്നാൽ ഇതേ സ്ഥലത്ത് ഒൻപത് വർഷത്തിനുശേഷം മറ്റൊരുപക്ഷി നിരീക്ഷകൻ എത്തിയപ്പോൾ പക്ഷിലോകത്തെ ഈ മഹാത്ഭുതം അദ്ദേഹത്തിന് കാണാൻ കഴിഞ്ഞില്ല. ഒരുകാലത്ത് നിബിഡവനം നിന്നിരുന്ന ഭാഗങ്ങളൊക്കെ കൃഷിയിടങ്ങളാക്കി മാറ്റിയിരുന്നു. വിസ്തൃതമായ നെൽവയലുകൾ മാത്രം കാണാം. നമ്മുടെ രാജസ്ഥാനിലെ ഭരത്പൂർ പക്ഷി സങ്കേതത്തിനും ഇതേ ഗതിവരുമായിരുന്നു. എന്നാൽ ഡോ. സാലിം അലിയുടെയും മറ്റും സമയോജിതമായ ഇടപെടൽ കൊണ്ടാണത് സംരക്ഷിച്ചു നിർത്താനായത്. ബർമ്മയിലെ കാടുകളിൽ നിന്ന് തുരത്തിയോടിക്കപ്പെട്ട പെലിക്കനുകൾ ഇന്ത്യയിലേക്കും ശ്രീലങ്കയിലേക്കും കുടിയേറിയെന്നുകരുതാം. നീർപക്ഷികൾ കൂടൊരുക്കുന്ന പ്രധാനതാവളത്തിന് പരിക്കേറ്റാൽ അവ ചെറിയസംഘമായി മറ്റിടങ്ങളിലേക്ക് ചേക്കേറുക പതിവാണ്. അങ്ങനെ കൊതുമ്പന്നങ്ങളുടെ (പെലിക്കൻ) ഒരു വിഭാഗം ആരേഡു ഗ്രാമത്തിലുമെത്തിയെന്ന് കരുതുന്നതിൽ തെറ്റില്ല. പക്ഷേ, അതിന് വ്യക്തമായ തെളിവിനിയും കണ്ടെത്തേണ്ടതുണ്ടെന്ന് മാത്രം. എന്റെ ഈ നിരീക്ഷണത്തെ സാധൂകരിക്കാൻ ഒരനുഭവം പങ്കുവയ്ക്കാം.

കൂടൊരുക്കുന്നിടത്തിനായി പക്ഷികൾ തമ്മിൽ കടുത്തമത്സരം നിലനില്ക്കുന്നുണ്ട്. കൂടൊരുക്കുന്നതിനുവേണ്ടിയുള്ള മരങ്ങളുടെയും ചുള്ളിക്കമ്പുകളുടെയും കുഞ്ഞിനെ തീറ്റിപ്പോറ്റുന്നതിനുള്ള ഭക്ഷ്യവസ്തുക്കളുടെയും ലഭ്യതയുടെ കുറവാണ് പക്ഷികൾ നിലനില്പിനായി പരസ്പരം ഏറ്റുമുട്ടാനിടയാക്കുന്നത്. നീർക്കാക്കകളും ചേരക്കോഴികളും തമ്മിൽ കൂടൊരുക്കൽ കേന്ദ്രത്തിനായി പോരടിച്ച് ഒടുക്കം നീർക്കാക്ക

കൾക്ക് അവിടം ഉപേക്ഷിക്കേണ്ട സ്ഥിതിവന്നത് ഞാൻ നേരിട്ട് കണ്ടു ബോദ്ധ്യപ്പെട്ടിട്ടുണ്ട്.

നമ്മുടെ നാട്ടിൽ കാണുന്ന വെള്ളരിപ്പക്ഷികളിൽ നാലു ജാതികളെ ഞങ്ങളുടെ നൂറനാട് പ്രദേശത്ത് കാണാനാകുമായിരുന്നു. ചിന്നക്കൊക്ക്, കാലിക്കൊക്ക് എന്നിവ സർവ്വസാധാരണമാണ്. വെള്ളരിപ്പക്ഷികളുടെ കൂടൊരുക്കൽകാലമായ ഇടവപ്പാതി മഴക്കാലത്ത് പെരുംകൊക്കും ഇടക്കൊക്കും കൂടൊരുക്കാനെത്തും. ചിന്നക്കൊക്കും ഇവയ്ക്കൊപ്പം കൂടൊരുക്കും. എന്നാൽ കാലിക്കൊക്കിനെ ഞങ്ങളുടെ പ്രദേശത്തെവിടെയെങ്കിലും കൂടൊരുക്കിയതായി ഞാൻ കണ്ടിട്ടില്ല. ഞങ്ങളുടെ മൃഗാശുപത്രിവളപ്പിനരുകിലെ ആഞ്ഞിലിയിൽ പെരുംകൊക്കും ഇടക്കൊക്കും കൂടൊരുക്കുന്നത് ഞാൻ പതിവായി നോക്കി നില്ക്കുമായിരുന്നു. ഇവയുടെ ശുഭ്രനിറമാർന്ന പീലിത്തൂവലുകൾ വിരിച്ചുള്ള ലീലകൾ എത്രകണ്ടാലും എനിക്ക് കൊതിതീരില്ല. അത്രയ്ക്ക് ഭംഗിയാണ്. എന്നാൽ കേരളത്തിലെവിടെയും ഈ പക്ഷികൾ കൂടൊരുക്കിയതായി മുമ്പ് കണ്ടെത്തിയിട്ടില്ലെന്ന് അപ്പോഴൊന്നും എനിക്കറിവുണ്ടായിരുന്നില്ല. 1987 ൽ ഓരോണക്കാലത്ത് ഒരാൾ വന്ന് ഈ പക്ഷികളുടെ ഫോട്ടോയെടുക്കുന്നത് എന്റെ ശ്രദ്ധയിൽപെട്ടു. മതിലിന്റെ മുകളിൽ കയറിനിന്നാണ് ഫോട്ടോയെടുപ്പ്. ഞാനാളെ പരിചയപ്പെട്ടു, ഉത്തമെന്നാണ് പേരെന്നും വയനാട്ടിലെ ഫീൽഡ് പബ്ലിസിറ്റിയിലാണ് ജോലിയെന്നും പറഞ്ഞു. *കലാകൗമുദി*യിൽ നൂറനാട്ടെ കൊറ്റില്ലം എന്നപേരിൽ ഇദ്ദേഹം തന്റെ കണ്ടെത്തൽ എഴുതിയപ്പോഴാണ് ഞാൻ നോക്കിക്കൊണ്ടിരുന്ന പക്ഷിയുടെ ജൈവപ്രാധാന്യം എനിക്ക് ബോദ്ധ്യപ്പെട്ടത്. സാലിം അലിയുടെ *ബേർഡ്സ് ഓഫ് കേരള*യിലും പ്രൊഫ. കെ കെ നീലകണ്ഠന്റെ *കേരളത്തിലെ പക്ഷികളി*ലും ഇവ കേരളത്തിൽ കൂടൊരുക്കിയതായി പരാമർശിക്കപ്പെട്ടിട്ടില്ലത്രെ.

എന്തായാലും ഈ പക്ഷികളെ പിന്നീട് ഞാൻ പ്രത്യേകം ശ്രദ്ധിച്ചുപോന്നു. അടുത്ത പ്രദേശമായ കറ്റാണത്ത് ഇതേ പക്ഷികൾ കൂടൊരുക്കുന്നത് ഞാൻ പിന്നീട് കണ്ടെത്തി. അവിടെയുള്ള ഒരു സ്വകാര്യആശുപത്രിവളപ്പിൽ വിവിധ ജാതി നീർപ്പക്ഷികൾക്കൊപ്പം ഒരു മാവിൽ പെരുംക്കൊക്കും ഇടക്കൊക്കും ചിന്നക്കൊക്കും അടുത്തടുത്ത് കൂടൊരുക്കിയത് പതിവായി ഞാൻ നിരീക്ഷിച്ചുകൊണ്ടിരുന്നു. കൊക്കുവർഗ്ഗക്കാരും അടുത്തബന്ധുക്കളും ഒരേ മരക്കൊമ്പിൽ ചേർന്നാണ് കൂടൊരുക്കിയിരുന്നതെങ്കിലും പരസ്പരം സഹകരിച്ചിരുന്നില്ല. ചിന്നക്കൊക്കിന്റെ കുഞ്ഞുങ്ങൾ ഇടക്കൊക്കിന്റെ കൂട്ടിലേക്കൊന്ന് എത്തിനോക്കിയാൽ അവ അതിനെ കൊത്തിയകറ്റും.

മൂന്ന് ജാതി കൊക്കുകളുടെയും കുഞ്ഞുങ്ങൾ തമ്മിൽ ഇടകലരാനവ സമ്മതിച്ചിരുന്നില്ല. വംശശുദ്ധി കാത്തുസൂക്ഷിക്കുന്നതിനാവണം ഈ അകല്ച്ചയെന്നാണ് എന്റെ വിചാരം. ഇവയെക്കുറിച്ച് ഞാനൊരു ഡോക്യുമെന്ററി തയ്യാറാക്കിയപ്പോൾ മൂന്ന് കൊക്കുകളും അടുത്തടു

ത്തുകൂടൊരുക്കിയിരിക്കുന്നതും എന്നാൽ അകന്നുള്ള അവയുടെ ജീവിതവും ഞാൻ ഷൂട്ട് ചെയ്യുകയുണ്ടായി. വിവിധജാതി നീർപ്പക്ഷികൾ കൂട്ടമായി ഒരു മരത്തിലോ, പ്രദേശത്തോ കൂടൊരുക്കുന്നത് കൂടൊരുക്കൽകാലത്തെ പൊതുസുരക്ഷയുടെ ഭാഗമായി മാത്രമാണ്. പിന്നീടവ പലവഴിക്ക് പിരിഞ്ഞുപോകും. ഇതെനിക്ക് ബോദ്ധ്യമായ കാര്യമാണ്.

എന്റെ നാട്ടിൽ കൂടൊരുക്കിയിരുന്ന വിവിധജാതി നീർപ്പക്ഷിക്കൂട്ടങ്ങൾ മരങ്ങൾ പിഴുതുവീണും റോഡുവികസനത്തിന്റെ ഭാഗമായി അവ മുറിച്ചുമാറ്റിയതുമൂലവും വേർപിരിഞ്ഞുപോയത് ഞാൻ ശ്രദ്ധിച്ചിട്ടുണ്ട്, നൂറനാട്ടുനിന്ന് പക്ഷികൾ പന്തളത്തേക്കും തെങ്ങിൻതാരയിലേക്കും ആതിക്കാട്ടുകുളങ്ങരയിലേക്കും ഓണാട്ടുകരയുടെ തീരദേശത്തേക്കും ചെറുസംഘമായി കുടിയേറി. എല്ലാ പക്ഷികളെയും ഉൾക്കൊള്ളാൻ പറ്റുന്നനിലയിലുള്ള ആവാസവ്യവസ്ഥ ലഭ്യമല്ലാത്തതാവണം ചെറുസംഘങ്ങളായി പക്ഷികൾ വേർപിരിഞ്ഞ് കൂടൊരുക്കാൻ കാരണം. കൂട്ടുകുടുംബം ഭാഗംവെച്ച് അണുകുടുംബങ്ങളാകുന്നതുപോലെയാണിതും. ഇതിൽ കൗതുകമായൊരു വസ്തുത ചേരക്കോഴിയും നീർക്കാക്കയും വെള്ളരിപ്പക്ഷികളും പാതിരാക്കൊക്കും ഇടകർന്ന് കൂടൊരുക്കുകയായിരുന്ന പതിവ് വേർപിരിഞ്ഞ് കൂടൊരുക്കിയപ്പോഴവ തെറ്റിച്ചുവെന്നതാണ്.

ചേരക്കോഴികളുടേതു മാത്രമായൊരു വലിയസംഘം ആതിക്കാട്ടുകുളങ്ങരയിലെ ഒരു വീട്ടുവളപ്പിൽ കൂടൊരുക്കുന്നത് എന്റെ ശ്രദ്ധയിൽപ്പെട്ടു. ഏതാണ്ട് 750 ഓളം ചേരക്കോഴികൾ വരെ എനിക്കവിടെനിന്ന് എണ്ണി തിട്ടപ്പെടുത്താൻ കഴിഞ്ഞു. ഞാൻ കണ്ട ഏറ്റവും വലിയ ചേരക്കോഴിത്താവളവും അതായിരുന്നു. ഒരുപക്ഷേ, ഇന്ത്യയിൽത്തന്നെ ഇത്രത്തോളം ചേരക്കോഴികൾ ഒരുമിച്ച് കൂടൊരുക്കുന്ന ഒരു വീട്ടുവളപ്പ് കാണാനിടയില്ല. വേർപിരിഞ്ഞുപോയ നീർക്കാക്കകൾ അവരുടേതായ കോളനിസ്ഥാപിച്ചു. ആവാസവ്യവസ്ഥയ്ക്കുണ്ടാകുന്ന നാശം ജീവിവർഗ്ഗങ്ങളെ ഏതെല്ലാം തരത്തിൽ ഒറ്റപ്പെടുത്തുന്നുവെന്ന് ഗൗരവമായ പഠനം നടത്തേണ്ടതാണ്.

ആരേഡുവിൽ ആരോരുമറിയാതെ കഴിഞ്ഞിരുന്ന കൊതുമ്പന്നങ്ങളെ

ലോകശ്രദ്ധയിൽ കൊണ്ടുവന്നത് കെ കെ നീലകണ്ഠനായിരുന്നു. എന്റെ പക്ഷിയെന്നദ്ദേഹം അഭിമാനത്തോടെ വിളിച്ചിരുന്നത് പുള്ളിച്ചുണ്ടൻ കൊതുമ്പന്നങ്ങളെയായിരുന്നുവത്രെ. കൊതുമ്പന്നങ്ങളുടെ കുടുംബത്തിൽപ്പെട്ട ഏഴ് ജാതികൾ ഇന്ന് ജീവിച്ചിരിപ്പുണ്ട്. ഇവയിൽ മൂന്ന് ജാതികളെ ഇന്ത്യയിൽ കാണാം.

ചാരനിറ കൊതുമ്പന്നങ്ങൾ എന്നും വെള്ളനിറ കൊതുമ്പന്നങ്ങൾ എന്നും രണ്ടിനം കൊതുമ്പന്നങ്ങളെ കൂടാതെ ഡാൽമേഷ്യൻ കൊതുമ്പന്നങ്ങളുമുണ്ട്. വെള്ളക്കൊതുമ്പന്നങ്ങളെ റോസിക്കൊതുമ്പന്നങ്ങൾ എന്നും പേർ ചൊല്ലി വിളിക്കാറുണ്ട്. ചാരനിറ കൊതുമ്പന്നങ്ങൾക്ക് പുള്ളിച്ചുണ്ടൻ കൊതുമ്പന്നങ്ങൾ എന്നും വിളിപ്പേരുണ്ട്. ആരേഡുവിലെപ്പോലെ നൂറുകണക്കിന് പുള്ളിച്ചുണ്ടൻ പെലിക്കനുകൾ കൂടൊരുക്കുന്ന ദക്ഷിണേന്ത്യയിലെ മറ്റൊരു പക്ഷിസങ്കേതമാണ് തമിഴ്നാട്ടിലെ കൂന്തംകുളം. ഇവിടുത്തെ പുള്ളിച്ചുണ്ടൻ കൊതുമ്പന്നങ്ങളെക്കുറിച്ച് ഒരു ഡോക്യുമെന്ററി നിർമ്മിക്കാൻ എനിക്ക് അവസരം ലഭിച്ചിട്ടുണ്ട്. മറ്റുപക്ഷികളിൽ നിന്ന് വ്യത്യസ്തനായൊരു പക്ഷിയാണ് കൊതുമ്പന്നങ്ങൾ. കൂന്തംകുളത്തെ പക്ഷിസങ്കേതത്തിൽ നിന്ന് വ്യത്യസ്തമായി ആരേഡുവിൽ പുള്ളിച്ചുണ്ടൻ കൊതുമ്പന്നങ്ങൾ മാത്രമേ കൂടൊരുക്കിയിരുന്നുള്ളൂ. കൊതുമ്പന്നങ്ങൾ അവയുടെ ശരീരപ്രത്യേകത കൊണ്ട് ആരുടെയും ശ്രദ്ധ ആകർഷിക്കുന്ന പക്ഷിയാണ്.

എല്ലാ ജാതി പെലിക്കൻ പക്ഷികൾക്കും (കൊതുമ്പന്നങ്ങൾ) കൊഴുത്തു തടിച്ച അണ്ഡാകൃതിയിലുള്ള ദേഹവും മെലിഞ്ഞുനീണ്ട വളഞ്ഞ കഴുത്തും വളരെ കുറിയ വാലും നന്നെ കുറിയ കാലുകളുമാണുള്ളത്. കഴുത്തിനും തലയ്ക്കും ഒട്ടും യോജിക്കാത്ത വലിയ കൊക്കാണ് ഏറ്റവുമാദ്യം നമ്മുടെ ശ്രദ്ധയിൽപ്പെടുന്നത്. ബഹുവിചിത്രമാണ്. ഈ പക്ഷിവർഗ്ഗത്തിന്റെ കൊക്ക് അടിച്ചമർത്തിയപോലെ പരന്നതും വളഞ്ഞു കൂർത്ത നഖം പോലെയുള്ള അഗ്രത്തോടു കൂടിയതുമാണ് മേല്പകുതി. കീഴ് പകുതി കാണുമ്പോൾ അത് വലിയൊരു തോൽസഞ്ചിയാണെന്നാണ് തോന്നുക. ഈ ധാരണ ശരിയാണുതാനും. പെലിക്കന്റെ കീഴ്പകുതി ചിത്രശലഭങ്ങളെ പിടിക്കാനുപയോഗിക്കുന്ന വലയുടേതുപോലുള്ള ഒരു ചട്ടക്കൂടാണ്. അതിൽ പിടിപ്പിച്ചിട്ടുള്ള ചർമ്മം ഒരു സഞ്ചി പോലെ തൂങ്ങിക്കിടക്കും. പക്ഷി ഒരിടത്തിരിക്കുമ്പോൾ, ഈ സഞ്ചി വിത്തുകാളയുടെ കഴുത്തിനു താഴെ തൂങ്ങിക്കിടക്കുന്ന താടപോലെ ആടിക്കളിക്കുന്നത് കാണാം. അസാധാരണമായ ഈ അവയവം പക്ഷി മീൻ പടിക്കാൻ ഉപയോഗിക്കുന്ന വലയാണ്..

വിവിധ ജാതി കൊതുമ്പന്നങ്ങൾ ഉണ്ടെങ്കിലും ജീവിത ശൈലിയിൽ, നിറങ്ങളിൽ, ആഹാര സമ്പാദനത്തിൽ ചില്ലറ വ്യത്യാസങ്ങൾ ഇവ തമ്മിൽ കാണാനാവും. ചില ജാതി കൊതുമ്പന്നങ്ങൾ കൂട്ടമായാണ് ജലാശയങ്ങളിൽ ഇരതേടുക. എന്നാൽ പുള്ളിച്ചുണ്ടൻ കൊതുമ്പന്നങ്ങൾ മറ്റ് പക്ഷികളുടെ സഹായം തേടാതെയാണ് ഇരതേടുന്നത്. ഈ ജാതി

യിൽപ്പെട്ട കുറെ പക്ഷികൾ ഒരേ ജലാശയത്തിൽ ഇരതേടുന്നത് കാണാമെങ്കിലും അവ പരസ്പരം സഹകരിച്ചാവില്ല ഇരതേടുകയെന്ന് സൂക്ഷ്മമായി ശ്രദ്ധിച്ചാൽ നമുക്ക് മനസ്സിലാകും.

കൊതുമ്പന്നങ്ങൾ തറയിൽ നടക്കുന്നത് കണ്ടാൽ മദ്യപിച്ച് ലക്കുകെട്ട ഒരു കുള്ളൻ നടക്കുന്നതുപോലെയാണ് തോന്നുകയെന്ന് കെ കെ നീലകണ്ഠൻ എഴുതിയിട്ടുണ്ട്. ഇവയെ കാണുമ്പോൾ നമുക്ക് കൗതുകത്തിന് പകരം പരിഹാസമാണ് തോന്നുകയത്രേ. തികഞ്ഞ ശാസ്ത്രജ്ഞർ പോലും കൊതുമ്പന്നങ്ങളെക്കുറിച്ച് പ്രതിപാദിക്കുമ്പോൾ വിരൂപൻ, അവലക്ഷണം, അപഹാസ്യം എന്നിങ്ങനെയുള്ള വിശേഷണങ്ങൾ ഒഴിവാക്കാൻ കഴിയാറില്ലെന്നും നീലകണ്ഠൻ എഴുതിയിട്ടുണ്ട്. ഞാൻ കൂന്തംകുളത്ത് പക്ഷിനിരീക്ഷണം നടത്തുമ്പോൾ എനിക്ക് ബോദ്ധ്യപ്പെട്ട ഒരു കാര്യം മഹാഭൂരിപക്ഷം കൊതുമ്പന്നങ്ങളും അവിടത്തെ ജലാശയത്തിലെ മരങ്ങളിലാണ് കൂടൊരുക്കിയിരിക്കുന്നതെന്നാണ്. എന്നാൽ ജനങ്ങൾ കൂട്ടമായി താമസിക്കുന്നയിടത്തെ മരങ്ങളിൽ വർണ്ണക്കൊറ്റികളും മറ്റ് ജാതി നീർപ്പക്ഷികളും കൂട്ടമായി കൂടൊരുക്കിയിരിക്കുന്നതും കണ്ടു. കൂടൊരുക്കുന്നതിൽ നീർപ്പക്ഷികൾ തമ്മിൽ ഒരു മത്സരബുദ്ധി കൂന്തംകുളത്തുമുണ്ട്. ഭൂമുഖത്തു പ്രത്യക്ഷപ്പെട്ട ആദ്യത്തെ പക്ഷികളിലൊന്നാണ് കൊതുമ്പന്നങ്ങൾ.

ഇന്ത്യയിലെ ഏറ്റവും വലിയ പെലിക്കന്റേറി (കൊതുമ്പന്നഗ്രാമം) ആരേഡുവിൽ കെ കെ നീലകണ്ഠൻ കണ്ടെത്തിയ കഥ ഇങ്ങനെ. ഇന്ത്യയിലെ ഏറ്റവും വലിയ പെലിക്കന്റേറി കണ്ടെത്തുവാനുള്ള അപൂർവ്വ ഭാഗ്യം എനിക്കാണ് ലഭിച്ചത്. ഗോദാവരിനദിയുടെ വടക്കേക്കരയിലുള്ള രാജമഹേന്ദ്രി എന്ന ചരിത്ര പ്രസിദ്ധമായ നഗരത്തിലാണ് കോളേജ് അദ്ധ്യാപകനായി എനിക്ക് ആദ്യനിയമനം കിട്ടിയത്. തലയ്ക്കകത്ത് നിറയെ പക്ഷികൾ ചിറകിളക്കുന്ന, ഒരിടത്തും ഇരിപ്പുറക്കാത്ത ഒരവിവാഹിതനായിരുന്നു ഞാനന്ന്. കൈയിൽ ബൈനോക്കുലറുമായി പല സ്ഥലത്തും ചുറ്റിത്തിരിഞ്ഞു. അന്തസ്സുള്ള ഒരു കോളേജദ്ധ്യാപകൻ ഒരിക്കലും എത്തിനോക്കാൻ ധൈര്യപ്പെടാത്ത കാടുകളിലേക്കും ചതുപ്പുകളിലേക്കും ഉൾനാടൻ ഗ്രാമങ്ങളിലേക്കും പോകാനുള്ള എന്റെ വാസന

സ്ഥലവാസികളിൽ പലരുടെയും ജിജ്ഞാസയ്ക്ക് വിഷയമായി. യുദ്ധകാലമല്ലാതിരുന്നതുകൊണ്ട് എന്റെ നീക്കങ്ങളെ ചാരപ്രവർത്തനവുമായോ അട്ടിമറിപ്പണിയുമായോ ആരും ബന്ധപ്പെടുത്തിയില്ല എന്നുമാത്രം. പക്ഷികളിൽ ഭ്രമം കയറിയ നിർദ്ദോഷിയാ

യ ഒരു കിറുക്കനായി മാത്രം എന്നെ കാണാൻ അവർ നിർബ്ബന്ധിതരായി. അങ്ങനെ, എന്റെ സഹപ്രവർത്തകരും അയൽക്കാരും ഓരോരുത്തരായി പക്ഷികളെപ്പറ്റിയുള്ള കഥകളുമായി എന്നെ സമീപിക്കാൻ തുടങ്ങി. പക്ഷികളെ ധാരാളമായി കാണാൻ കഴിയുന്ന സ്ഥലങ്ങളെക്കുറിച്ച് അവരെനിക്ക് പറഞ്ഞുതന്നു. ഇങ്ങനെ എന്നോടു സഹാനുഭൂതി കാട്ടിയവരിൽ ഒരാൾ പോൾ നാരായണറാവു എന്ന വികാരിയായിരുന്നു. ഒരു ദിവസം താൻ ഭീമവരത്തു നിന്ന് മടങ്ങി വരുമ്പോൾ ഒരിടത്ത് റോഡരുകിലുള്ള മരങ്ങളിൽ ധാരാളം കൂറ്റൻ താറാവുകൾ കൂടുകെട്ടിയിരിക്കുന്നത് കണ്ടതായി അദ്ദേഹം എനിക്ക് വിവരിച്ചു തന്നു. ഞാൻ വികാരിയെ കൂട്ടിൽ കയറ്റിയ സാക്ഷിയെന്നപോലെ ഒരു വിചാരണയ്ക്ക് വിധേയനാക്കി. അദ്ദേഹം കണ്ട പക്ഷികൾ പെലിക്കനുകൾ ആകാനേ തരമുള്ളൂ എന്ന നിഗമനത്തിലാണ് ഞാൻ എത്തിയത്. ആ വാരാന്ത്യത്തിൽ തന്നെ വികാരിയുടെ കഥ വെറും കെട്ടുകഥയാണോ എന്ന് പരീക്ഷിക്കാനും തിരുമാനിച്ചു.

അങ്ങനെ 1947 ഏപ്രിൽ 14-ാം തീയതി രണ്ട് സ്നേഹിതന്മാരുമൊന്നിച്ച് വികാരി സഞ്ചരിച്ച ബസിൽത്തന്നെ ഞാനും യാത്ര തിരിച്ചു. കിഴക്കൻ ഗോദാവരി ജില്ലയിലെ തഡേപ്പള്ളി ഗുഡത്തുനിന്ന് 13 മൈൽ അകലെയുള്ള ആരേഡു എന്ന സ്ഥലത്തെത്തിയപ്പോൾ ബസിൽ നിന്ന് തല പുറകോട്ടിട്ട് നോക്കിയിരുന്ന ഞാൻ കണ്ടത് കിറ്റ്സിന്റെ പ്രസിദ്ധമായ വരികൾ ഓർമ്മിപ്പിക്കുന്ന കാഴ്ചയാണ്. “The felt I like some watcher of the skies when a new planet swims into his ken” (തന്റെ ദൃശ്യമണ്ഡലത്തിലേക്ക് ഒരു പുതിയ ഗ്രഹം നീന്തിവരുന്ന കാഴ്ച കണ്ട ജ്യോതിശാസ്ത്രജ്ഞന്റെ അനുഭൂതിയാണ് എനിക്കപ്പോൾ ഉണ്ടായത്)

കെ കെ നീലകണ്ഠന്റെ വരവിനായി കൊതുമ്പന്നങ്ങളുടെ രാജ്യത്തെ ഏറ്റവും വലിയ താവളം കാതോർത്തിരിക്കുകയായിരുന്നുവെന്ന് നമുക്ക് കരുതാം. പക്ഷിനിരീക്ഷകരാരും അതുവരെ എത്തിപ്പെടാതിരുന്ന അവിടെ നീലകണ്ഠൻ പലതവണ പോയി വിശദമായ പഠനങ്ങൾ നടത്തി. കെ കെ നീലകണ്ഠൻ എഴുതി:

> അടുത്ത രണ്ട് വർഷത്തിൽ ആറ് തവണകൂടി ഞാനവിടം സന്ദർശിച്ചു. അറുപതോ, അറുന്നൂറോ പ്രാവശ്യം പോകാതിരിക്കുന്ന

തിൽ ഞാനിന്ന് അഗാധമായി ദുഖിക്കുന്നു. കാരണം, അവിടെ പെലിക്കൻ കൂടുകെട്ടുന്നത് കാണാനുള്ള അസുലഭഭാഗ്യം സിദ്ധിച്ച അപൂർവ്വം പ്രകൃതി നിരീക്ഷകരിൽ ഓരാളാണ് ഞാൻ.

ഞാൻ ആദ്യം കാണുമ്പോൾ ആരേഡുവിലെ സാഹചര്യങ്ങൾ എല്ലാം പക്ഷികൾക്ക് അനുകൂലമാണെന്ന തോന്നലാണുണ്ടായിരുന്നത്. ഇരുപതാം നൂറ്റാണ്ടിലെ ബഹുമുഖമായ വികസന പ്രവർത്തനങ്ങളെ അവ അതിജീവിക്കുമെന്ന് പോലും എനിക്ക് തോന്നി. പെലിക്കനുകളെയും അവയുടെ കൂടുകളെയും സംരക്ഷിക്കുന്നതിൽ ഗ്രാമീണർ അതിയായ ഉത്സാഹം കാണിച്ചിരുന്നു. തങ്ങളുടെ വയലുകൾക്ക് ഏറ്റവും നല്ല വളം നല്കുന്നവയാണ്. അതും സൗജന്യമായി നല്കുന്നവയാണ് ഈ പക്ഷികളെന്ന് കർഷകരിൽ ചിലരെങ്കിലും മനസ്സിലാക്കിയിരുന്നു. ഒക്ടോബർ മാസത്തിലാണ് പക്ഷികൾ ഇവിടെ എത്തിച്ചേർന്നിരുന്നത്. ഗ്രാമീണർ പറഞ്ഞതനുസരിച്ച് ആദ്യം പക്ഷികളെല്ലാം ഏതെങ്കിലും തരിശായ വയലിൽ സമ്മേളിക്കുന്നു. അവിടെ വച്ച് അവരുടെ വിവാഹകർമ്മങ്ങൾ നടക്കുന്നു. ഉടൻ തന്നെ ഓരോ ജോഡിയും കൂടുകെട്ടാനുള്ള സ്ഥലം തെരഞ്ഞെടുക്കുകയായി. മുൾച്ചെടികളുടെ കൊമ്പുകൾ കൊണ്ട് ഉണ്ടാക്കിയ തട്ടിന് മുകളിൽ കുറച്ച് വയ്ക്കോൽ വിരിച്ചതാണ് പെലിക്കന്റെ കൂട്. കൂടുകെട്ടാൻ സ്ഥലത്തിന് ക്ഷാമമൊന്നുമില്ലെങ്കിലും പല കൂടുകളും തൊട്ടുതൊട്ടാണ് നിർമ്മിച്ചിരിക്കുന്നത്. കൂടു നിർമ്മാണം പൂർത്തിയാവും മുമ്പുതന്നെ പെൺപക്ഷി മുട്ടയിടാൻ തുടങ്ങുന്നു. സാധാരണയായി ഒരു പക്ഷി മൂന്ന് മുട്ടയാണിടുക. തുടർന്ന് മുപ്പതു ദിവസത്തോളം ഇണകളിൽ ഒന്ന് എപ്പോഴും മുട്ടയുടെ മുകളിൽ അടയിരിക്കുന്നു. അവസാനം, മുട്ടവിരിഞ്ഞ് തീരെ ചെറിയ കുഞ്ഞുങ്ങൾ പുറത്തുവരുന്നു. കണ്ണ് തുറക്കാത്ത, ദേഹത്തു പൂടപോലുമില്ലാത്ത ഈ കുഞ്ഞുങ്ങളെ കണ്ടാൽ വെറും മാംസപിണ്ഡങ്ങളെന്നേ തോന്നുകയുള്ളൂ. അച്ഛനമ്മമാർ അവയ്ക്ക് ധാരാളമായി ഭക്ഷണം നല്കുന്നു. വളരെ വേഗം കുഞ്ഞുങ്ങൾ തടിച്ചുകൊഴുക്കുന്നു. ദേഹം മുഴുവൻ വെണ്മയാർന്ന പൂടകൊണ്ടു പൊതിയപ്പെടുന്നു. പക്ഷേ പൂർണ്ണ വളർച്ചയെത്താനും പറക്കാനും നാലു മാസമെങ്കിലും എടുക്കും. മെയ്-ജൂൺ മാസമാകുമ്പോഴേക്ക് പെലിക്കനുകൾ മുഴുവൻ കോളനിവിട്ടിരിക്കും. മൂന്നോ നാലോ മാസം കഴിഞ്ഞാൽ വീണ്ടും തിരിച്ചെത്തുകയും ചെയ്യും.

തന്റെ കോളേജ് അദ്ധ്യാപനത്തിനിടയിൽ സമയം കിട്ടുമ്പോഴാണ് നീലകണ്ഠൻ കൊതുമ്പന്നങ്ങളെക്കുറിച്ച് വിശദമായി പഠിക്കാൻ ശ്രമിച്ചത്. 1949 ൽ ബോംബെ നാച്യുറൽ ഹിസ്റ്ററി സൊസൈറ്റിയുടെ ജേർണലിൽ ആരേഡുവിലെ കൊതുമ്പന്നങ്ങളെക്കുറിച്ചുള്ള വിശദമായി റി

പ്പോർട്ടു പ്രസിദ്ധീകരിക്കപ്പെട്ടു. അതുവരെ ആരും ശ്രദ്ധിക്കാതിരുന്ന ആരേഡുവിലേക്ക് പരിസ്ഥിതി ശാസ്ത്രജ്ഞർ എത്താൻ തുടങ്ങി. ഇ പി ജി, എം കൃഷ്ണൻ ഉൾപ്പെടെയുള്ള പ്രകൃതി നിരീക്ഷകരും ഫോട്ടോഗ്രാഫർമാരും ആരേഡുവിലെത്തിയത് കൂടുതൽ അനുഗ്രഹമായി. എങ്കിലും കൊതുമ്പന്നങ്ങളുടെ ഈ അത്ഭുത തെരുവ് സംരക്ഷിക്കാൻ സർക്കാർ തലത്തിൽ യാതൊരു പരിശ്രമവും ഉണ്ടായില്ല. കൂറ്റൻ നീർപ്പറവകളായ കൊതുമ്പന്നങ്ങളെ ഇറച്ചിക്കായി വേട്ടയാടാനും അവയുടെ മുട്ടകൾ കവർന്നെടുക്കാനുമുള്ള സാദ്ധ്യത വളരെ കൂടുതലായിരുന്നു. ഇത്തരത്തിലുള്ള ചില അതിക്രമങ്ങൾ അവിടെ നടന്നിരുന്നു. കെ കെ നീലകണ്ഠൻ ഉൾപ്പെടെയുള്ളവർ ഡോ. സാലിം അലിയുടെ ശ്രദ്ധയിൽ ആരേഡുവിന്റെ സംരക്ഷണകാര്യം എത്തിച്ചു. ഡോ. സാലിം അലിയുടെ ശ്രമഫലമായി ആരേഡു പെലിക്കന്ററി സംരക്ഷിക്കാൻ എന്തെങ്കിലും ചെയ്യണമെന്ന് ഇന്ത്യൻ വന്യജീവി സംരക്ഷണസമിതി ആന്ധ്രസർക്കാരിന് നിർദ്ദേശം നല്കി.

അതനുസരിച്ച് ആരെഡുപെലിക്കന്ററിയെ കുറിച്ച് ഒരു സർവ്വെ നടത്തി. അതിന്റെ സംരക്ഷണത്തിന് വേണ്ട നിർദ്ദേശങ്ങൾ വയ്ക്കാൻ കെ കെ നീലകണ്ഠനെ തന്നെ ചുമതലപ്പെടുത്തി. 1959 ഡിസംബറിലും 1960 ഡിസംബറിലും കെ കെ നീലകണ്ഠൻ അവിടെ സന്ദർശിച്ച് റിപ്പോർട്ടു തയ്യാറാക്കി ആന്ധ്രസർക്കാരിന് സമർപ്പിച്ചു.

ഗോദാവരി, കൃഷ്ണ ജില്ലകളിൽ പെലിക്കനെ ഒരു സംരക്ഷണ ജാതിയായി പ്രഖ്യാപിക്കുക, അതിനെ കൊല്ലുന്നതും പിടിക്കുന്നതും ഉപദ്രവിക്കുന്നതും കർശനമായി നിരോധിക്കുക, പെലിക്കൻ കൂടുകെട്ടുന്ന സ്ഥലം ഒരു പക്ഷി സംരക്ഷണ കേന്ദ്രമായി പ്രഖ്യാപിക്കുക. പെലിക്കൻ പക്ഷികൾ കൂടുകെട്ടുന്ന സ്ഥലത്തും ആഹാരം തേടുന്ന സ്ഥലത്തും അവയെ സംരക്ഷിക്കാനായി ഒരു വാർഡനെയും നാലു ഗാർഡുമാരെയും നിയമിക്കുക. തദ്ദേശവാസികളുടെ അഭിമാന ബോധത്തെ തൊട്ടുണർത്തുന്ന തരത്തിലുള്ള ഒരു പേര് പക്ഷി സംരക്ഷണകേന്ദ്രത്തിന് നല്കുക എന്നിവയായിരുന്നു റിപ്പോർട്ടിലെ പ്രധാന നിർദ്ദേശങ്ങൾ. ഈ പദ്ധതി നടപ്പാക്കുന്നതിന് ആദ്യം 10000 രൂപയുടെ ചെലവും പിന്നീട് പ്രതിമാസം 1000 രൂപയുടെ ആവർത്തനച്ചെലവും മാത്രമേ അനുവദിച്ചിരുന്നുള്ളൂ. എന്നിട്ടും സർക്കാർ ഈ പക്ഷി സങ്കേതത്തിന്റെ സംരക്ഷണത്തിന് ചെറുവിരൽ അനക്കിയില്ല. 1970 ആയപ്പോഴേക്കും ആരേഡുവിലെ പെലിക്കൻ പൂർണ്ണമായും നാമാവശേഷമായി. ആരേഡു പക്ഷിസങ്കേതത്തെക്കുറിച്ച് പത്രങ്ങളിലും മറ്റും എഴുതിത്തുടങ്ങിയതോടെ കൂടുതൽ ജനം ഇതേക്കുറിച്ച് അറിഞ്ഞു. കൊതുമ്പന്നങ്ങൾ കൂടൊരുക്കുന്ന ആരേഡുവിനെ ഒരു വിനോദ സഞ്ചാര മേഖലയാക്കുന്നത് സർക്കാരിന് കൂടുതൽ വരുമാനം ഉണ്ടാക്കാമെന്നും അധികൃതർ ധരിച്ചു. ടൂറിസം വകുപ്പുകാർ ആരേഡുവിലെ പക്ഷിസങ്കേതത്തെക്കുറിച്ച് പത്രങ്ങളിൽ പരസ്യങ്ങൾ കൊടുത്തു. ഇതോടെ വിനോദ സഞ്ചാരികളുടെ ഒഴുക്ക് ഇവിടേക്ക് തു

ടങ്ങി. അതിന്റെ പരിണത ഫലം ഇങ്ങനെയായിരുന്നു. ടൂറിസം വകുപ്പുകാരും മറ്റും നല്കിയ പരസ്യങ്ങൾ ഈ പെലിക്കന്ററിക്ക് ഒരുതരത്തിൽ ശാപമായി തീർന്നുവോയെന്ന് സംശയിക്കേണ്ടിയിരിക്കുന്നു. എന്തെന്നാൽ 1961 ന് ശേഷമാണത്രെ പുറത്തുനിന്ന് ആളുകൾ ഇവിടേക്ക് അതിക്രമിച്ച് കടന്ന് പെലിക്കന്റെ കൂടുകൾ കൊള്ളയടിക്കാൻ തുടങ്ങിയത്. വണ്ടിക്കണക്കിന് മുട്ടകളും കുഞ്ഞുങ്ങളും പട്ടണത്തിലേക്ക് ഒഴുകി. അവിടെ അവ പൊരിച്ച കോഴിമുട്ടകളായും താറാവിറച്ചിയായും രൂപാന്തരപ്പെട്ടു.

കാട്ടുതാറാവിന്റെ മുട്ടകൾക്കും ഇറച്ചിക്കും ആവശ്യക്കാർ കൂടുതലാണ്. കച്ചവടക്കാർക്ക് ഉയർന്നവിലയും കിട്ടും. വെടിയിറച്ചി എന്ന പേരിൽ പക്ഷികളുടെയും വന്യജീവികളുടെയും ഇറച്ചികൾ രഹസ്യമായി വിറ്റഴിക്കപ്പെടുന്നുണ്ടല്ലോ. എൺപതുകളിൽ എന്റെ ജന്മനാടായ നൂറനാട്ടെ റോഡരികിലെ മരങ്ങളിൽ കൊറ്റികളും നീർക്കാക്കകളും പാതിരാക്കൊക്കുകളും മറ്റും കൂട്ടമായി കൂടൊരുക്കാൻ എത്തിയപ്പോൾ നാട്ടുകാർ അവയെപിടിച്ച് ചന്തയിൽ വില്പനയ്ക്ക് വച്ചിരുന്നത് എനിക്കോർമ്മയുണ്ട്. ആരേഡ്ഡുവിന്റെ ഗതി നൂറനാട്ടെ നീർപ്പക്ഷികൾക്കും പിന്നീട് സംഭവിച്ചു.

ആരേഡ്ഡുവിൽ കൂടൊരുക്കിയിരുന്ന കൊതുമ്പന്നങ്ങളിൽ നല്ലൊരു ഭാഗവും പിന്നീട് കല്ലേരുവിൽ ചേക്കേറി. ഇന്ത്യയിലെ പ്രശസ്തമായ ശുദ്ധജലതടാകങ്ങളിലൊന്നാണിവിടം. ഇന്നിവിടം ഒരു സംരക്ഷിത പ്രദേശമാണ്. പുള്ളിച്ചുണ്ടൻ കൊതുമ്പനത്തോട് ഒരു വൈകാരിക അടുപ്പം തന്നെ കെ കെ നീലകണ്ഠന് ഉണ്ടായിരുന്നു. 1984 ൽ കെ കെ നീലകണ്ഠൻ മ്യൂസിയം ഓഡിറ്റോറിയത്തിൽ നടത്തിയ പ്രഭാഷണത്തിന് രണ്ടു ഭാഗങ്ങളുണ്ടായിരുന്നു. ആദ്യം അദ്ദേഹം അരമണിക്കൂറോളമെടുത്ത് പെലിക്കൻ എന്ന ലോകാത്ഭുതം ശ്രോതാക്കളുടെ മുമ്പിൽ അവതരിപ്പിച്ചു. രണ്ടാം ഭാഗം പുള്ളച്ചുണ്ടൻ പെലിക്കന്റെ സംരക്ഷണത്തെപ്പറ്റിയാണ്. അതിലേക്ക് കടക്കുംമുമ്പ് അദ്ദേഹം സദസ്സിനെയാകെ ഒന്നവലോകനം

ചെയ്തു. അദ്ദേഹത്തിന്റെ ശബ്ദം കടുത്തു. അതൊരു ഗർജ്ജനമായിരുന്നു. ഈ പെലിക്കനെപ്പോലെയുള്ള പക്ഷികളെ എന്തിനു സംരക്ഷിക്കണം എന്നു ചോദിക്കുന്നവരുണ്ടാവാം. അങ്ങനെയുള്ള ആരെങ്കിലും ഇവിടെയുണ്ടെങ്കിൽ അവർക്ക് ഇപ്പോൾ പുറത്തുപോകാം. രണ്ടു മിനിറ്റ് ഹാളിൽ സമ്പൂർണ്ണ നിശ്ശബ്ദത. തുടർന്ന് അദ്ദേഹം പുള്ളിച്ചുണ്ടൻ പെലിക്കന്റെ ചരിത്രത്തിലേക്ക് കടന്നു.

പ്രകൃതിയുടെ സൃഷ്ടികളിൽ ഓരോന്നും അദ്വിതീയമാണ്. ജീവജാലങ്ങളിൽ ഓരോന്നിനെയും സൂക്ഷിച്ച് നിരീക്ഷിക്കുമ്പോൾ ഓരോന്നിന്റെയും പ്രത്യേകതകൾ അവയുടെ ജീവിതരീതിക്ക് ഏറ്റവും യോജിച്ചതും ജീവിതലക്ഷ്യംസാക്ഷാൽക്കരിക്കാൻ ഉതകുന്നതുമാണെന്ന് ബോദ്ധ്യമാകും. എങ്കിലും അവയിൽ ചിലതിന്റെ വൈചിത്ര്യം പ്രഥമവീക്ഷണത്തിൽ നമ്മെ ആകർഷിക്കും. അത്തരത്തിൽപ്പെട്ട ഒരു ജീവിയാണ് പെലിക്കൻ (കൊതുമ്പന്നം) എന്ന പക്ഷി (*പുള്ളിച്ചുണ്ടൻ പെലിക്കൻ*, കെ കെ നീലകണ്ഠൻ).

തണ്ണീർത്തടം

ആയിരത്തി തൊള്ളായിരത്തി തൊണ്ണൂറ്റി രണ്ട് ജനുവരിയിലെ ഒരു തണുത്ത പ്രഭാതം. തൃശൂരിലെ കാഞ്ഞാണിയിലെ വിശാലമായ കോൾ നിലങ്ങളിൽനിന്ന് മൂടൽമഞ്ഞ് പൂർണ്ണമായും അഴിഞ്ഞുപോയിരുന്നില്ല. നീർപ്പക്ഷികൾ ഒറ്റയായും ചെറുസംഘമായും അങ്ങിങ്ങ് പാറിപ്പറക്കുന്നതുകാണാം. ചെളിപുരണ്ട പാടവരമ്പിലൂടെ പക്ഷിനിരീക്ഷകരുടെയും പരിസ്ഥിതി ശാസ്ത്രജ്ഞരുടെയും ഒരു ചെറുസംഘം ബൈനോക്കുലറും ക്യാമറയും തൂക്കി സൂക്ഷ്മതയോടെ നടന്നുനീങ്ങുകയാണ്. തൃശൂർ – മലപ്പുറം ജില്ലകളിലായി വ്യാപിച്ചുകിടക്കുന്ന വിശാലമായ പാടശേഖരമാണ് കോൾനിലങ്ങൾ എന്നറിയപ്പെടുന്നത്. കാഞ്ഞാണിഭാഗത്ത് കൂടി നടന്നുനീങ്ങുന്ന സംഘത്തെപ്പോലെ മറ്റ് ഒൻപത് സംഘങ്ങൾകൂടി കോൾനിലങ്ങളുടെ വിവിധഭാഗങ്ങളിൽ ഒരേസമയം പക്ഷികളെ തേടി ഇറങ്ങിയിട്ടുണ്ട്. കാഞ്ഞാണിയിലെ സംഘത്തെ നയിക്കുന്നത് പ്രൊഫ. കെ കെ നീലകണ്ഠനാണ്.

കേരളത്തിലെ ഏറ്റവും തലമുതിർന്ന പക്ഷിനിരീക്ഷകൻ. അദ്ദേഹത്തിന് 69 വയസ്സ് പ്രായമുണ്ട്. എങ്കിലും നല്ല ഉന്മേഷത്തോടെയാണ് നടത്തം. കേരളത്തിലെ ആദ്യത്തെ തണ്ണീർത്തട നീർപ്പക്ഷി സർവ്വെയാണ് നടക്കുന്നത്. ഫ്രഞ്ച് പക്ഷിനിരീക്ഷകനായ കൃസ്ത്യൻ പെരിന്യു, ഇംഗ്ലണ്ടിൽനിന്നുള്ള ആഡ്രൂ റോബർസൺ തുടങ്ങിയവരൊക്കെ സംഘത്തിലുണ്ട്. ഇവരിൽ ആൻഡ്രൂ റോബർസൺ *ബേർഡ്സ് ഓഫ് പെരിയാർ* എന്നൊരു പുസ്തകമെഴുതിയ ആളാണ്. വെറ്റ്ലാന്റ് ഇന്റർനാഷണലിന്റെ സഹായത്തോടെയാണ് കേരളത്തിലെ ആദ്യത്തെ ബൃഹത്തായ കോൾനിലപ്പക്ഷിസർവ്വെ നടക്കുന്നത്. ഇതിനുമുമ്പ് 1990 ൽ സൈലന്റ്‌വാലിയിൽ ഇത്തരത്തിലൊരു വനപക്ഷി സർവ്വെ നടത്തിയിരുന്നു. ഇത്തവണ നീർത്തടപ്പക്ഷികളെയാണ് പഠിക്കുന്നത്.

കെ കെ നീലകണ്ഠനെ സംബന്ധിച്ച് ഈ പക്ഷിസർവ്വെ അദ്ദേഹത്തിന്റെ ജീവിത നിയോഗങ്ങളിൽ ഒന്നായിരുന്നു. പതിറ്റാണ്ടുകളായി തണ്ണീർത്തടങ്ങളുടെ സംരക്ഷണത്തിനായി ശബ്ദമുയർത്തുന്ന വ്യക്തിയാണദ്ദേഹം. പ്രകൃതിസംരക്ഷണം എന്നു പറഞ്ഞാൽ വനസംരക്ഷണം മാത്രമാണെന്ന് അധികൃതരും മറ്റും വിചാരിച്ചിരുന്ന കാലത്ത് തണ്ണീർത്തടങ്ങൾ പ്രകൃതിയുടെ കരളാണെന്നും അവയുടെ സംരക്ഷണം പ്രകൃതിയുടെ നിലനില്പിന് ഒഴിച്ചുകൂടാനാവാത്തതാണെന്നും കെ കെ നീലകണ്ഠൻ ആവർത്തിച്ചു പറഞ്ഞുകൊണ്ടേയിരുന്നു.

വനം പോലെതന്നെ ഒരു പ്രത്യേക ആവാസവ്യവസ്ഥയാണ് കോൾനിലങ്ങൾ. പ്രായോഗിക തലത്തിൽ വിശാലതലത്തിലുള്ള ഒരു പഠനത്തിന് ഇപ്പോൾ തുടക്കം കുറിക്കുകയാണ്. ഇതിന്റെയൊരാവേശം കെ കെ നീലകണ്ഠനുണ്ടായിരുന്നു. നീർപ്പക്ഷികളുടെ ഒരു വമ്പിച്ച ശേഖരമാണ് കോൾനിലങ്ങളിലുള്ളതെന്ന് പക്ഷിസർവ്വെയിൽ ബോദ്ധ്യപ്പെട്ടു. പതിനായിരക്കണക്കിന് വൈവിദ്ധ്യമാർന്ന നീർപ്പക്ഷികളുടെ ആവാസഭൂമിയാണ് തൃശൂരിലെ കോൾനിലങ്ങളെന്ന് സർവ്വെ അടിവരയിട്ടു. കേരളത്തിൽ ആദ്യമായി പുള്ളിച്ചുണ്ടൻ കൊതുമ്പന്നത്തിനെ ഈ സർവ്വെയിലാണ് കണ്ടെത്തുന്നത്. അതുപോലെ ചേരക്കൊക്കൻ പക്ഷികളെ കണ്ടു. ഈ ഇനത്തിലെ നൂറ്റി അറുപതോളം വരുന്ന ഒരു സംഘത്തെയാണവിടെ കണ്ടത്. പുള്ളിച്ചുണ്ടൻ കൊതുമ്പന്നങ്ങളും ചേരക്കൊക്കനുകളും ഇപ്പോൾ കേരളത്തിൽ സാധാരണമായിട്ടുണ്ട്. കേരളത്തിൽ പിന്നീട് നടന്നിട്ടുള്ള തണ്ണീർത്തട പക്ഷിസർവ്വെകളുടെയെല്ലാം അസ്തിവാരമിട്ടത് കെ കെ നീലകണ്ഠന്റെ നേതൃത്വത്തിൽ തൃശൂർ കോൾനിലങ്ങളിൽ നടന്ന പക്ഷിസർവ്വെയായിരുന്നു. ഡോ. പി ഒ നമീറിനെപ്പോലെയുള്ള പക്ഷിനിരീക്ഷകർ മുൻകൈയെടുത്ത് തൃശൂർ കോൾനിലങ്ങളിൽ തുടങ്ങിവച്ച നീർപ്പക്ഷിപഠനം യാതൊരു മുടക്കവും കൂടാതെ ഇന്നും തുടരുന്നുണ്ട്. തണ്ണീർത്തടങ്ങളുടെ പ്രാധാന്യത്തെക്കുറിച്ച് കെ കെ നീലകണ്ഠൻ എഴുതിയതിങ്ങനെ:

കടൽക്കരയ്ക്കും കായലുകൾക്കും അഴിമുഖങ്ങൾക്കും അരികിലുള്ള ചതുപ്പുകൾ വരൾച്ച, പ്രളയം, എന്നിവയെ നിയന്ത്രിക്കുന്നതിന് സഹായിക്കുന്നു. ഈ ചതുപ്പുകൾ ഒരുകാലത്ത് കടലുമായി ബന്ധപ്പെട്ടുകിടന്നിരുന്ന ജലാശയങ്ങളായിരുന്നു. മിക്കതിലും ചില ഭാഗങ്ങളിലെങ്കിലും ഉപ്പുവെള്ളത്തിൽ വളരുവാൻ കഴിവുള്ള ചെടികളും കണ്ടൽക്കാടുകളും (Mangroves) ധാരാളം വളർന്നിരുന്നു. വേലിയേറ്റം, വേലിയിറക്കം, ഉൾനാട്ടിൽ നിന്ന് പുഴ, തോട് മുതലായവയിൽ കൂടിയുള്ള ശുദ്ധജലപ്രവാഹം എന്നിവയുടെയെല്ലാം ഫലമായി ആഴംകുറഞ്ഞ ഈ ജലാശയങ്ങളിലെ വെള്ളത്തിലെ ലവണാംശം പതിവായി നിയന്ത്രിക്കപ്പെട്ടിരുന്നു. പുഴകളും തോടുകളും വഹിച്ചുകൊണ്ടുവന്ന മണ്ണും സസ്യാദികളുടെ അവശിഷ്ടങ്ങളും കടലിൽ ചെന്നുചേരാതെ ഈ ജലാശയങ്ങളുടെ അടിത്തട്ടിൽ അടിഞ്ഞുകൂടി. ഈ പ്രക്രിയകളുടെ എല്ലാംകൂടി പരിണതഫലമായി ഉണ്ടായ ചതുപ്പുകളും കായലോരങ്ങളും പലതരം ജലജീവികൾക്കും ഒരു അക്ഷയപാത്രമായിത്തീർന്നു. ഇതിന്റെ പ്രാധാന്യം മനസ്സിലാക്കുവാൻ സമുദ്രത്തിൽ വിഹരിക്കുന്ന പലതരം മത്സ്യങ്ങളും മറ്റനവധി ജീവികളും മുട്ടയിടുന്നതും ശൈശവകാല ജീവിതം നയിക്കുന്നതും സമുദ്രത്തിലല്ല. ആഴം കുറഞ്ഞതും ശക്തിയായ ഒഴുക്കില്ലാത്തതുമായ ഇത്തരം ചതുപ്പുകളിലും കായലോരങ്ങളിലുമാണ് എന്ന രഹസ്യം അറിഞ്ഞാൽ മതി.

ഒട്ടനവധി സമുദ്രജീവികൾ സന്താനോല്പാദനത്തിന് ഈ ചതുപ്പുകളെ ആശ്രയിക്കുന്നതിന് പല കാരണങ്ങളുമുണ്ട്. ഏറ്റവും പ്രധാനമായത് ചതുപ്പുകളിൽ വളരുന്ന സസ്യങ്ങളുടെ നിബിഡമായ വേരുപടലങ്ങൾ ഈ ജന്തുക്കൾക്ക് മുട്ടയിടുവാൻ ഏറ്റവും സൗകര്യപ്രദമായിരിക്കുന്നു എന്നതത്രേ. ജഡപോലെ കെട്ടുപിണഞ്ഞുകിടക്കുന്ന വേരുകൾക്കിടയിൽ ജലപ്രവാഹം വളരെ പതുക്കെയായതുകൊണ്ട് മുട്ടകൾ ഒലിച്ചുപോവുകയില്ല. മാത്രമല്ല മുട്ടകളെയും അണുപ്രായക്കാരായ കുഞ്ഞുങ്ങളെയും തെരഞ്ഞുവരുന്ന ശത്രുക്കൾക്ക് വേരുകൾക്കിടയിൽ കടന്നുചെല്ലാൻ വിഷമവുമാണ്. അതേസമയം വെള്ളത്തിൽ ഒലിച്ചുവരുന്ന സസ്യാവശിഷ്ടങ്ങളും ചെളിയും തടഞ്ഞുനിർത്തി ചെറുപ്രാണികൾക്ക് ആഹാരം പ്രദാനം ചെയ്യുന്നതും ഈ വേരുകൾ തന്നെയാണ്. ഇങ്ങനെ സസ്യങ്ങൾക്ക് താഴെ അടിഞ്ഞുകൂടുന്ന ചേറിൽ തന്നെ ചെറിയ മത്സ്യങ്ങൾക്ക് ഭക്ഷിക്കുവാൻ പറ്റിയ നിരവധി പുഴുക്കളും മറ്റ് ചെറുജന്തുക്കളും ധാരാളമായി വളരുകയും ചെയ്യുന്നു.

തങ്ങളുടെ രക്ഷയ്ക്കും വളർച്ചയ്ക്കും അനുയോജ്യമായ ഈ ആവാസ സ്ഥലത്ത് ശൈശവവും ബാല്യവും കഴിച്ചുകൂട്ടിയിട്ട്, പുറം

കടലിൽ ജീവിക്കുവാൻ വേണ്ട കഴിവുകൾ നേടിയതിനുശേഷം മാത്രമെ ഈ സമുദ്രജീവികൾ ചതുപ്പുകളിൽ നിന്ന് പുറംകടലിലേക്ക് ഇറങ്ങുകയുള്ളൂ. ഒന്നിനും കൊള്ളാത്ത ഈ ചതുപ്പുകളിൽ ജനിച്ചുവളർന്നവയാണ് പിന്നീട് അമൂല്യമായ മത്സ്യസമ്പത്തായി ത്തീരുന്നത്.

തൃശൂരിലും പരിസരപ്രദേശങ്ങളിലും കാണപ്പെടുന്ന കോൾനിലങ്ങൾ ഇന്ന് അന്താരാഷ്ട്ര പ്രാധാന്യമുള്ള തണ്ണീർത്തടങ്ങളുടെ പട്ടികയിൽ ഉൾപ്പെടുന്നവയാണ്. ഇവിടെ നടത്തപ്പെട്ട വിവിധ പഠനങ്ങളുടെ അടിസ്ഥാനത്തിൽ 2002 ലാണ് കോൾനിലങ്ങൾ സംരക്ഷിക്കപ്പെടേണ്ടവയാണെന്ന് ലോകത്തിന് ബോദ്ധ്യപ്പെട്ടത്.

വർഷം മുഴുവൻ വെള്ളം ശേഖരിച്ചുസൂക്ഷിക്കുന്ന നീരുറവകളാണ് ചതുപ്പുകൾ. ഭൂഗർഭജലവിധാനത്തെ സംരക്ഷിച്ചുനിർത്തുന്നതിൽ തണ്ണീർത്തടങ്ങൾക്ക് മുഖ്യപങ്കുണ്ട്. ഉപ്പുവെള്ളം ശുദ്ധജലവുമായി കൂടിക്കലരാതെ സൂക്ഷിക്കുന്നതും ചതുപ്പുകൾ തന്നെ. സ്പോഞ്ച് പോലെ വെള്ളത്തെ ആഗിരണം ചെയ്ത് സംരക്ഷിച്ചുനിർത്താൻ ചതുപ്പുകൾക്കാവും. എണ്ണിയാലൊടുങ്ങാത്ത ജീവിവർഗ്ഗങ്ങളും സസ്യജാലങ്ങളുമാണ് തണ്ണീർത്തടങ്ങളെ ചുറ്റിപ്പറ്റി ജീവിക്കുന്നത്. വെള്ളത്തിൽ കലരുന്ന മാലിന്യങ്ങളെ ശുദ്ധിചെയ്ത് കുടിവെള്ളമാക്കിമാറ്റുന്ന വിലമതിക്കാനാവാത്ത ഉത്തരവാദിത്വം ഏറ്റെടുത്തുചെയ്യുന്ന ചതുപ്പുകൾക്ക് ഭൂമിയിൽ മനുഷ്യശരീരത്തിലെ കരളിന്റെ സ്ഥാനമാണുള്ളത്.

കേരളം ചതുപ്പുകളും തണ്ണീർത്തടങ്ങളും കോൾനിലങ്ങളും

പൊക്കാളി നിലങ്ങളും കായൽനിലങ്ങളും പുഞ്ചകളും കണ്ടങ്ങളും നിറഞ്ഞ ഭൂപ്രദേശമാണ്. പലതരത്തിലുള്ള നെൽകൃഷി പുരാതനകാലംമുതൽ ഇവിടെ ചെയ്തുവരുന്നുണ്ട്. കൃഷിയിടത്തിനനുയോജിച്ച വൈവിദ്ധ്യമാർന്ന നാടൻ നെൽവിത്തുകളും നമുക്കുണ്ട്. തൃശൂരിലെ കോൾനിലങ്ങൾ പൊക്കാളിനിലങ്ങളിൽ നിന്ന് ചില്ലറ വ്യത്യാസപ്പെട്ടതാണ്. ഉപ്പുവെള്ളത്തിന്റെ അംശം കോൾനിലങ്ങളിൽ വളരെ കുറവാണ്. എന്നാൽ പൊക്കാളി കൃഷിയിടങ്ങളിൽ ഉപ്പുവെള്ളത്തിന്റെ തോത് വളരെ ഉയർന്നതാണ്. പുഞ്ചകൾ ശുദ്ധജലതടാകങ്ങളാണെങ്കിൽ കായൽനിലങ്ങൾ ഉപ്പുവെള്ളം കലർന്നതാണ്. സമുദ്രനിരപ്പിൽ നിന്ന് താഴ്ന്ന ജലക്കെട്ടുകളാണ് ആലപ്പുഴ ജില്ലയിലെ കുട്ടനാട്ടിലുള്ളത്. ഇവിടെ ഒരുപ്പൂ കൃഷി, ഇരുപ്പൂ കൃഷിയാവശ്യത്തിനായി കൊണ്ടുവന്ന തണ്ണീർമുക്കം ബണ്ടും തോട്ടപ്പള്ളി സ്പിൽവേയും കുട്ടനാട്ടിൽ സ്വാഭാവിക പ്രകൃതിയെ ആകെ മാറ്റിമറിച്ചു. പ്രകൃതിയിൽ ഏറ്റവും കുറച്ചിടപെടുന്ന വികസനമാണ് ഏറ്റവും മുന്തിയ വികസനമെന്ന് അതോടെ നമുക്ക് ബോദ്ധ്യപ്പെട്ടു.

വെള്ളക്കെട്ടുകൾ നീർപ്പക്ഷികളുടെ ആവാസകേന്ദ്രങ്ങളാണ്. പൊക്കാളിനിലങ്ങളിലും കോൾനിലങ്ങളിലും പക്ഷിസാന്ദ്രതയിൽ കാര്യമായ മാറ്റങ്ങളൊന്നും ബോദ്ധ്യപ്പെട്ടിട്ടില്ലെന്ന് സാലിം അലിയുടെ ശിഷ്യനായ ഡോ. സുഗതൻ എന്നോടുപറയുകയുണ്ടായി. പൊക്കാളി നിലങ്ങളിലും കോൾനിലങ്ങളിലും പക്ഷി ഗവേഷണങ്ങൾക്ക് നേതൃത്വം കൊടുത്തിട്ടുള്ള ആളാണദ്ദേഹം. എന്നാൽ വർഷം മുഴുവൻ ജലക്കെട്ടായിക്കിടക്കുന്ന തണ്ണീർത്തടങ്ങളിൽ പക്ഷികളുടെ വൈവിദ്ധ്യത്തിലും എണ്ണത്തിലും വർദ്ധനവുണ്ടെന്നാണ് അദ്ദേഹത്തിന്റെ അഭിപ്രായം. മനുഷ്യരുടെ ഇടപെടീൽ താരതമ്യേന കുറവായതാണതിനു കാരണം.

നെൽവയൽ തണ്ണീർത്തട സംരക്ഷണ നിയമം കേരളത്തിൽ പ്രാബല്യത്തിൽ കൊണ്ടുവരാൻ കാരണം തൃശൂരിലെ കോൾനിലങ്ങളിൽ കെ കെ നീലകണ്ഠന്റെ നേതൃത്വത്തിൽ നടത്തിയ പക്ഷി സർവ്വെയും കാരണമായിട്ടുണ്ട്. ഇവിടെ നെൽവയൽ തണ്ണീർത്തട സംരക്ഷണ നിയമം നിലവിലുണ്ടെങ്കിലും ഓരോരോ മുടന്തൻ ന്യായങ്ങൾ പറഞ്ഞ് നിയമം കാറ്റിൽപ്പറത്തിക്കൊണ്ടിരിക്കുകയാണ്. ആയിരക്കണക്കിന് ഹെക്ടർ ചതുപ്പുകളും നെൽവയലുകളുമാണിവിടെ നികത്തിക്കൊണ്ടിരിക്കുന്നത്. ഇടവപ്പാതിയും തുലാമഴയും വേനൽമഴയും ലഭിക്കുന്ന കേരളത്തിൽ വേനൽക്കാലത്ത് കടുത്ത ജലക്ഷാമമുണ്ടാകുന്നുവെങ്കിൽ അതിനുള്ള മുഖ്യകാരണം ഇവിടത്തെ ചതുപ്പുകളും നീർത്തടങ്ങളും നികത്തപ്പെട്ടതാണെന്ന് സുവ്യക്തമാണ്.

മനുഷ്യർ പ്രകൃതിയിൽ ഏല്പിക്കുന്ന ആഘാതങ്ങൾ വിലയിരുത്താനായി രൂപീകരിച്ച ഐക്യരാഷ്ട്രസഭയുടെ മില്ലെനിയം എക്കോസിസ്റ്റം അസെസ്മെന്റ് പ്രകാരം ഏറ്റവും അധികം നാശവും ശിഥിലീകരണവും നടക്കുന്നത് തണ്ണീർത്തടങ്ങളിലാണെന്ന് കണ്ടെത്തിയിട്ടുണ്ട്. ലോകത്ത് വനങ്ങൾ നശിപ്പിക്കപ്പെടുന്നതിന്റെ മൂന്നിരട്ടി വേഗത്തിലാണ്

തണ്ണീർത്തടങ്ങളുടെ നാശം സംഭവിച്ചുകൊണ്ടിരിക്കുന്നത്. ഭൂമിയിലാകെയുണ്ടായിരുന്ന തണ്ണീർത്തടങ്ങൾ കഴിഞ്ഞ നൂറ്റാണ്ടിലെത്തിയപ്പോൾ പകുതിയിൽ താഴെ മാത്രമായി കുറഞ്ഞു. ചതുപ്പുകളെയും തണ്ണീർത്തടങ്ങളെയും നഗരമാലിന്യങ്ങളും വ്യവസായ മാലിന്യങ്ങളും കൊണ്ടുതള്ളാനുള്ള കുപ്പത്തൊട്ടിയാക്കി മാറ്റിയിരിക്കുകയാണ്. പ്രകൃതിയുടെ ശുദ്ധീകരണപ്ലാന്റുകളെയാണ് അമിതമായ മാലിന്യനിക്ഷേപം കൊണ്ട് നശിപ്പിച്ചുകളയുന്നത്.

തണ്ണീർത്തടങ്ങളുടെ ജൈവമൂല്യവും പാരിസ്ഥിതിക പ്രാധാന്യവും തിരിച്ചറിഞ്ഞ് 1971 ൽ ഇറാനിലെ റംസാർ എന്ന സ്ഥലത്ത് ലോക തണ്ണീർത്തട ഉച്ചകോടി ചേരുകയുണ്ടായി. തണ്ണീർത്തട സംരക്ഷണത്തിനായി ലോകരാഷ്ട്രങ്ങൾ ഉടമ്പടിയുണ്ടാക്കി. റംസാർ ഉടമ്പടി. 18 രാജ്യങ്ങൾ മാത്രമാണ് തുടക്കത്തിൽ റംസാർ ഉടമ്പടിയുടെ ഭാഗമായത്. ഇന്നിപ്പോൾ 170 രാജ്യങ്ങൾ റംസാർ ഉടമ്പടിയിൽ ഒപ്പുവച്ചിട്ടുണ്ട്. ലോകത്താകെ ഇതിനോടകം 2236 തണ്ണീർത്തടങ്ങൾ റംസാർ സൈറ്റായി പ്രഖ്യാപിച്ചു. ഇന്ത്യയിൽ ഇത്തരത്തിൽ 26 എണ്ണമുണ്ട്. ഒഡീഷയിലെ ചിൽക്കാ തടാകവും രാജസ്ഥാനിലെ കേവൽദേവോ ദേശീയോദ്യാനവും ആണ് ആദ്യം റംസാർ സൈറ്റായി ഇവിടെ പ്രഖ്യാപിക്കപ്പെട്ടത്. കേരളത്തിലെ അഷ്ടമുടിക്കായലിനാണ് ആ സൗഭാഗ്യം ആദ്യം ലഭിച്ചത്. വേമ്പനാട് കോൾനിലങ്ങളും ശാസ്താംകോട്ട കായലും ഇപ്പോൾ റംസാർ സൈറ്റാണ്. തണ്ണീർത്തടങ്ങളുടെ പ്രാധാന്യം ലോകത്തിന് ഓരോദിനം കഴിയുംതോറും കൂടുതൽ കൂടുതൽ ബോദ്ധ്യപ്പെട്ടുകൊണ്ടിരിക്കുകയാണ്. കെ കെ നീലകണ്ഠനെപ്പോലെയുള്ളവർ തുടങ്ങിവച്ച ദൗത്യത്തിന് ഫലമുണ്ടായി വരുന്നുവെന്നു കരുതാം. ഇറാനിലെ റംസാർ ഉടമ്പടിയുടെ പ്രാധാന്യം കേരളത്തിൽ ആദ്യം തിരിച്ചറിഞ്ഞവരിൽ ഒരാൾ കെ കെ നീലകണ്ഠനായിരുന്നു. റംസാർ ഉടമ്പടിയുടെ പ്രാധാന്യം ജനങ്ങളെ ബോദ്ധ്യപ്പെടുത്താൻ അദ്ദേഹം മുന്നിട്ടിറങ്ങി. തൃശൂർ കോൾനിലങ്ങളിൽ പക്ഷിസർവ്വെക്കായി തന്റെ ജീവിത സായാഹ്നത്തിൽ ഇറങ്ങിപ്പുറപ്പെട്ടതുതന്നെ തണ്ണീർത്തടത്തിന്റെ സംരക്ഷണം ജീവൽപ്രശ്നമാണെന്ന തിരിച്ചറിവുകൊണ്ടായിരുന്നു.

തൃശൂരിലെ കോൾനിലങ്ങളിലെ പക്ഷിസർവ്വെക്ക് നേതൃത്വം നല്കിയ കെ കെ നീലകണ്ഠൻ കുറച്ചുകാലം മാത്രമേ ജീവിച്ചിരുന്നുള്ളു. കേരളത്തിൽ ഇന്ന് നോക്കിയിരിക്കെ അപ്രത്യക്ഷമാകുന്ന തണ്ണീർത്തടങ്ങളെ ഓർത്ത് ആകുലപ്പെട്ടുകൊണ്ട് അദ്ദേഹം എഴുതി:

> കേരളത്തിലെ കരികൾക്കും കായലുകൾക്കും കഴിഞ്ഞ അൻപതുവർഷത്തിനകം സംഭവിച്ച മാറ്റങ്ങളെക്കുറിച്ച് കൃത്യമായ വിവരങ്ങൾ ശേഖരിക്കുവാൻ കഴിഞ്ഞിട്ടില്ല. എങ്കിലും കണ്ണൂർ, തൃശൂർ, എറണാകുളം, വൈക്കം, കോട്ടയം എന്നീ പ്രദേശങ്ങളുടെ തീരത്തുണ്ടായിരുന്ന വിസ്തൃതമായ കരിനിലങ്ങൾ മിക്കതും അപ്ര

ത്യക്ഷമായിക്കഴിഞ്ഞു. വെള്ളായണി, ആക്കുളം, വേമ്പനാട് എന്നീ കായലുകളുടെ വിസ്തീർണ്ണം ഗണ്യമായി കുറഞ്ഞിട്ടുണ്ട്. ഈ കായലുകളിൽ അവശേഷിക്കുന്ന ജലജീവികളെ ചുറ്റുമുള്ള കൃഷിസ്ഥലങ്ങളിൽ നിന്ന് ഒഴുകിവരുന്ന രാസവസ്തുക്കൾ (കീടനാശിനികളും കൃത്രിമവളങ്ങളും) എങ്ങനെ ബാധിക്കുന്നുവെന്നതും ആരും ഗവേഷണവിധേമാക്കിയിട്ടില്ല. കല്ക്കത്തയിലെ സാൾട്ട് ലേക്കിനും ആന്ധ്രപ്രദേശിലെ കെള്ളേരുവിനും തഞ്ചാവൂരിലെ വേദാരണ്യം കായലിനും വന്നുചേർന്ന ദുർഗ്ഗതിയെക്കുറിച്ച് ഇവിടെ വിസ്തരിക്കേണ്ടതില്ല. നമ്മുടെ നിത്യഹരിതവനങ്ങളെപ്പോലെ പ്രാധാന്യം അർഹിക്കുന്നതാണെങ്കിലും അവയെക്കാളേറെ നശിപ്പിക്കപ്പെട്ടുകൊണ്ടിരിക്കുന്ന അമൂല്യ പ്രകൃതിവിഭവങ്ങളാണ് നമ്മുടെ കുളങ്ങളും കരികളും കായലുകളും അഴിമുഖങ്ങളും.

തണ്ണീർത്തടങ്ങളോട് ചേർന്നാണ് സാധാരണ വിവിധജാതി നീർപ്പക്ഷികൾ കൂടൊരുക്കാനുള്ള സ്ഥലം കണ്ടെത്തുന്നത്. ഇതിനൊരു പ്രധാനകാരണം നീർപ്പക്ഷികളുടെ മുട്ടവിരിഞ്ഞ് കുഞ്ഞുങ്ങൾ പുറത്തുവരുമ്പോൾ അവയ്ക്ക് ഇഷ്ടംപോലെ ആഹാരം വേണ്ടിവരും. മുതിർന്ന പക്ഷികൾ ആഹരിക്കുന്നതിന്റെ രണ്ടും മൂന്നും ഇരട്ടിയാണ് കുഞ്ഞുങ്ങൾ കഴിക്കുക. യഥേഷ്ടം ആഹാരം ലഭിക്കാനിടയുള്ള തണ്ണീർത്തടങ്ങളെ ചുറ്റിപ്പറ്റി കൂടൊരുക്കിയാൽപ്പിന്നെ വിഷമിക്കേണ്ടിവരില്ലല്ലോ. ഞങ്ങളുടെ നാട്ടിൽ വിശാലമായ കരിഞ്ഞാലി പുഞ്ചയുള്ളതിനാലാണ് 1980 കളിൽ നീർപ്പക്ഷികൾ കൂട്ടമായി കൂടൊരുക്കാനായി അവിടെ ചേക്കേ

റിയത്. പതിനായിരത്തോളം കൂടുവരെ അവിടെ ഉണ്ടായിരുന്നു. തമിഴ്നാട്ടിലെ തിരുനെൽവേലിക്കടുത്തുള്ള കൂന്തംകുളം പക്ഷിസങ്കേതത്തിൽ 2000 മുതൽ ആറേഴ് വർഷം തുടർച്ചയായി ഞാൻ പക്ഷിനിരീക്ഷണം നടത്തിയിട്ടുണ്ട്. കിളിവാതിൽ എന്ന പേരിൽ കൈരളി ടി വിയിൽ പക്ഷികളുടെ ജീവിതത്തെക്കുറിച്ചുള്ള ഡോക്യുമെന്ററി പരമ്പര എടുക്കുന്നതിന്റെ ഭാഗമായിട്ടായിരുന്നു ഈ സഞ്ചാരം. ഇവിടെ നീർപ്പക്ഷികൾ കൂടൊരുക്കാനെത്തിയാലെ നാട്ടിൽ മഴപെയ്യുള്ളുവെന്നാണ് നാട്ടുകാരുടെ വിശ്വാസം. കൃഷിയാണ് നാട്ടുകാരുടെ മുഖ്യജീവിതമാർഗ്ഗം. അതുകൊണ്ടുതന്നെ ഇവിടെ കൂടൊരുക്കുന്ന പക്ഷികളെ സംരക്ഷിക്കാൻ നാട്ടുകാർക്ക് വളരെ ഉത്സാഹമാണ്. വർണ്ണക്കൊറ്റികളും പെലിക്കനുകളുമാണ് ഇവിടെ കൂടുതലായി കൂടുകൂട്ടുന്നത്. നീർക്കാക്കകളും കൊറ്റികളും മറ്റ് ജാതി നീർപ്പക്ഷികളുമുണ്ട്. പക്ഷികൾ കൂടൊരുക്കുന്നയിടങ്ങളിൽ കൃഷി അഭിവൃദ്ധിപ്പെടും. കാരണം നെൽപ്പാടങ്ങളിൽ ഇരതേടി നീർപ്പക്ഷികൾ നടക്കുമ്പോൾ മണ്ണിലെ നീരോട്ടം വർദ്ധിക്കും. ഇത് നെൽകൃഷിക്ക് ഗുണം ചെയ്യും. കൂടാതെ ഇവയുടെ മലത്തിൽ ഇഷ്ടംപോലെ അമോണിയായും ഫോസ്ഫറസും അടങ്ങിയിട്ടുണ്ട്. നല്ല ഒന്നാം തരം ജൈവവളമാണിത്.

പ്രൊഫ. കെ കെ നീലകണ്ഠൻ 'പക്ഷികളും മനുഷ്യരും' എന്ന ലേഖനത്തിൽ ചൂണ്ടിക്കാട്ടുന്നു: തെക്കേ അമേരിക്കയുടെ പടിഞ്ഞാറെ തീരത്തും തെക്കെ ആഫ്രിക്കയിലും ശാന്തസമുദ്രത്തിലെ ചില ദ്വീപുകളിലും ലക്ഷക്കണക്കിന് ജീവിക്കുന്ന ചില കടൽപ്പറവകളുടെ പുരീഷം (മലം) അനേകായിരം കൊല്ലങ്ങളായി തറയിൽവീണ് ഉണങ്ങി കൂറ്റൻ കുന്നുകളായിത്തീർന്നു. ഫോസ്ഫേറ്റുകൾ നിറഞ്ഞ പുരീഷം അതിവിശേഷമായ വളമാണെന്ന് കണ്ട് മനുഷ്യർ അത് കിളച്ചെടുത്ത് കൃഷിക്ക് ഉപയോഗിക്കുവാൻ തുടങ്ങി. ഇത് പിന്നീട് വലിയൊരു വ്യവസായമായിത്തീരുകയും ചെയ്തു. പത്തൊമ്പതാം നൂറ്റാണ്ടിന്റെ ഒടുവിൽ പെറുവിൽനിന്നുതന്നെ പ്രതിവർഷം ഒരുകോടി ടൺ പുരീഷം അന്യരാജ്യങ്ങളിലേക്ക് കയറ്റി അയക്കപ്പെട്ടിരുന്നുവത്രെ. ഓരോ ടണ്ണിനും അന്നത്തെ വില ഇരുപത് പവനോളം വരുമായിരുന്നു. ബർമ്മ, മലയ എന്നീരാജ്യങ്ങളിൽ ചിലതരം കൂളൻ പക്ഷികൾ കൂടുകെട്ടുന്ന ഗുഹകളിൽനിന്നും ഇതേപോലെ പുരീഷം ശേഖരിച്ചു വില്ക്കുന്നത് കാര്യമായ വ്യവസായമാണത്രെ.

എഴുത്തുകാരൻ യാത്രികൻ

തലശ്ശേരി ബ്രണ്ണൻ കോളജ് ക്യാമ്പസിനുള്ളിൽ ഒരു ശാന്തിവനമുണ്ട്. പത്ത് അൻപത് വർഷങ്ങൾക്ക് മുമ്പ് അവിടെ ഇന്നു കാണുന്നതിലും വന്യമായൊരിടമായിരുന്നു. ധാരാളം ജാതി മരങ്ങൾ അവിടെ നിറഞ്ഞുനിന്നിരുന്നു. അതിലൊക്കെ ഇഷ്ടംപോലെ പക്ഷികൾ എത്തും. വിശാലമായ ക്യാമ്പസിനുള്ളിൽ കുറഞ്ഞത് ഒരമ്പതു ജാതി പക്ഷികളെ കാണുകയെന്നത് ബുദ്ധിമുട്ടുള്ള കാര്യമേ ആയിരുന്നില്ല. കെ കെ നീലകണ്ഠൻ ബ്രണ്ണൻകോളജിലെ പ്രിൻസിപ്പൽ ആയിരുന്ന കാലത്ത് തന്റെ ഒഴിവുവേളകൾ അദ്ദേഹം ശാന്തിവനത്തിൽ പക്ഷിനിരീക്ഷണം നടത്തിയാണ് ചെലവഴിച്ചിരുന്നത്.

തന്റെ ബ്ലാക്ക് ആന്റ് വൈറ്റ് ക്യാമറയും തൂക്കി ശാന്തിവനത്തിലെത്തി പക്ഷികൾക്ക് പിന്നാലെ അലഞ്ഞുതിരിയും. മറ്റ് ചിലപ്പോൾ ബൈനോകുലറും സ്കെച്ച് ബുക്കും വർണ്ണപെൻസിലുകളുമായാവും ശാന്തിവനത്തിൽ ഏതെങ്കിലും മരത്തണലിൽ ഇരിക്കുന്നത് കാണുക. പക്ഷിപ്രിയനായ പ്രിൻസിപ്പൽ അദ്ധ്യാപകർക്കും വിദ്യാർത്ഥികൾക്കും കൗതുകമായിരുന്നു. പ്രിൻസിപ്പൽ എന്ന ഉത്തരവാദിത്വത്തിന്റെ ഗരിമ ഒട്ടും ചോരാതെയാണ് കെ കെ നീലകണ്ഠൻ ശാന്തിവനത്തിൽ പക്ഷിനിരീക്ഷണം നടത്തിയിരുന്നത്. കോളേജിന്റെ അച്ചടക്കത്തിന്റെ കാര്യത്തിൽ ഒരു വിട്ടുവീഴ്ചയും ചെയ്യാത്ത ഒരു പ്രിൻസിപ്പൽ കൂടിയായിരുന്നു അദ്ദേഹം. വിദ്യാർത്ഥികൾ ശാന്തിവനത്തിൽ ചുറ്റിക്കറങ്ങുക പതിവാണ്. എന്നാൽ പ്രിൻസിപ്പൽ പക്ഷിനിരീക്ഷണത്തിനെത്തുന്ന ശാന്തിവനത്തിൽ തങ്ങളുടെ പറുദീസയാക്കി മാറ്റാൻ അവർക്കതുകൊണ്ടുതന്നെ സാദ്ധ്യമാകുമായിരുന്നില്ല. എപ്പോഴാണ് പ്രിൻസിപ്പൽ ബൈനോക്കുലറും തൂക്കി ശാന്തിവനത്തിൽ എത്തുകയെന്ന് ആർക്കും പ്രവചി

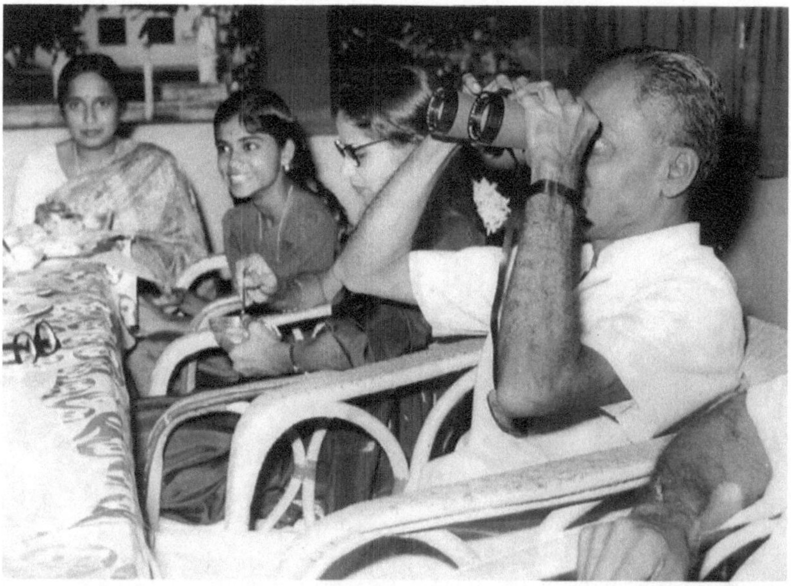

ക്കാനാവില്ല. ക്ലാസ് കട്ട് ചെയ്തുള്ള കറക്കം അതുകൊണ്ടുതന്നെ കോളേജ് പിള്ളേർക്കവിടെ സാധിക്കില്ല. പേരു സൂചിപ്പിക്കും പോലെ ശാന്തമായൊരു അന്തരീക്ഷം ശാന്തിവനത്തിൽ സംരക്ഷിക്കപ്പെടുന്നതിന് കെ കെ നീലകണ്ഠന്റെ പക്ഷിനിരീക്ഷണം ഏറെ സഹായിച്ചിരുന്നു.

'പക്ഷിനിരീക്ഷകന്റെ സഹചാരി' എന്ന ലേഖനത്തിൽ പി വാസവൻ എഴുതുന്നു:

> ബ്രണ്ണൻ കോളജിലെ പ്രിൻസിപ്പാളായിരുന്ന നീലകണ്ഠൻമാഷ് അതായത് ഇന്ദുചൂഡൻ, പക്ഷികളെപ്പറ്റി അക്കാലത്ത് *മാതൃഭൂമി ആഴ്ചപ്പതിപ്പിൽ* എഴുതിയിരുന്നു. ആഴ്ചപ്പതിപ്പ് വരുന്ന ദിവസം ആളുകൾ അതിനുവേണ്ടി കാത്തുനില്ക്കുന്നത് ഇപ്പോഴും എനിക്കോർമ്മയുണ്ട്. ആ ഒരു ദിവസം പത്രത്തിനുവേണ്ടിയല്ല ആഴ്ചപ്പതിപ്പിന് വേണ്ടിയാണ് പലയാളുകളും തിരക്ക് കൂട്ടിയിരുന്നത്. നീലകണ്ഠൻ മാഷുക്ക് പക്ഷികളെ നിരീക്ഷിക്കൽ തന്നെയായിരുന്നു ഏറ്റവും പ്രധാനം. ആ താല്പര്യത്തിന് എത്രയോ തവണ ഞാൻ അടുത്തുനിന്ന് സാക്ഷ്യം വഹിച്ചിട്ടുണ്ട്. കോളേജ് വിട്ടാൽ മാഷ് നേരെ ചേരമാൻ കോട്ടയുടെ അടുത്തുപോയിരിക്കും. ഒരുപാട് പക്ഷികൾ വന്നുചേരുന്ന ഒരു സ്ഥലമായിരുന്നു അത്. മാഷുടെ കൈയിൽ ആരോ സമ്മാനിച്ച ഒരു ജർമ്മൻ ക്യാമറയുണ്ടായിരുന്നു. ആ ക്യാമറയുമായി പക്ഷികളെയും നോക്കി ഇരുട്ടുപരന്നുതുടങ്ങുന്നതുവരെ ഇരിക്കും. ഒഴിവുള്ള ദിവസങ്ങളിൽ മാഷ്

രാവിലെ തന്നെ താമസസ്ഥലത്തുനിന്ന് പുറപ്പെടും. പിന്നെ വൈകുന്നേരം വരെ പക്ഷികളെയും നോക്കി ഒരേ നടത്തമാണ്. താൻ കാണുന്ന പക്ഷികളെക്കുറിച്ച് നിരീക്ഷണക്കുറിപ്പുകൾ എഴുതുകയും അവയെ വർണ്ണപ്പെൻസിലുകൾ കൊണ്ട് വരച്ചിടുകയും ചെയ്യുന്നത് അദ്ദേഹത്തിന്റെ പതിവ് രീതിയായിരുന്നു.

പക്ഷിയുടെ രൂപവും നിറങ്ങളും ഒരു ചിത്രം വരച്ച് രേഖപ്പെടുത്താൻ കഴിയുമെങ്കിൽ അതാണ് അത്യുത്തമം. ചിത്രത്തിന് ഭംഗിയുണ്ടാകണമെന്നില്ല. എങ്കിലും പക്ഷിയുടെ ആകൃതി, കൊക്ക്, വാൽ, തല, കാലുകൾ എന്നിവയുടെ പ്രത്യേകതകൾ, ദേഹത്തിലെ നിറങ്ങളുടെ സ്ഥിതി, പക്ഷിയിരിക്കുന്ന വിധം എന്നിങ്ങനെയുള്ളതെല്ലാം വാക്കാൽ വിവരിക്കുന്നതിലും എത്രയോ എളുപ്പമാണ് ചിത്രം വരച്ചു കാണിക്കുക.

കൊക്കുകൾ, കാലുകൾ, വാലുകൾ എന്നിവയെ വിവരിക്കാനുള്ള വിഷമവും അതിനുവേണ്ടുന്ന സമയവും കണക്കിലെടുത്താൽ പടം വരച്ചുകാണിക്കുകയാണ് നല്ലതെന്ന് വ്യക്തമാകും. നല്ലൊരു ചിത്രകാരൻ കൂടിയായിരുന്ന കെ കെ നീലകണ്ഠന്റെ പക്ഷിനിരീക്ഷണക്കുറിപ്പുകൾ എല്ലാംതന്നെ ചിത്രങ്ങൾ വരച്ചുചേർത്തവയാണ്. ഒരു പക്ഷിയെക്കുറിച്ച് അറിയേണ്ടതെല്ലാം അദ്ദേഹത്തിന്റെ പക്ഷിനിരീക്ഷണക്കുറിപ്പുകളിൽ ഉണ്ടാവും. കെ കെ നീലകണ്ഠന്റെ പക്ഷിനിരീക്ഷണക്കുറിപ്പുകളുടെ ഡയറികൾ എക്കാലത്തും പ്രകൃതി പഠിതാക്കൾക്ക് ഒരക്ഷയഖനിയാണ്. നല്ലൊരു പക്ഷിനിരീക്ഷകൻ ഒരേസമയം ഒരു ശാസ്ത്രജ്ഞനും ചിത്രകാരനും എഴുത്തുകാരനും തത്ത്വചിന്തകനും ബഹുഭാഷാ പണ്ഡിതനുമൊക്കെയായിരിക്കണമെന്നതിനുള്ള വ്യക്തമായൊരു ഉദാഹരണമായിരുന്നു കെ കെ നീലകണ്ഠന്റെ ജീവിതം.

കെ കെ നീലകണ്ഠൻ നല്ലൊരു കഥാകാരനും നാടകപ്രേമിയും

ഒക്കെയായിരുന്നുവെന്നതിനെക്കുറിച്ച് അറിവുള്ളവർ വളരെ കുറവാണ്. കെ കെ നീലകണ്ഠന്റെ പക്ഷിഎഴുത്തും പ്രകൃതിഎഴുത്തുമെല്ലാം ഒരു ചെറുകഥയുടെ രചനാശില്പത്തോടെയുള്ളവയാണ്. നല്ല പാരായണ ക്ഷമതയാണ് കെ കെ നീലകണ്ഠന്റെ എഴുത്തിന്റെ മറ്റൊരു പ്രത്യേകത. *കേരളത്തിലെപ്പക്ഷികൾ* നല്ലൊരു സാഹിത്യകൃതികൂടിയാണെന്ന അംഗീകാരം പരക്കെ നേടിയിട്ടുമുണ്ടല്ലോ. റേച്ചർകഴ്സന്റെ *നിശ്ശബ്ദവസന്തം* (Silent Spring) എന്ന ഗ്രന്ഥം ലോകമെമ്പാടും വായിക്കപ്പെടുവാനും വൈകാരികമായി ജനങ്ങളെ സ്വാധീനിക്കാനും കഴിഞ്ഞത് എഴുത്തുകാരിയെന്ന നിലയിലുള്ള അവരുടെ കഴിവുകൾ ശാസ്ത്രഗ്രന്ഥരചനയിലും പ്രതിഫലിച്ചുവെന്നതുകൊണ്ടാണെന്നാണ് എന്റെ വിശ്വാസം. ഡി ഡി ടി (DDT) യുടെ മാരകമായ ദോഷങ്ങളെ വെളിച്ചത്തുക്കൊണ്ടുവന്ന ഈ ഗ്രന്ഥമാണ് കീടനാശിനികൾക്കെതിരെ ലോകമെമ്പാടും അവബോധം സൃഷ്ടിച്ചത്. ജനസമ്മർദ്ദത്താൽ അമേരിക്കയിൽ ഡി ഡി ടി (DDT) നിരോധിക്കുകയും ചെയ്തു. സർഗ്ഗാത്മക എഴുത്തുകാർ ശാസ്ത്രഗ്രന്ഥങ്ങൾ എഴുതാൻ മുന്നോട്ടുവരേണ്ടതുണ്ടെന്ന് ഓർമ്മിപ്പിക്കുന്ന ഗ്രന്ഥമാണ് *നിശ്ശബ്ദവസന്തം*.

കുട്ടിക്കാലം മുതൽ തന്നെ കഥയെഴുതാനുള്ള പരിശ്രമങ്ങൾ കെ കെ നീലകണ്ഠൻ നടത്തിയിരുന്നു. ഇംഗ്ലീഷ് സാഹിത്യം തലയ്ക്ക് പിടിച്ചതോടെ ഇംഗ്ലീഷിൽ കഥകളെഴുതാനാണ് അദ്ദേഹം ഏറെ ഇഷ്ടപ്പെട്ടത്.

കെ കെ നീലകണ്ഠൻ രണ്ടു കഥകൾ എഴുതി പ്രസിദ്ധീകരിച്ചിരുന്നതായി ചൂണ്ടിക്കാണിക്കപ്പെടുന്നുണ്ട്. അതിലൊന്ന് *ഇല്ലസ്ട്രേറ്റഡ് വീക്കലി*യിലായിരുന്നു. എന്നാൽ പക്ഷിപഠനത്തിനിടയിൽ കഥയെഴുത്തുമായി അദ്ദേഹം കൂടുതൽ സഞ്ചരിച്ചില്ല. തീർച്ചയായും ഇത് കഥാലോകത്തിന് വലിയൊരു നഷ്ടമായിപ്പോയി. കെ കെ നീലകണ്ഠനിൽ നിന്ന് കുറച്ചുകഥകളോ ഒരു നോവലെങ്കിലുമോ നമുക്ക് ലഭിച്ചിരുന്നെങ്കിൽ അതൊരു വേറിട്ട സാഹിത്യകൃതിയാകുമായിരുന്നു. പക്ഷിവിജ്ഞാനവും മനശ്ശാസ്ത്രവും തത്ത്വചിന്തയും ഒക്കെ കൂടിക്കലർന്നൊരു സാഹിത്യകൃതിയാകുമായിരിക്കുമെന്ന കാര്യത്തിൽ സംശയമില്ല. ഇക്കോസഫി (Ecosophy) യിൽ അതീവ താല്പര്യമുള്ളയാളായിരുന്നു അദ്ദേഹം. ഇംഗ്ലീഷ് എഴുത്തുകാരി ഡാഫ് ഡ്യു മൗരിയറിന്റെ (Da phedu mauriur) *പക്ഷികൾ*, പുരാതനഗ്രീസിലെ കോമഡി നാടകക്കാരൻ അരിസ്റ്റോഫെനീസിന്റെ പക്ഷികൾ എന്ന നാടകം, പേർഷ്യൻ സൂഫി എഴുത്തുകാ

രൻ ഫരീരുദ്ദീൻ അത്താറിന്റെ (Farid un - din Attar) കോൺഫറൻസ് ഓഫ് ബേർഡ്സ് (പക്ഷികളുടെ സമ്മേളനം) എന്ന കാവ്യവുമെല്ലാം ഇത്തരത്തിൽപ്പെട്ട കൃതികളാണ്. സാഹിത്യത്തിനെ കൂടുതൽ ഗൗരവത്തോടെ കെ കെ നീലകണ്ഠൻ സമീപിച്ചിരുന്നെങ്കിൽ ഈ ഗണത്തിൽപ്പെട്ട ഒരു കൃതി നമുക്ക് ലഭിച്ചേനെ.

കെ കെ നീലകണ്ഠൻ ഷേക്സ്പിയറുടെ വലിയൊരാരാധകനായിരുന്നു. ഷേക്സ്പിയർ നാടകങ്ങളുടെ ഒരവസാനവാക്ക് എന്നുതന്നെ പറയാം. ജൈവമണ്ഡലത്തിന്റെ സംരക്ഷണം എന്ന പേരിലെഴുതിയ ലേഖനത്തിൽ കെ കെ നീലകണ്ഠൻ എഴുതുന്നു: ഒന്നാമതായി നാം ഓർക്കേണ്ടത് നമ്മുടെ ജീവിതം സെക്രട്ടറിയേറ്റ് സൗധത്തിലായാലും ശരി ദന്തഗോപുരത്തിലായാലും ശരി പൊതുനിരത്തിലോ ഓലപ്പുരയിലോ ആയാലും ശരി നാമെല്ലാം മനുഷ്യരാണെന്നും മനുഷ്യൻ രണ്ടുകാലിൽ നടക്കുന്ന ഒരു സസ്തനജീവിയാണെന്നുമാണ്. അധികാരത്തിലിരിക്കുന്നവർക്കും ആർഭാടത്തോടെ ജീവിക്കുന്നവർക്കും ഈ വസ്തുത അറിയില്ലെന്ന് വരാം. പക്ഷേ, ഷേക്സ്പിയർ *കിങ്ലിയറിൽ* വ്യക്തമാക്കിയിട്ടുള്ളതുപോലെ പദവിയും അധികാരവും നഷ്ടപ്പെടുമ്പോൾ ആദ്യം നാം പഠിക്കുന്ന പാഠം മനുഷ്യനും ഒരു മൃഗം മാത്രമാണെന്നത്രെ. നിങ്ങൾക്ക് സുപരിചിതമായ ആ വരികൾ ഒന്നുകൂടി ശ്രദ്ധിക്കൂ.

'Unaccommodated man is no more but a poor bare footed animal'

ഇതാണ് സർവ്വസ്വവും നഷ്ടപ്പെട്ട ലിയർ രാജാവ് കണ്ടുപിടിച്ച സത്യം. (*പുല്ല് തൊട്ട് പൂനാരവരെ* – ഇന്ദുചൂഡൻ)

ഷേക്സ്പിയർ നാടകങ്ങളിലെ കഥാപാത്രങ്ങളെ മനശ്ശാസ്ത്രപരമായി വിശകലനം ചെയ്യുന്ന ഗ്രന്ഥങ്ങളൊക്കെ ബ്രിട്ടീഷ് ലൈബ്രറിയിൽ നിന്നെടുത്താണ് കെ കെ നീലകണ്ഠൻ പതിവായി വായിച്ചിരുന്നത്. മനശ്ശാസ്ത്രചിന്തയിൽ വലിയ താല്പര്യമുള്ളയാളായിരുന്നു അദ്ദേഹം. മനശ്ശാസ്ത്ര വിജ്ഞാനത്തിന്റെ വെ

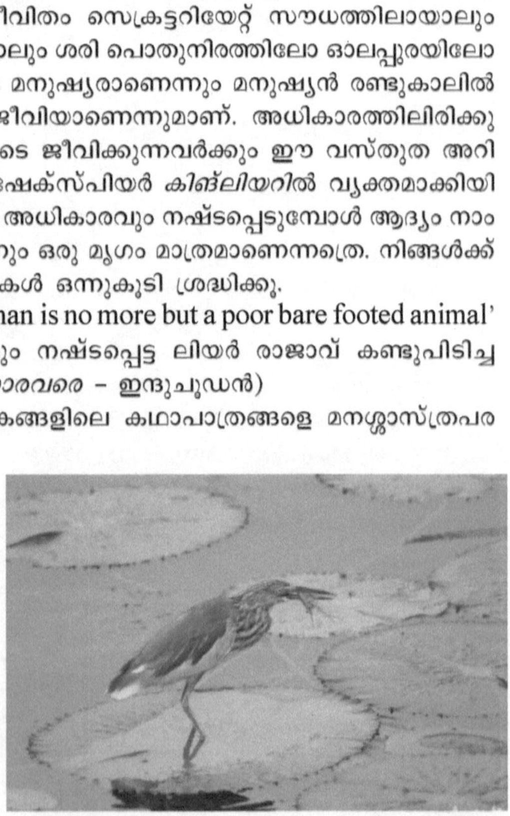

ളിച്ചത്തിൽ സാഹിത്യവിമർശനം നടത്തിയിരുന്ന പ്രൊഫ. എം എൻ വിജയൻ, കെ കെ നീലകണ്ഠന്റെ സഹപ്രവർത്തകനായിരുന്നുവല്ലോ.

ബഹുഭാഷാ പണ്ഡിതനായിരുന്ന കെ കെ നീലകണ്ഠന് ജർമ്മൻ ഭാഷയിൽ അത്യാവശ്യം എഴുതാനും വായിക്കാനും സംസാരിക്കാനുമുള്ള കഴിവുണ്ടായിരുന്നു. ഹെർമൻ ഗുണ്ടർട്ടിനെപ്പോലെയുള്ള ജർമ്മൻ സുവിശേഷകർ മലയാളഭാഷയ്ക്കും മാധ്യമ മേഖലയ്ക്കും വലിയ സംഭാവനകൾ നല്കിയിരുന്നുവല്ലോ. മലയാള ഭാഷയിൽ ആദ്യമായി ഒരു നിഘണ്ടു ഉണ്ടാക്കിയതും ഗുണ്ടർട്ടാണ്. ചെമ്പകരാമൻപിള്ളയെപ്പോലെയുള്ളവർ ജർമ്മനിയിൽ ജീവിച്ച് ബ്രിട്ടീഷുകാരെ ഇന്ത്യയിൽ നിന്ന് തുരത്താൻ പ്രയത്നിച്ച ദേശാഭിമാനികൾ ആയിരുന്നു. ഇങ്ങനെയൊക്കെ പലതരത്തിൽ ജർമ്മൻഭാഷയുമായും ജർമ്മനിയുമായും ഇന്ത്യ ബന്ധപ്പെട്ടുകിടക്കുന്നു. തന്റെ കോളേജ് വിദ്യാഭ്യാസകാലത്ത് ജർമ്മൻഭാഷ കെ കെ നീലകണ്ഠൻ കുറച്ചൊക്കെ പഠിക്കുകയുണ്ടായി.

പക്ഷികളിൽ താല്പര്യമുള്ളയൊരാൾ ഏതുവലിയ പട്ടണനടുവിൽ ജീവിച്ചാലും അയാളുടെ കണ്ണുകൾ അവിടെയെത്തുന്ന പക്ഷികളിലാവും. കെ കെ നീലകണ്ഠനും ഇത്തരത്തിൽപ്പെട്ട ഒരു പക്ഷിപ്രേമിയായിരുന്നു. കെ കെ നീലകണ്ഠൻ എവിടെയൊക്കെ ജീവിച്ചിട്ടുണ്ടോ അവിടെയൊക്കെ തനിക്ക് ചുറ്റും ഒരു പക്ഷിസങ്കേതം തന്നെ സൃഷ്ടിച്ചെടുത്തയാളായിരുന്നു. വൈക്കം മുഹമ്മദ് ബഷീർ ജയിലിൽ കിടന്നിരുന്നപ്പോൾ അതിനുള്ളിലും ഒരു പൂന്തോട്ടം സൃഷ്ടിച്ചപോലെയാണിത്. തിരുവനന്തപുരം പട്ടണത്തിൽ കഴിഞ്ഞിരുന്ന കാലത്തെക്കുറിച്ച് കെ കെ നീലകണ്ഠൻ ഓർത്തെടുക്കുന്നതിങ്ങനെ:

തിരുവനന്തപുരത്ത് നഗരമദ്ധ്യത്തിലുള്ള ഒരു വീട്ടിൽ ഞാൻ പത്തുവർഷത്തോളം താമസിച്ചു. താമസം തുടങ്ങിയ കാലത്ത് അടുത്തുള്ള വളപ്പുകളിൽ ധാരാളം മരങ്ങൾ നിന്നിരുന്നതുകൊണ്ട് അവിടെയും പ

ക്ഷിനിരീക്ഷണത്തിന് ഒട്ടും വിഷമമുണ്ടായിരുന്നില്ല. എന്റെ വളപ്പിൽ വളരെക്കുറിച്ച് സ്ഥലമേ ഉണ്ടായിരുന്നുള്ളുവെങ്കിലും ഞാൻ അവിടെ നട്ടുവളർത്തിയ ഒരു ചെമ്പകത്തിലും മന്ദാരത്തിലുമായി ഏഴെട്ടുതവണ തുന്നാരൻ കൂടുകെട്ടുകയുണ്ടായി.

മനസ്സ് വച്ചാൽ ഏത് പ്രതികൂലസാഹചര്യത്തിലും പക്ഷിപഠനവും നിരീക്ഷണവും നടത്താവുന്നതേയുള്ളുവെന്ന് കെ കെ നീലകണ്ഠൻ സ്വന്തം ജീവിതം കൊണ്ടുതന്നെ നമ്മെ പഠിപ്പിച്ചു. തന്റെ ജീവിതാവസാനകാലത്ത് തേൻകൊതിച്ചി പരുന്തിനെക്കുറിച്ചുള്ള പഠനം അദ്ദേഹം നടത്തിയതും തന്റെ കാവശ്ശേരിയിലെ വീട്ടുവളപ്പിൽ നിന്നായിരുന്നുവെന്നതും ഓർക്കേണ്ടതാണ്. പാലക്കാട്ട് പട്ടണത്തിൽ അദ്ദേഹം കഴിഞ്ഞിരുന്ന കാലത്തെക്കുറിച്ച് അദ്ദേഹം രേഖപ്പെടുത്തുന്നു.

വീടിനു ചുറ്റും കുറെ ഒട്ടുമാവുകളും തെങ്ങുകളും വേപ്പ്, പുളി മുതലായ മരങ്ങളും ഉണ്ടായിരുന്നു. വേലിയല്ലാതെ ചെടികളും പൊന്തകളും ഒന്നുമുണ്ടായിരുന്നില്ല. എങ്കിലും അക്കാലത്ത് വീടുവിട്ട് പുറത്തിറങ്ങാതെ തന്നെ ഒരുമണിക്കൂറിനകം മുപ്പതിലേറെ ജാതി പക്ഷികളെ കാണുവാൻ എനിക്ക് കഴിയുമായിരുന്നു. പ്രത്യേകിച്ചും സെപ്തംബറിനും മേയ് മാസത്തിനുമിടയ്ക്ക് ഈ വളപ്പിൽ ചിലതരം പക്ഷികൾ പതിവായി കൂടുകെട്ടാറുണ്ടായിരുന്നു. ആ വീട്ടിൽ നിന്ന് എന്റെ ജോലിസ്ഥലത്തേക്കുള്ള വഴി പാടത്തുകൂടിയായിരുന്നതിനാൽ വളപ്പുകളിൽ കാണാത്ത പലതരം പക്ഷികളെയും വഴിക്കുവെച്ചുകാണാറുണ്ടായിരുന്നു

ഇങ്ങനെ കിട്ടുന്ന അവസരങ്ങളിലെല്ലാം പക്ഷികളുടെമേൽ തന്റെ മനസ്സും കണ്ണും കാതുമൊക്കെ സമർപ്പിച്ചാണ് കെ കെ നീലകണ്ഠൻ ജീവിച്ചത്. പക്ഷികളെ കാണാനായി എന്തുത്യാഗം സഹിച്ചും യാത്ര ചെയ്യാൻ കെ കെ നീലകണ്ഠൻ സദാ സന്നദ്ധനായിരുന്നു. വെയിലും മഴയും മഞ്ഞുമൊന്നും അദ്ദേഹത്തിനൊരു പ്രതിബന്ധമേയായിരുന്നില്ല. ആന്ധ്രയിലെ പുള്ളിച്ചുണ്ടൻ കൊതുമ്പന്നങ്ങളുടെ പ്രജനനകേന്ദ്രമായ ആരേഡുവിലേക്ക് ഒരു നൂറുതവണയെങ്കിലും പോകേണ്ടതായിരുന്നുവെന്ന് കെ കെ നീലകണ്ഠൻ എഴുതിയത് പക്ഷിപ്രണയവും യാത്രക്കൊതിയും കൊണ്ടായിരുന്നു. സർവ്വീസിൽ നിന്ന് റിട്ടയർ ചെയ്തശേഷം അദ്ധ്യാപനത്തോടുള്ള സ്നേഹം കൊണ്ടുകൂടിയാവാം തിരുവനന്തപുരം മാഞ്ഞാലിക്കുളം റോഡിലുള്ള വാസ്പിസ് ട്യൂട്ടോറിയലിൽ ഇംഗ്ലീഷ് പഠിപ്പിക്കാൻ കെ കെ നീലകണ്ഠൻ പോയിരുന്നു.

യാത്ര ഏറെ ഇഷ്ടപ്പെട്ടിരുന്ന കെ കെ നീലകണ്ഠൻ യാത്രാവി

വരണം എഴുതാനുള്ള പരിശ്രമങ്ങളും നടത്തിയിരുന്നു. പോയിന്റ് കാലിമറിൽ പഠനം നടത്തിയതുമായി ബന്ധപ്പെട്ട് ഒരു യാത്രാവിവരണം കെ കെ നീലകണ്ഠൻ എഴുതിയെങ്കിലും മുഴുമിപ്പിച്ചില്ല. പതിനാറുപേജോളം അദ്ദേഹം എഴുതി. എന്നാൽ യാത്രാവിവരണം എഴുതിമുഴുമിപ്പിക്കാൻ എന്തുകൊണ്ടോ അദ്ദേഹത്തിനു കഴിഞ്ഞില്ല. ചില ജാതി പക്ഷികൾ കൂടു നിർമ്മിച്ച് പൂർത്തിയാക്കുന്നതിനു മുമ്പ് അത് ഉപേക്ഷിച്ചുകളയാറുണ്ട്. കൂട് കെട്ടാനുള്ള ചോദന ചോർന്നുപോകുന്നതാകാം കാരണം.. യാത്രാവിവരണം എഴുതുന്നതിലുള്ള താല്പര്യം നഷ്ടപ്പെട്ടതുകൊണ്ടാകാം കെ കെ നീലകണ്ഠൻ അതെഴുതി മുഴുമിപ്പിക്കാതിരുന്നതെന്ന് കരുതാം.

പക്ഷിക്കൂട്

പക്ഷികൾ കൂടൊരുക്കുന്ന സമയത്ത് അവയെ പഠിക്കാനാണ് കെ കെ നീലകണ്ഠൻ കൂടുതൽ സമയവും ചെലവഴിച്ചത്. ഇതിനുള്ള പ്രധാനകാരണങ്ങളിലൊന്ന് തന്റെ സ്വൈരമായ ജീവിതത്തെയും തൊഴിലിനെയും കാര്യമായി ബാധിക്കാതെ തന്നെ പക്ഷി പഠനം നടത്താൻ കഴിയുമെന്നതാണ്. കൂടൊരുക്കുന്ന കാലത്ത് പക്ഷികൾ കൂട്ടിലും പരിസരത്തും എപ്പോഴും കാണും. സമയം കിട്ടുമ്പോഴൊക്കെ കൂട്ടിനരികിൽ ചെന്ന് നിരീക്ഷിക്കേണ്ടതായെ വരുന്നുള്ളൂ. പക്ഷിജീവിതനിരീക്ഷണത്തിന് ഏറ്റവും പറ്റിയ സമയവും ഇതാണ്.

പക്ഷികൾക്ക് ദാമ്പത്യജീവിതം തുടങ്ങുവാനുള്ള പ്രചോദനം ഉണ്ടാകുന്നത് മുതൽക്ക് കുഞ്ഞുങ്ങൾക്ക് മാതാപിതാക്കളുടെ സംരക്ഷണത്തിൽനിന്ന് മുക്തരായി സ്വതന്ത്രജീവിതം നയിച്ചു തുടങ്ങുന്നതുവരെ സംഭവിക്കുന്ന കാര്യങ്ങളെല്ലാം ശ്രദ്ധാർഹം മാത്രമല്ല അത്യധികം വിസ്മയാവഹവുമാണ്. മനുഷ്യനാണ് പ്രകൃതിസൃഷ്ടികളിൽ അഗ്രഗണ്യനെന്നും അവന്റെ സാമർത്ഥ്യവും കഴിവുകളുമാണ് സർവ്വപ്രധാനവുമെന്നുള്ള തൊക്കെ ആത്മവഞ്ചനാപരമായ മിഥ്യകളല്ലെ എന്നു നമുക്ക് തോന്നിത്തുടങ്ങുന്നത് മറ്റുജീവജാലങ്ങളെ നിലനിർത്തുന്നതിനായി പ്രകൃതി ആവിഷ്കരിച്ചിട്ടുള്ള അനന്തവും അത്ഭുതാവഹവുമായ പ്രക്രിയകൾ മനസ്സിലാക്കിത്തുടങ്ങുമ്പോഴാണെന്ന് കെ കെ നീലകണ്ഠൻ എഴുതിയിട്ടുണ്ട്.

പക്ഷികളുടെ പെരുമാറ്റത്തെക്കുറിച്ചു പഠിക്കാനായിരുന്നു നീലകണ്ഠന് ഏറെ താല്പര്യം. സാധാരണ നമ്മൾ കാണുന്ന പക്ഷികളുടെ പോലും ജീവിതരഹസ്യങ്ങളൊന്നും അത്രകണ്ട് സാധാരണമായിരുന്നില്ലെന്ന് ഓർക്കുമ്പോഴാണ് കെ കെ നീലകണ്ഠന്റെ ഈ രംഗത്തുള്ള

സംഭാവനയുടെ മൂല്യം നമ്മൾ തിരിച്ചറിയുന്നത്. കരിക്കൊച്ച (black bittern) നീലമാറൻകുളക്കോഴി (Stay-breasted Rail) തീപ്പൊരിക്കണ്ണൻ (Water - Cocks) തുടങ്ങിയ പക്ഷികളെക്കുറിച്ചുള്ള കെ കെ നീലകണ്ഠന്റെ കുറിപ്പുകൾ പ്രസിദ്ധീകരിക്കുന്നതിന് മുമ്പ് അവയുടെ സന്താനോല്പാദനത്തെക്കുറിച്ച് വളരെ കുറച്ചു വിവരങ്ങളെ നമ്മുടെ പക്കലുണ്ടായിരുന്നുള്ളൂ.

നെല്ലുവിളഞ്ഞുകിടക്കുന്ന വയലുകളിലും പുഴകളുടെയും തണ്ണീർത്തടങ്ങളുടെയും തീരത്തുള്ള കുറ്റിക്കാട്ടിലും ഒളിഞ്ഞുകഴിയുന്ന പക്ഷികളാണ് മഴക്കൊച്ചയും കരിങ്കൊച്ചയും. ഇവ ഞാറവർഗ്ഗക്കാരാണ്. മഴക്കൊച്ച ആകപ്പാടെ ചെമ്പിച്ച തവിട്ടുനിറക്കാരാണ്. എന്നാൽ കരിക്കൊച്ച പേരു സൂചിപ്പിക്കുന്നതുപോലെ കറുമ്പനാണ്. കഴുത്തിനിരു ഭാഗത്തും നേർത്ത് ഓറഞ്ച് നിറത്തിൽ വീതിയുള്ള പട്ടകൾ താഴോട്ടിറങ്ങി കിടക്കുന്നുണ്ടാവും. മുൻകഴുത്തും മാറിടവും കാവിനിറവും മഞ്ഞയും ഇടകലർന്നിരിക്കും. പൂവനാണ് ശോഭ കൂടുതൽ. ഇരുണ്ട കൈതക്കാട്ടിലാണ് കരിക്കൊച്ചകളെ കൂടുതലായി കാണാറുള്ളത്. പൊന്തകളിലാണ് ഇവയുടെ കൂടൊരുക്കൽ. കൈതയോല, വള്ളിത്തണ്ട്, ചെറിയചുള്ളി എന്നിവകൊണ്ടാണ് കൂടൊരുക്കുക. ഒരുതവണ മൂന്നാലു മുട്ടകളാണിടുക. കെ കെ നീലകണ്ഠന്റെ പഠനം നാണം കുണുങ്ങിയായ കരിക്കൊച്ചകളെക്കുറിച്ച് ധാരാളം പുതിയ വിവരങ്ങൾ പുറത്തുകൊണ്ടുവരാൻ സഹായിച്ചു. കാവുകളിലും കുറ്റിക്കാട്ടിലും കുളക്കരയിലെ ചതുപ്പിലുമൊക്കെ സാധാരണ കാണുന്ന പക്ഷിയാണ്. കുളക്കോഴി ഇവയുടെ ബന്ധുവാണ്. തീപ്പൊരിക്കണ്ണൻ പൂവൻ ആകെ കറുത്തിട്ടായിരിക്കും. കൊക്കും, കണ്ണും, തലയ്ക്കുമീതെ, ഉയർന്ന് നില്ക്കുന്ന പൂവും ചുവപ്പ്. കാലുകളും ചുവന്നിട്ടാണ്. മറ്റു കാലത്ത് പൂവൻ തവിട്ടുനിറത്തിലായിരിക്കും. പൂവിന് പകരം ഒരു മഞ്ഞപൊട്ടുകാണാം. പിടയ്ക്ക് പൂവുണ്ടാവില്ല. ഇവ ഏതുകാലത്തും തവിട്ടു നിറത്തിൽ തന്നെ. ഇവയെക്കുറിച്ചുള്ള കെ കെ നീലകണ്ഠന്റെ പഠനം ശ്രദ്ധേയമായിരുന്നു.

തീപ്പൊരി കണ്ണൻ കൂടൊരുക്കുന്ന കാലത്ത് വയൽവരമ്പുകളിലൂടെ ഓടിനടക്കുകയും ഇടയ്ക്കിടെ ഉച്ചത്തിൽ കരയുകയും ചെയ്യും. ആൺപക്ഷികളാണ് ഇങ്ങനെ കിടന്ന് ബഹളം വയ്ക്കുക. കൊക്-കൊക്-കൊക് എന്നു തുടങ്ങുന്ന പാട്ട് ഉഡും..ഉഡും..ഉഡും എന്ന് ഉടുക്കുകൊട്ടുന്നതുപോലെയാണ് മുഴങ്ങുകയെന്ന് കെ കെ നീലകണ്ഠൻ എഴുതിയിട്ടുണ്ട്.

നീലമാറൻ കുളക്കോഴിയെക്കുറിച്ചുള്ള അദ്ദേഹത്തിന്റെ ലേഖനങ്ങൾ ശാസ്ത്രലോകത്ത് ശ്രദ്ധിക്കപ്പെട്ടു. പക്ഷികൾ കൂടൊരുക്കുന്ന കാലത്ത് അവയെ തുടർച്ചയായി നിരീക്ഷിച്ചിരുന്ന നീലകണ്ഠൻ പക്ഷികളുടെ കൂടുനിർമ്മിതിയുടെ വൈവിദ്ധ്യത്തെക്കുറിച്ചും പഠിച്ചിരുന്നു. നമുക്ക് ചുറ്റും കാണുന്ന പക്ഷികളൊക്കെ എത്ര വൈവിദ്ധ്യമാർന്ന രീതിയിൽ കൂടൊരുക്കുന്ന പക്ഷികളാണ്. എത്ര കരകൗശല വൈവിദ്ധ്യമുള്ളയാൾക്കും തൂക്കണാംകുരുവിയുടേതുപോലൊരു കൂട് ഉണ്ടാക്കാനാവുമെന്നു തോന്നുന്നില്ല. നാരുകൊണ്ട് അറയും ഇടനാഴിയും തള്ളക്കിളി അടയിരിക്കുന്ന അറയ്ക്കുമുന്നിൽ പടിപ്പുരയുമൊക്കെ നിർമ്മിച്ചിട്ടുള്ള കൂടൊരു ശില്പകലയാണ്. രണ്ടും മൂന്നും അറകൾ ഒന്നിനുമുകളിൽ മറ്റൊന്നായി നിർമ്മിച്ചിട്ടുള്ള കൂടുകളും സാധാരണമാണ്. ഇങ്ങനെയുള്ള കൂടുകളിൽ ഇടനാഴിവഴിയല്ലാതെ മുകളിലത്തെ അറകളിലേക്ക് കിളികൾക്ക് പ്രവേശിക്കാൻ പ്രത്യേക ദ്വാരം ഉണ്ടാക്കിയതും ഞാൻ കണ്ടിട്ടുണ്ട്. തൂക്കണാംകുരുവികളുടെ കൂട്ടിൽ ചെളിമണ്ണ് കൊണ്ടുവന്ന് ഒട്ടിച്ചുവയ്ക്കുന്ന ശീലവും കാണാം. തൂക്കണാം കുരുവികളുടെ കൂട് നിർമ്മിതി തുടക്കം മുതൽ നോക്കിക്കാണാൻ എനിക്കവസരം ലഭിച്ചിട്ടുണ്ട്. അവയെ കുറിച്ചൊരു ഡോക്യുമെന്ററി നിർമ്മിക്കാനും കഴിഞ്ഞു. വേഴാമ്പലുകളുടെ കൂട് നിർമ്മിതിയെ കുറിച്ച് നീലകണ്ഠൻ എഴുതുന്നതിങ്ങനെ:

> ഇണചേർന്നു കഴിഞ്ഞാൽ പിടപ്പക്ഷി പ്രകൃത്യാ ഉള്ള ഒരു വൃക്ഷകോടരത്തിനകത്തു കടന്ന് ഗുഹാമുഖത്തെ സ്വന്തം പുരീഷം കൊണ്ട് അടയ്ക്കുന്നു. ഇതിൽ നടുക്ക് ലംബമായ ഒരു വിടവു മാത്രം തുറന്നിരിക്കും. പിന്നീട് കുറെ ആഴ്ചകൾ കഴിഞ്ഞേ സ്വമേധയാ കാരാഗൃഹവാസിയായിത്തീർന്ന പിടപ്പക്ഷി പുറത്തുവരുകയുള്ളൂ. അക്കാലമത്രയും അവൾക്കും മുട്ടകൾ വിരിഞ്ഞ ശേഷം കുഞ്ഞുങ്ങൾക്കും ഭക്ഷണം കൊണ്ടുവന്നു കൊടുക്കുന്നത് ആൺപക്ഷിയാണ്. കുഞ്ഞുങ്ങൾക്ക് തൂവൽ മുളച്ചു കഴിഞ്ഞാൽ തള്ളപ്പക്ഷി കോടരത്തിന്റെ അടപ്പു പൊളിച്ചു പുറത്തുവരും. ഉടനെ തന്നെ വീണ്ടും ഗുഹാമുഖത്തെ അടയ്ക്കും. അതിനുശേഷം കുഞ്ഞുങ്ങൾ പ്രായമാകുന്നതുവരെ പൂവനും പിടയും സഹകരിച്ച് കുഞ്ഞുങ്ങളെ തീറ്റും. കുഞ്ഞിന്റെ വായ അടയ്ക്കുന്നത് കൂട്

ശത്രുക്കളുടെ കണ്ണിൽ പെടാതിരിക്കാനും ശത്രുക്കൾ എളുപ്പ ത്തിൽ കൂട്ടിനുള്ളിലേക്ക് കടക്കാതിരിക്കാനുമാണ്.

സ്വന്തമായി കൂടൊരുക്കാതെ മറ്റു ജീവികളുടെ കൂടുകൾ കൈയേറി കൂടൊരുക്കുന്ന പക്ഷികളുണ്ട്. ചെമ്പൻ മരംകൊത്തി ഇത്തരത്തിൽപ്പെട്ട ഒരു പക്ഷിയാണ്. കാട്ടിൽ കാണുന്ന ഒരു ജാതി ഉറുമ്പിൻകൂടുകളിലാണിവ മുട്ടയിടുന്നത്. ഉറുമ്പുകൾ കൂട്ടിൽ കഴിയുമ്പോൾ തന്നെയാണിങ്ങനെ അവയുടെ കൂട് കൈയേറുന്നത്. ഉറുമ്പുകൾ എന്തുകൊണ്ടാണ് ചെമ്പൻ മരംകൊത്തിയെയും മുട്ടയെയും നശിപ്പിക്കാത്തതെന്നത് അത്ഭുതകരമാണ്. ഒരു കൂട്ടിൽ കഴിയുന്ന ഉറുമ്പുകൾക്കെല്ലാം ഒരേ മണമാണെന്നും അതേ മണംതന്നെ ചെമ്പൻ മരംകൊത്തിക്കും മുട്ടയ്ക്കും ഉള്ളതുകൊണ്ടാണത് ആക്രമിക്കപ്പെടാത്തതെന്നാണ് കരുതപ്പെടുന്നത്. ഉറുമ്പുകൾ ശത്രുക്കളെയും ഭക്ഷണസാധനങ്ങളെയും തിരിച്ചറിയുന്നത് അവയുടെ ഘ്രാണ ശക്തികൊണ്ടാണ്.

തെങ്ങോലയും പുല്ലും വള്ളിത്തണ്ടുകളും കൊണ്ട് ആരുടെയും ശ്രദ്ധയിൽപെടാത്ത മുളക്കൂട്ടത്തിലോ കുറ്റിച്ചെടിയിലോ കൂടൊരുക്കുന്ന പക്ഷിയാണ് ഉപ്പൻ (crow pheasant). ഉമിനീരും ചെറിയ കച്ചിത്തുരുമ്പും പക്ഷിത്തൂവലും ഒക്കെ ചേർത്ത് കൂട് ഒരുക്കുന്നവരാണ് ശരപ്പക്ഷികൾ (swift). ഇതേക്കുറിച്ച് നീലകണ്ഠൻ എഴുതിയതിങ്ങനെ:

> അമ്പലം ചുറ്റി (House Swift) കൂടുണ്ടാക്കുവാൻ ഉപയോഗിക്കുന്ന സാമഗ്രികൾ തൂവലുകളും മറ്റുമാണ്. ഇതൊക്കെ കാറ്റിൽ പാറി വരുമ്പോൾ പക്ഷി പറന്നുകൊണ്ടു തന്നെയാണ് ശേഖരിക്കുന്നത്. ഈ സാമഗ്രികളെ വരയൻ കത്രികയെപ്പോലെ തന്നെ കെട്ടിടങ്ങളിലും പാലങ്ങൾക്കിടയിലും പാറക്കെട്ടുകളിലും പിടിപ്പിക്കുന്നതിനു ഉപയോഗിക്കുന്നത് സ്വന്തം ഉമിനീരാണ്. അസാധാരണ പശയുള്ള ഈ ദ്രാവകം ഉണങ്ങുമ്പോൾ വജ്രപ്പശപോലെ വർത്തിക്കുന്നു. പനങ്കൂളൻ (palmswift) എന്ന ശരപ്പക്ഷി ചെറുതൂവലുകളും അപ്പൂപ്പൻതാടിയും മറ്റും ആകാശത്തിൽ നിന്നുതന്നെ ശേഖരിച്ച് പിടിപ്പിക്കും. നമ്മുടെ തള്ളവിരലോളം മാത്രം വലുപ്പമുള്ള ഈ കൂട് നേരെ താഴോട്ട് തൂങ്ങിക്കിടക്കുന്ന ഓലയുടെ ഉൾവശത്താണ് ഉറപ്പിക്കുക. ഇതിൽ നിക്ഷേപിക്കുന്ന രണ്ടു മുട്ടകളെയും ഉമിനീരുപയോഗിച്ചു തന്നെയാണ് ഉറപ്പിക്കുന്നത്. ഉമിനീരുകൊണ്ട് കൂടുകെട്ടുന്ന ഈ വർഗ്ഗക്കാർക്കിടയിൽ അതിസമർത്ഥൻ ചിത്രകൂടൻ എന്ന ശരപ്പക്ഷിയാണ് (Edible-net-swiftlet). അതിന്റെ കൂട്ടിൽ തൊണ്ണൂറുശതമാനത്തിലേറെ കട്ടപിടിച്ച ഉമിനീരു തന്നെയായിരിക്കുമത്രെ. ഈ കൂടുകൾ കൊണ്ടാണ് ചൈനക്കാർ അമൃതതുല്യമെന്നു ഗണിക്കുന്ന ഒരുതരം സൂപ്പുണ്ടാക്കുന്നത്.

എന്നാൽ ചിലജാതി പക്ഷികൾ കൂടുകെട്ടുന്ന സ്വഭാവക്കാരല്ല.

രാച്ചുക്കു (Night jars), ചിലജാതി കടൽപ്പറവകൾ എന്നിവ വെറും നില ത്താണ് മുട്ടയിടുന്നത്. എന്നാൽ ആറ്റുമണൽ കോഴികളും ചെങ്കണ്ണിതി ത്തിരിയും മഞ്ഞക്കണ്ണിയ തിത്തിരിയുമൊക്കെ നിലത്ത് ചെറിയ തോതിൽ ചില കല്ലുകളൊക്കെ വച്ചാണ് കൂടുണ്ടാക്കുന്നത്. മുട്ട ഉരുണ്ടു പോകാ തിരിക്കാനാവണം കല്ലുകൊണ്ടുള്ള അട വയ്പ്. ഇവയുടെ കൂടുക ളൊക്കെ നിരീക്ഷിക്കാനും അതൊക്കെ ഡോക്യുമെന്ററിയാക്കാനും എനിക്കു കഴിഞ്ഞിട്ടുണ്ട്. മുങ്ങാങ്കോഴിയും (Little Grebs), താമരക്കോ ഴികളുമൊക്കെ ജലാശയങ്ങളിലെ ചണ്ടികളും മറ്റും ഉപയോഗിച്ച് കൂടു ണ്ടാക്കുന്നവരാണ്. മരത്തിലുള്ള മാളങ്ങളിൽ കൂടൊരുക്കുന്ന പക്ഷി കളാണ് മാടത്ത (Common Myna), കിന്നരി മൈന (Jungle Myna), ഉ പ്പൂപ്പൻ (Hoopoe), പുള്ളിനത്ത് (Spotted O wlet) തുടങ്ങിയ പക്ഷി കൾ. മണ്ണ് തുരന്ന് അവിടെ മുട്ടയിടുന്ന പക്ഷികളാണ് പൊൻമാനുകൾ (മീൻകൊത്തികൾ – Kingfisher). ഇങ്ങനെ പക്ഷികളുടെ കൂടൊരുക്കലു കളെ കുറിച്ച് തന്നെ വളരെയധികം കാര്യങ്ങൾ അറിയാനുണ്ട്. കെ കെ നീലകണ്ഠൻ പക്ഷിക്കൂടുകളെ സംബന്ധിച്ചും പുതുതായി ധാരാളം വിവ രങ്ങൾ കണ്ടെത്തി രേഖപ്പെടുത്തുകയുണ്ടായി.

എന്റെ രണ്ടാമത്തെ തേക്കടിയാത്ര 1965 ഏപ്രിലിലായിരുന്നു. വെള്ള ക്കഴുത്തുള്ള ഒരു ജോഡി കൊക്കുകൾ (white necked stork) ഇതിന് കരുവാരക്കുരു എന്നൊരുപേരുണ്ട് – ആരണ്യനിവാസിനടുത്തുള്ള ഒരു മരത്തിൽ എല്ലാവർഷവും കൂടുകെട്ടി കുഞ്ഞുവിരിയിക്കുന്നുണ്ടെന്നുള്ള തായിരുന്നു ഈ യാത്രയിലെ പ്രധാന കണ്ടുപിടുത്തം. 1933 ഫെബ്രുവ രിയിൽ പ്രദേശത്തെ പക്ഷികളെക്കുറിച്ച് സർവ്വെനടത്തിയ ഡോ. സാലിം അലി ഇവയെ കണ്ടില്ല എന്നതുകൊണ്ട് അതിന് ശേഷമായിരിക്കാം ഇവ ഈ സ്ഥലത്ത് കൂടുകെട്ടിത്തുടങ്ങിയതെന്ന് അനുമാനിക്കാം. ഞാൻ തന്നെ തലേവർഷം അവിടെ സന്ദർശിച്ചപ്പോൾ പക്ഷികളെ കണ്ടില്ല. എന്നാൽ 1952 ന് അടുത്ത് ഈ പക്ഷികൾ അവിടെ കൂടുകെട്ടാൻ തുട ങ്ങിയതായി ചിലർ എന്നോടുപറഞ്ഞു. 1965 ഏപ്രിലിൽ ബോട്ടുകടവിന് അടുത്തുനില്ക്കുന്ന ഒരു കൂറ്റൻ എലവ് മരത്തിന്റെ ഉച്ചിയിൽ ഒരു കൂട്ടം – അതിൽ പറക്കമുറ്റിയ മൂന്ന് കുഞ്ഞുങ്ങളും ഉണ്ടാ യിരുന്നു. കൂടുകെട്ടിയിരു ന്നു. 1965 ന് ശേഷം എല്ലാ കൊല്ലവും മുടങ്ങാതെ ഈ കൊക്കുകൾ തേക്ക ടിയിൽ കൂടുകെട്ടിവരുന്നു. കേരളത്തിൽ മറ്റൊരി ടത്തും വെള്ളക്കഴുത്തുള്ള

കൊക്ക് കൂടുകെട്ടുന്നതായി അറിവില്ല. (*തേക്കടിയിലെ പക്ഷികൾ* – പ്രൊഫ. കെ കെ നീലകണ്ഠൻ) കെ കെ നീലകണ്ഠന്റേതായി 114 വിശദമായ പക്ഷിപഠനങ്ങളാണ് പ്രസിദ്ധീകരിക്കപ്പെട്ടത്. ഇതിൽ 5 എണ്ണം ഇന്ത്യയിലെ ഏറ്റവും പ്രശസ്തമായ ബോംബെ നാച്യുറൽ ഹിസ്റ്ററി സൊസൈറ്റിയുടെ ജേർണലിലാണ് പ്രസിദ്ധീകരിച്ചത്. ബാക്കിയുള്ളവ സമാന സ്വഭാവമുള്ള ബാംഗ്ലൂരിൽ നിന്ന് പ്രസിദ്ധീകരിച്ചിരുന്ന *ന്യൂസ് ലെറ്റർ ഫോർ ബേർഡ് ഫീച്ചേഴ്സി*ലൂടെയാണ് പുറത്തു വന്നത്. *മാതൃഭൂമി ആഴ്ചപ്പതിപ്പി*ൽ പക്ഷികളെ പരിചയപ്പെടുത്തി എഴുതിയ നൂറോളം ലേഖനങ്ങളും, മറ്റ് മാഗസീനുകളിലും വാരികകളിലും എഴുതിയ പരിസ്ഥിതി സംബന്ധിച്ച ലേഖനങ്ങളും സാധാരണ വായനക്കാരെ ലക്ഷ്യം വച്ചുള്ളവയായിരുന്നു.

നാണം കുണുങ്ങിയായ പക്ഷികളെപ്പോലെ വളരെ സൗമ്യസാന്ദ്രമായിരുന്നു കെ കെ നീലകണ്ഠന്റെയും ജീവിതവുമെന്ന് പറയാം. ഒച്ചയും ബഹളവുമില്ലാതെ പ്രകടനങ്ങളില്ലാതെ, നാട്യങ്ങളില്ലാതെ തന്റെ കർമ്മം ചെയ്തുതീർക്കുന്ന ശീലക്കാരൻ. കർമ്മം ചെയ്യുക ഫലം ഇച്ഛിക്കരുതെന്ന ഗീതാവചനം ജീവിതത്തിന്റെ മുദ്രയാക്കിയ വ്യക്തിത്വം. അദ്ധ്യാപകനെന്നനിലയിലും കുടുംബനാഥനെന്ന നിലയിലും അദ്ദേഹം വിരാജിച്ചിരുന്ന സർവ്വ മേഖലയിലും ഒരു അടുക്കും ചിട്ടയും കാത്തുസൂക്ഷിക്കാൻ ശ്രദ്ധവച്ചിരുന്നു. അമിത ബഹളം വിദ്യാർത്ഥികളിൽ നിന്നായാലും ബന്ധുക്കളിൽ നിന്നായാലും അദ്ദേഹം സഹിച്ചിരുന്നില്ല. തന്നെപ്പോലെ ചെയ്യുന്ന കാര്യങ്ങളിൽ പൂർണ്ണമായ ആത്മാർത്ഥത എല്ലാവരിൽ നിന്നും അദ്ദേഹം പ്രതീക്ഷിച്ചു. ഒഴിവു ദിവസങ്ങളിലും നീലകണ്ഠന് ഒഴിവുണ്ടായിരുന്നില്ല. വിദ്യാർത്ഥികളെ പഠിപ്പിക്കാൻ ആവശ്യമായ നോട്ടുകൾ ഓരോ തവണയും പുതുക്കി എഴുതുകയെന്നതിൽ കൃത്യനിഷ്ഠയുള്ളയാളായിരുന്നു അദ്ദേഹം. ഇതൊക്കെ വീട്ടിലിരുന്നാണ് ചെയ്യുക. വിദ്യാർത്ഥികളുടെ പരീക്ഷ പേപ്പറുകളും നോക്കണം. പുസ്തകവായനയ്ക്ക് വിദ്യാർത്ഥികളെ പ്രേരിപ്പിക്കും. നാട്ടിലെ പ്രധാന വിനോദമായ സിനിമയിൽ യാതൊരു കമ്പവും അദ്ദേഹത്തിനുണ്ടായിരുന്നില്ല അഥവാ ഉണ്ടായിരുന്നെങ്കിൽ സയൻസ് ഫിക്ഷൻ സിനിമകളോടു മാത്രം.

ത്യാഗരാജസ്വാമികളുടെ കൃതികളോട് വല്ലാത്തൊരഭിനിവേശം കെ

കെ നീലകണ്ഠനുണ്ടായിരുന്നു. എപ്പോഴും അദ്ദേഹം മൂളിനടന്നിരുന്ന ഒരു കീർത്തനം എന്തരോ മഹാനുഭാവുലു അന്തരിഗീ വന്ദനമുലു (എല്ലാ മഹാനുഭാവന്മാരെയും ഞാൻ വന്ദിക്കുന്നു.) എന്നു തുടങ്ങുന്ന പ്രസിദ്ധ കീർത്തനമായിരുന്നു. ഈ കീർത്തനം അദ്ദേഹത്തിന്റെ മനോഭാവത്തിന്റെ പ്രതിഫലം കൂടിയായിരുന്നു. മുതിർന്നവരോടും ജ്ഞാനികളോടും വലിയ ആദരവോടെ മാത്രമെ കെ കെ നീലകണ്ഠൻ പെരുമാറിയിരുന്നുള്ളു.

പക്ഷികളുടെ ശബ്ദത്തെക്കുറിച്ച് അദ്ദേഹം പഠിച്ചിരുന്നു. കാക്കകൾ ഏതാണ്ട് 18 തരത്തിൽ ശബ്ദിക്കാറുണ്ടെന്ന് നമ്മളിൽ എത്രപേർക്കാണ് അറിയുക. ചെമ്പൻ നത്ത് (Brown Hawkowl), പുള്ളുനത്ത് (Jungle owlet), കാടുമുഴക്കി (Greater Racket -tailed Drogo) എന്നിവയുടെ ശബ്ദവിന്യാസങ്ങളെക്കുറിച്ചൊക്കെ അദ്ദേഹം വിശദമായി എഴുതി. സംഗീതത്തിലുള്ള അദ്ദേഹത്തിന്റെ കമ്പം പക്ഷികളുടെ ശബ്ദങ്ങളെക്കുറിച്ചു പഠിക്കുന്നതിനും ഏറെ സഹായിച്ചു. കെ കെ നീലകണ്ഠൻ പക്ഷികളെക്കുറിച്ചെഴുതുമ്പോഴൊക്കെ അതിന്റെ ശബ്ദങ്ങളും പ്രത്യേകമായി അടയാളപ്പെടുത്താറുണ്ട്. ഉദാഹരണം തത്ത ചിന്നനെ (Indian loriekeat) കുറിച്ച് എഴുതിയതു നോക്കുക. മഴതുടങ്ങിയാലുടനെ നമ്മുടെ വളപ്പുകളിൽ ചീ.ചീ.ചീ എന്നൊക്കെ ചൂളംവിളി കേട്ടുതുടങ്ങും. നേരിയതെങ്കിലും മണ്ണട്ടയുടേതുപോലെ ചെവി തുളയ്ക്കുന്ന ശബ്ദമാണത്. വളരെ ധൃതിയിൽ ചീീ..ശബ്ദം മൂന്നാവർത്തിച്ചുകൊണ്ട് തത്ത ചിന്നന്മാർ തെങ്ങുകളിലും മറ്റും കിടന്നുകളിക്കും. പക്ഷികളുടെ ശബ്ദമാണ് ആദ്യം നമ്മുടെ ശ്രദ്ധയാകർഷിക്കുക.

1979 ഒക്ടോബർ 21 ന് തിരുവനന്തപുരത്ത് സൈലന്റ്‌വാലി സംര

ക്ഷണവുമായി ബന്ധപ്പെട്ട് ഒരു പ്രതിഷേധ ജാഥ കെ കെ നീലകണ്ഠന്റെ നേതൃത്വത്തിൽ നടക്കുകയാണ്. കേരള നാച്ചുറൽ ഹിസ്റ്ററി സൊസൈറ്റിയുടെ നേതൃത്വത്തിലാണ് പരിപാടി. കെ കെ നീലകണ്ഠന്റെ ശിഷ്യരും ആരാധകരുമാണ് അദ്ദേഹത്തിനോടൊപ്പമുള്ളത്. വി ജെ ടി ഹാളിൽ സൈലന്റ് വാലി പ്രൊജക്റ്റ് ഏരിയ ആക്ടിനെക്കുറിച്ച് സെമിനാർ സംഘടിപ്പിക്കാൻ തീരുമാനിച്ചിരുന്നു. അതിന്റെ നോട്ടീസിൽ ഡോ. സാലിം അലി സെമിനാർ ഉദ്ഘാടനം ചെയ്യുമെന്ന് വ്യക്തമാക്കിയിരുന്നു. എന്നാൽ കെ എസ് ഇ ബി (K S E B) യുടെ ഹർജിയിൽ കോടതി സെമിനാർ നിരോധിച്ചു. ഇതിനെതിരെ എല്ലാവരും കറുത്ത തുണികൊണ്ട് വാമൂടിക്കെട്ടി ഒരു ജാഥ സംഘടിപ്പിച്ചു. സർക്കാരിന്റെയും കോടതിയുടെയും സൈലന്റ് വാലിയോടുള്ള സമീപനത്തിൽ പ്രതിഷേധിച്ചാണ് ജാഥ, പ്രതിഷേധ ജാഥ മുന്നോട്ടു പോകുമ്പോൾ പാതയോരത്തെ മരക്കൊമ്പിൽ നിന്ന് ഒരു പക്ഷിയുടെ ശബ്ദം മുഴങ്ങിക്കേൾക്കാൻ തുടങ്ങി. അതു ശ്രദ്ധിച്ചുകൊണ്ട് കെ കെ നീലകണ്ഠൻ തന്റെ അരികിലുണ്ടായിരുന്ന ശിഷ്യനോട് ചോദിച്ചു. "ഏതു പക്ഷിയുടെ ശബ്ദമാണെന്നറിയാമോ?" അപ്രതീക്ഷിതമായ സാറിന്റെ ചോദ്യത്തിൽ ശിഷ്യൻ ഒന്നു പകച്ചു. ഇങ്ങനെ എപ്പോൾ വേണമെങ്കിലും ശിഷ്യർക്ക് നേരെ അദ്ദേഹം ചോദ്യമെറിഞ്ഞിരുന്നു.

കുട്ടികളുമായുള്ള യാത്രകൾ

പക്ഷിനിരീക്ഷണ താല്പര്യവുമായി എത്തുന്ന കുട്ടികൾക്ക് പ്രൊഫ.കെ കെ നീലകണ്ഠൻ നല്കിയിരുന്ന ഉപദേശം ഏതാണ്ടിങ്ങനെയായിരുന്നു. നിങ്ങൾ നിത്യവും കാണുന്ന പത്തിരുപത് പക്ഷികളുടെ പേരുകൾ തെറ്റുകൂടാതെ പഠിച്ചാൽ പക്ഷിനിരീക്ഷണത്തിന്റെ പ്രാഥമിക പാഠംപഠിച്ചുവെന്നഭിമാനിക്കാം. പുതിയ പക്ഷികളെ കണ്ടെത്തി അവയുടെ പേരുകളും സ്വഭാവവും പഠിക്കാൻ തുടങ്ങിയാൽ പഠനം പുരോഗമിക്കും. അജ്ഞാതലോകങ്ങളിലെ രഹസ്യങ്ങൾ അന്വേഷിച്ചുപോകുന്ന ഒരു സാഹസികയാത്രികന്റെ അനുഭവങ്ങൾ നിങ്ങളെ കാത്തിരിക്കും. ഈ അനുഭവങ്ങൾ ഓരോന്നും നിങ്ങളുടെ അറിവിനെയും കഴിവിനെയും സൈഥര്യത്തെയും പരീക്ഷിക്കുന്നതായിരിക്കും. ഇവ നിങ്ങളെ വെല്ലുവിളിക്കും. അവയുമായി മല്ലിട്ട് ജയം നേടുമ്പോഴായിരിക്കും പക്ഷിനിരീക്ഷണം മറ്റു മിക്ക ഹോബികളെക്കാളും ആരോഗ്യകരവും വിജ്ഞാനപ്രദവും ഒരിക്കലും മടുപ്പ് തോന്നിപ്പിക്കാത്തതുമാണെന്ന് നിങ്ങൾ മനസ്സിലാക്കുക.

ഇങ്ങനെ കുട്ടികളെ ഉപദേശിക്കാൻ കാരണം പക്ഷികളെ നോക്കാൻ എല്ലാവർക്കും താല്പര്യമുള്ള കാര്യമാണ്. എന്നാൽ ജീവിതകാലം മുഴുവനത് കൊണ്ടുനടക്കണമെങ്കിൽ പുറംപൂച്ചുകൊണ്ട് പറ്റില്ല. പക്ഷികൾക്കൊരുസ്ഥാനം നിരീക്ഷകന്റെ ഉള്ളിൽ ഉണ്ടാകേണ്ടതുണ്ട്. 'പക്ഷിനിരീക്ഷണം നടത്തേണ്ടതെങ്ങനെ' എന്ന ലേഖനത്തിൽ അദ്ദേഹം ഇക്കാര്യം വ്യക്തമാക്കുന്നുണ്ട്.

പക്ഷിനിരീക്ഷണം ഏതാണ്ട് കഥകളി കാണുന്നതുപോലെയാണെന്നുപറയാം. യാതൊന്നുമറിയാത്ത ഒരു പാമരനുകൂടി രണ്ടുമൂന്ന് കളികൾ കാണുവാൻ വളരെ രസം തോന്നും. കഥയെക്കുറിച്ചോ വേഷങ്ങ

ളെക്കുറിച്ചോ മുദ്രകളെക്കുറിച്ചോ യാതൊരു വിവരവുമില്ലെങ്കിലും പ്രസ്തുതപാമരന് ചെണ്ടയുടെയും മദ്ദളത്തിന്റെയും ശബ്ദവും പാട്ടിന്റെ രാഗങ്ങളും വേഷങ്ങളുടെ വർണ്ണഭംഗിയും തല്ക്കാലത്തേക്ക് ശ്രദ്ധാർഹ മായി തോന്നും. രണ്ടുമൂന്ന് കളികൾ കണ്ടുകഴിഞ്ഞാൽ ക്രമേണ മുദ്ര കൾ മനസ്സിലാവാത്തതുകൊണ്ട് അയാൾക്ക് കഥകളി അപ്പാടെ ഒരു മുഷി പ്പൻ ഏർപ്പാടാണെന്ന് തോന്നിത്തുടങ്ങുകയും വളരെ വേഗം അതിലുള്ള ഭ്രമം നശിക്കുകയും ചെയ്യും. അതുപോലെ പക്ഷികളുമായി പരിചയ പ്പെടാൻ ശ്രമിക്കുന്ന ഒരുവനും ആദ്യകാലത്തവയുടെ അഴകും ശബ്ദവും ചാഞ്ചാട്ടവും മറ്റും രസകരമായി അനുഭവപ്പെടുമെങ്കിലും അവൻ കാ ണുന്ന പക്ഷിജാതികളുടെ പേരുകൾ മനസ്സിലാക്കാൻ കഴിയാഞ്ഞാൽ ക്രമേണ അവന്റെ ശ്രദ്ധ കുറഞ്ഞുപോകുകയാണ് ചെയ്യുക. കഥകളി ഭ്രാന്തന് മുദ്രകളെന്നപോലെയാണ് പക്ഷിനിരീക്ഷകന് പക്ഷിജാതിക ളുടെ പേരുകൾ.

കെ കെ നീലകണ്ഠനെ പിൻതുടർന്ന് ധാരാളം പേരിന്ന് പക്ഷിജീ വിതനിരീക്ഷണരംഗത്തുണ്ട്. പക്ഷികളെ നോക്കിനടക്കുന്നവർ ക്രമേണ മറ്റ് ജീവിവർഗ്ഗങ്ങളുടെയും ഇഷ്ടക്കാരായിത്തീരും. പ്രകൃതിസ്നേഹി കളും പ്രകൃതിസംരക്ഷകരുമായിത്തീരും. പൂർവ്വികർ നമുക്കുതന്ന പ്രകൃതി സമ്പത്ത് വരുംതലമുറയ്ക്കായി കാത്തുസൂക്ഷിക്കാനുള്ള ഉത്ത രവാദിത്വം നമുക്കുണ്ട്. പുതുതലമുറയെ പ്രകൃതിസ്നേഹികളും പ്രകൃതി സംരക്ഷകരുമാക്കി മാറ്റുകയെന്നതും നമ്മുടെ കടമയാണ്. എങ്കിൽ മാ ത്രമെ പ്രകൃതി സുസ്ഥിരമായി നിലനില്ക്കുകയുള്ളു. കെ കെ നീലക ണ്ഠനിത് മനസ്സിലാക്കിയിരുന്നു. പുതുതായി ലഭിക്കുന്ന അറിവുകളൊക്കെ

അദ്ദേഹം ഭാവിതലമുറയ്ക്കായി രേഖപ്പെടുത്തിവച്ചു. സുഹൃത്തുകളും മറ്റും അയയ്ക്കുന്ന കത്തുകളിലെ പ്രകൃതി നിരീക്ഷണം സംബന്ധമായ വിവരങ്ങൾ വർഷവും ദിവസവും കുറിച്ചു കൃത്യമായി തന്റെ ഡയറിയിൽ രേഖപ്പെടുത്തി കെ കെ നീലകണ്ഠൻ വയ്ക്കുമായിരുന്നു.

വേണ്ടപ്പെട്ടവർക്ക് കത്തെഴുതുമ്പോൾ അതിൽ ചിത്രങ്ങളും കാർട്ടൂണുകളുമൊക്കെ വരച്ചുചേർക്കുന്ന ശീലക്കാരനായിരുന്നു അദ്ദേഹം. കളിയും തമാശയും കാര്യവും ഒക്കെ ഇടകലർത്തിയുള്ള കെ കെ നീലകണ്ഠന്റെ കത്തുകൾ വിലപിടിച്ച ജീവിത നിരീക്ഷണങ്ങളും പ്രകൃതി നിരീക്ഷണങ്ങളും ഉൾപ്പെട്ടവയാണ്.

ജനിച്ചു വളർന്ന നാടിന്റെ പ്രശാന്തമായ ചുറ്റുപാടുകളെ അദ്ദേഹം ഇഷ്ടപ്പെട്ടു. കുട്ടിക്കാലത്ത് ജീവിച്ച നാടെന്നനിലയിൽ ആ പ്രകൃതിയോടും പരിസരത്തോടും ഗൃഹാതുരമായൊരു സ്നേഹം അദ്ദേഹം ഉള്ളിൽ സൂക്ഷിച്ചു. അവിടത്തെ ശാന്തത മലിനപ്പെടുന്നത് അദ്ദേഹം സഹിച്ചിരുന്നില്ല. മതത്തെക്കുറിച്ച് കാഴ്ചപ്പാടിങ്ങനെ അദ്ദേഹം രേഖപ്പെടുത്തുന്നു: ഞാൻ ഒരു ഹിന്ദുവാണ്. ബഹുസഹസ്രം ദേവന്മാരെയും ദേവിമാരെയും പൂജിക്കുന്ന സമുദായത്തിൽ ജനിച്ച് ഇന്നും ഹൈന്ദവാനുഷ്ഠാന മുറകൾ തുടർന്നുപോരുന്ന എന്നോട് ആരെങ്കിലും നിങ്ങൾ ഏതു ദൈവത്തെയാണ് ആത്മാർത്ഥതയോടെ ആരാധിക്കുന്നത് എന്നു ചോദിച്ചാൽ ഒട്ടും ശങ്കിക്കാതെ പ്രകൃതിയെ എന്നാണ് ഞാൻ ഉത്തരം പറയുക. കെ കെ നീലകണ്ഠൻ ശരിയായ തരത്തിലുള്ള ഒരു പ്രകൃതി ആരാധകനായിരുന്നുവെന്ന് ഈ വാക്കുകൾ തന്നെ വ്യക്തമാക്കുന്നു. സസ്യഭക്ഷണം മാത്രമേ അദ്ദേഹം കഴിച്ചിരുന്നുള്ളു. കാലത്ത് ദോശ, ഇഡ്ലി ഇതിലേതെങ്കിലും ഒന്ന് രുചിയുള്ള ചമ്മന്തിയോ, സാമ്പാറോ കൂട്ടി കഴിക്കാനാണദ്ദേഹം ഇഷ്ടപ്പെട്ടിരുന്നത്. ഉച്ചയ്ക്ക് ചോറും സാമ്പാറും തൈരും രസവും തൊടുകറികളും ഒക്കെ കൂട്ടിയുള്ള ഊണിനോടാണ് പ്രിയം. രാത്രി ചപ്പാത്തിയും ഒഴിക്കാനെന്തെങ്കിലും കറിയും. ഇതായിരുന്നു പതിവ് ശീലം. ഇടയ്ക്കിടയ്ക്ക് കാപ്പികുടിക്കുന്ന ശീലക്കാരനായിരുന്നു.

സാലിം അലിയെപ്പോലെ നർമ്മപ്രിയനായിരുന്നു കെ കെ നീലകണ്ഠനും. സന്ദർഭത്തിനനുസരിച്ച് ഫലിതരൂപേണ കാര്യം പറയാൻ അദ്ദേ

ഹത്തിന് ഒരു പ്രത്യേക കഴിവുതന്നെയുണ്ടായിരുന്നു. കുട്ടികൾ മണ്ണിൽ കളിക്കുന്നതിനെ അദ്ദേഹം ഇഷ്ടപ്പെട്ടിരുന്നു.

കുട്ടികൾ മണ്ണിൽ കിടന്നു ആവശ്യത്തിനു കളിക്കട്ടെ
ദേഹത്ത് മണ്ണ് പുരണ്ടെന്ന് കരുതി അവർക്കൊരു
ദോഷവും വരില്ല. എന്നാൽ ഗുണമുണ്ട് താനും

അവർ കളി കഴിഞ്ഞു വന്നാൽ ഒന്നു കുളിപ്പിച്ചാൽ മാത്രം മതിയാകും. ഇതായിരുന്നു ഇക്കാര്യത്തിലുള്ള അദ്ദേഹത്തിന്റെ നിലപാട്. കുട്ടികളെ അടുത്തു കിട്ടിയാൽ അവരുമായി പ്രകൃതി രമണീയമായ നാട്ടിട വഴികളിലൂടെയും മരങ്ങൾ നിറഞ്ഞ ഒറ്റയടിപ്പാത വഴിയോ, പാടവരമ്പിലൂടെയോ ഒരു നടത്തമുണ്ട്. ചുറ്റുപാടുകളെ സസൂക്ഷ്മം നിരീക്ഷിച്ചുള്ള ഈ നടത്ത കുട്ടികളിൽ പ്രകൃതിയെക്കുറിച്ച് വലിയ അറിവുകൾ പകർന്നു നല്കാനുള്ള സുവർണ്ണാവസരമായാണ് അദ്ദേഹം കണ്ടിരുന്നത്. പാടത്തെ വരമ്പിൽനിന്ന് മണ്ണിരകളെ ഇളക്കിയവർക്ക് കാട്ടിക്കൊടുക്കും. മണ്ണിരകൾ എങ്ങനെയാണ് കർഷക മിത്രങ്ങളാകുന്നതെന്ന് പറഞ്ഞു കൊടുക്കും. അവയുടെ ജീവിതക്രമം മനസ്സിലാക്കിക്കൊടുക്കും.

കുട്ടിക്കാലത്ത് നമ്മുടെ മനസ്സിൽ ഉറയ്ക്കുന്ന കാര്യങ്ങൾ കല്ലിൽ കൊത്തിയതുപോലെ ജീവിതാവസാനം വരെ അവിടെയുണ്ടാകും. പ്രായം കൂടുതോറും കുട്ടിക്കാല ഓർമ്മകൾ കൂടുതൽ തെളിമയോടെ വരുന്നത് ഇതുകൊണ്ടു കൂടിയാവാം. രവീന്ദ്രനാഥ ടാഗോർ *എന്റെ കുട്ടിക്കാലം* എന്ന ബാല്യകാല സ്മരണകൾ എഴുതിയത് അദ്ദേഹത്തിന്റെ എൺപതാമത്തെ വയസ്സിലായിരുന്നു. കുട്ടിക്കാലത്ത് നമ്മളെ സ്വാധീനിക്കുന്ന ആശയങ്ങളും സംഭവങ്ങളും ഒരിക്കലും മനസ്സിൽനിന്നുമായില്ല. കുട്ടിക്കാലത്തുതന്നെ ചുറ്റുപാടുകളെയും സഹജീവികളെയും ഇഷ്ടപ്പെടുന്ന ഒരു കുട്ടി മുതിരുമ്പോൾ ഒരു പ്രകൃതി സംരക്ഷകനോ, പ്രകൃതിശാസ്ത്രജ്ഞനോ ആകാനുള്ള സാദ്ധ്യത വളരെയധികമുണ്ട്. ഡോ. സാലിം അലിയും ഈ രഹസ്യം മനസ്സിലാക്കിയിരുന്നു. കുട്ടിക്കാലത്തുതന്നെ പ്രകൃതി നിരീക്ഷണത്തിലേക്ക് ആകർഷിച്ച പലരും പിന്നീട് വലിയ പ്രകൃതി ശാസ്ത്രജ്ഞരായി മാറുകയുണ്ടായി. പള്ളിക്കൂടത്തിലുള്ള പഠനംപോലെ തന്നെ തുല്യപ്രാധാന്യമുള്ളതാണ് പ്രകൃതി നിരീക്ഷണവും. സ്വയം നിരീക്ഷിച്ചുണ്ടാകുന്ന അറിവിന് മാറ്റുകൂടും. ഇക്കാര്യങ്ങളൊക്കെ മനസ്സിലാക്കിയതിനാലാണ് കെ കെ നീലകണ്ഠൻ കുട്ടികളെ പ്രകൃതി സ്നേഹത്തിലേക്കാകർഷിച്ചത്. അതിനുകിട്ടുന്ന ഏതവസരവും അദ്ദേഹം പ്രയോജനപ്പെടുത്തി. ഇംഗ്ലീഷ് പ്രൊഫസർ എന്ന നിലയിൽ വിദ്യാർത്ഥികളുമായി നിരന്തരം ഇടപെടേണ്ടതായി വരുന്ന നീലകണ്ഠൻ അവരെ പ്രകൃതി സ്നേഹത്തിന്റെ മഹത്തായ പാതയിലേക്ക് അവരറിയാതെ തന്നെ കൂട്ടിക്കൊണ്ടു പോകാൻ പരിശ്രമിച്ചിരുന്നു.

പ്രകൃതി സ്നേഹം മനുഷ്യരിൽ അന്തർല്ലീനമാണെന്നും പുഷ്ടിപ്പെടുത്തി നല്ല വഴിക്കു തിരിച്ചുവിട്ടാൽ അത് അവന് കേവലം വിനോ

ദമോ സന്തോഷമോ മാത്രമല്ല. അളവില്ലാത്ത വിധത്തിൽ വിജ്ഞാനവും പ്രദാനം ചെയ്യുമെന്ന വിശ്വാസക്കാരനായിരുന്നു കെ കെ നീലകണ്ഠൻ.

ദേഹത്തിന്റെ പുഷ്ടിക്ക് നല്ല ഭക്ഷണമെന്ന പോലെ മനുഷ്യന്റെ മാനസികവും ആത്മീയവുമായ ആരോഗ്യത്തിനും വളർച്ചയ്ക്കും ചില പോഷകാഹാരങ്ങൾ അത്യന്താപേക്ഷിതമാണ്. സൗന്ദര്യബോധം, കലാവാസന, പ്രകൃതി സ്നേഹം എന്നിവയെല്ലാം ഈ കൂട്ടത്തിൽപ്പെടും. *പക്ഷികളുടെ അത്ഭുത പ്രപഞ്ചം* എന്ന കൃതിയിൽ അദ്ദേഹം എഴുതിയിട്ടുണ്ട്, ചൊട്ടയിലെ ശീലം ചുടലവരെയെന്ന തത്ത്വം അറിയാമായിരുന്നതുകൊണ്ടു കൂടിയാവും തന്റെ മുന്നിലെത്തുന്ന ഏതു കുട്ടിയേയും പ്രകൃതിസ്നേഹത്തിലേക്ക് ആകർഷിപ്പിക്കാൻ അദ്ദേഹം ശ്രദ്ധവച്ചത്. കെ കെ നീലകണ്ഠന്റെ എഴുത്തു ശൈലിതന്നെ കുട്ടികളെയും മുതിർന്നവരെയും ഒരേ പോലെ ആകർഷിക്കുന്ന തരത്തിലാണ്. കൃഷ്ണപ്പരുന്തിനെ പരിചയപ്പെടുത്തുന്നത് ഇങ്ങനെ:

ശുഭശകുനം മഹാവിഷ്ണുവിന്റെ വാഹനം. സാധാരണ കാണുന്ന പരുന്തുകൾക്കിടയിൽ അതിസുന്ദരൻ. ചക്കിപ്പരുന്തിന്റെ വലുപ്പം. തടിച്ചുരുണ്ട ദേഹത്തിലെ പ്രധാന നിറങ്ങൾ തൂവെള്ളയും കടുത്ത കാവിവർണ്ണവും. പൂവനും പിടയും കാഴ്ചയ്ക്ക് ഒരുപോലിരിക്കും. പ്രായപൂർത്തിയാവാത്ത കുഞ്ഞുങ്ങൾക്ക് കടുത്ത തവിട്ടുനിറമാണ്. ഇവ ചക്കിപ്പരുന്തിനെപ്പോലിരിക്കും. പക്ഷേ, വാലിൽ വെട്ടു കാണില്ല.

ഇതു വായിക്കുന്ന ആൾ കൃഷ്ണപ്പരുന്തിനെ ഒരിക്കലും മറക്കില്ല. ഇങ്ങനെ പക്ഷികളെ പരിചയപ്പെടുത്താൻ ഒരാൾ നമുക്കുണ്ടായി എന്നതാണ് മലയാളഭാഷയുടെ ഭാഗ്യം. നാട്ടുവിശ്വാസവും പുരാണപരാമർശവും പക്ഷിയെ ഓർത്തുവയ്ക്കാൻ ഏറെ സഹായകരവുമാണ്. ഇങ്ങനെ ഏതൊരു മലയാളിയുടെയും മനസ്സിലേക്കിറങ്ങി ചെല്ലുന്ന രചനാശൈലിയാണ് കെ കെ നീലകണ്ഠന്റേത്. അദ്ദേഹത്തിന്റെ എഴുത്തിന്റെ ഈ പ്രത്യേകതകൊണ്ടു കൂടിയാവാം പക്ഷി നിരീക്ഷണം കേരളത്തിൽ ഒരു ജനകീയ ശാസ്ത്ര ശാഖയായി വളരെ വേഗം വികസിച്ചതെന്നു കരുതാം.

പശ്ചിമഘട്ടമലനിരകളിൽ നിന്ന് അറബിക്കടലിലേക്ക് ചാഞ്ഞു കിടക്കുന്ന ചെറിയൊരു ഭൂപ്രദേശമാണ് കേരളമെങ്കിലും പക്ഷി സമ്പന്നതയുടെ കാര്യത്തിൽ കേരളം വളരെ മുമ്പിലാണ്. ഏതാണ്ട് 520 ലധികം ജാതിപ്പക്ഷികൾ കേരളത്തിൽ ജീവിക്കുന്നുണ്ടെന്ന് ഇതിനോടകം കണ്ടെത്തിയിട്ടുണ്ട്. ഉയർന്ന മലനിരകളും നിത്യഹരിതവനങ്ങളും തണ്ണീർത്തടങ്ങളും ചതുപ്പുകളും പുഴകളും വയലുകളും പാറക്കെട്ടുകളും വരണ്ട പ്രദേശങ്ങളും ഇല പൊഴിക്കും കാടുകളും വിശാലമായ കടലോരവും ഒക്കെയുള്ളതാവാം പക്ഷികളുടെ ഈ വൈവിദ്ധ്യത്തിനു കാരണം.

ഇഷ്ടംപോലെ പക്ഷികൾ ഇവിടെ ജീവിക്കുന്നുണ്ടെങ്കിലും അവയൊക്കെ സൂക്ഷ്മമായി നിരീക്ഷിക്കുന്നതിനോ അവയ്ക്കു പേരുകൾ നല്കുന്നതിനോ ഒന്നും പരിശ്രമങ്ങൾ മുമ്പിവിടെ നടന്നതായി അറിവില്ല.

മലയാള ഭാഷയിൽ വളരെക്കുറച്ചു പേരുകൾ മാത്രമെ പക്ഷികൾക്കുണ്ടായിരുന്നുള്ളൂ. ഇതിനർത്ഥം പക്ഷികളുടെ ഇടയിലെ ജാതി വ്യത്യാസമൊന്നും ആരും ഗൗരവമായി ഇവിടെ പരിഗണിച്ചിരുന്നില്ലെന്നു തന്നെയാണ്. പ്രൊഫ. കെ കെ നീലകണ്ഠന്റെ *കേരളത്തിലെ പക്ഷികളാണ്* പക്ഷികൾക്ക് മലയാളത്തിൽ മനോഹരമായ പേരുകൾ നല്കിയത്. കെ കെ നീലകണ്ഠൻതന്നെ *കേരളത്തിലെ പക്ഷികളു*ടെ രണ്ടാം പതിപ്പ് പ്രസിദ്ധീകരിച്ചപ്പോൾ പത്തോളം പക്ഷികളുടെ പേരുകൾ പുതുക്കി നല്കി. ആദ്യപതിപ്പിലെ ഇലക്കിളിക്ക് നാട്ടിലക്കിളിയെന്ന് പേരിട്ടു. കുട്ടുറുവൻ സിലോൺകുട്ടുറുവനായി. ചെമ്പൻ വേലിത്തത്തയെ ചെന്തലയൻ വേലിത്തത്തയെന്നാക്കി. ഷിക്രക്കുയിൽ പേക്കുയിലായി. പളുങ്കാപ്പളുങ്ങി നാട്ടുരാച്ചുക്കായിമാറി. മോതിരത്തത്ത പച്ചത്തത്തയായി. ചൂളമഞ്ഞക്കാലി പച്ചപ്രാവായി. മോതിരക്കോഴി ആറ്റുമണൽക്കോഴിയായി. അസുരച്ചിന്നൻ തവിടൻഷ്രൈക്കായി. വയൽക്കുരുവി നീലഗിരി വാലൻകുരുവിയായി. ഇങ്ങനെ മലയാളത്തിൽ പക്ഷികൾക്ക് മനോഹരമായ പേരു നല്കി നമ്മുടെ ഭാഷയെ സമ്പുഷ്ടമാക്കിയതിൽ കെ കെ നീലകണ്ഠനെപ്പോലെയുള്ള പക്ഷിനിരീക്ഷകർക്ക് വലിയ പങ്കുണ്ട്. എന്നാൽ ഭാഷാപഠിതാക്കൾ ഇക്കാര്യങ്ങളൊന്നും അത്ര ശ്രദ്ധിച്ചതായി തോന്നുന്നില്ല.

പ്രൊഫ. കെ കെ നീലകണ്ഠൻ പക്ഷികളെക്കുറിച്ചെഴുതുമ്പോഴും പ്രകൃതിയെക്കുറിച്ചെഴുതുമ്പോഴും പുരാണവും കഥയും മിത്തുകളും ഒക്കെചേർത്ത് ഒരു കഥപോലെ മനോഹരമായും പാരായണക്ഷമതയോടെയും എഴുതും. അതുകൊണ്ട് കുട്ടികൾക്കും മുതിർന്നവർക്കും ഒരുപോലെ വായിച്ച് രസിക്കാനും പഠിക്കാനും കഴിയും. തേക്കടിയിൽ പക്ഷികളെത്തേടിയെത്തിയ കെ കെ നീലകണ്ഠൻ അവിടെ കോണാംതൂക്കിപ്പാറയിൽ നില്ക്കുന്ന ഒരു മരത്തിന്മേൽ ചെമപ്പും പച്ചയും വെള്ളയും നിറങ്ങളുള്ള തുണിക്കീറുകൾ തൂക്കിയിട്ടിരുന്നു. ഇവിടെ വച്ചാണ് തേക്കടിയിലെ ആദിവാസികളായ മാന്നാന്മാർ കടുവാപൂജ നടത്തുന്നത്. സാധാരണനിലയിൽ പക്ഷിജീവിതം നിരീക്ഷിക്കാനെത്തുന്ന ഒരാളുടെ ശ്രദ്ധയതിലേക്ക് പതിയണമെന്നില്ല. എന്നാൽ കെ കെ നീലകണ്ഠനങ്ങനെയായിരുന്നില്ല. എന്തുകൊണ്ട് ഈ മരത്തിൽ ആദിവാസികൾ തുണികളിങ്ങനെ തൂക്കിയിടുന്നത്. ഇതിന് പിന്നിലെ ആധാരരഹസ്യമെന്താണ്. ഇതൊക്കെ അറിയാനും അദ്ദേഹം സമയം കണ്ടെത്തിയിരുന്നു. ആദിവാസികളുടെ ഇടയിലെ വിചിത്രമായ പല ആചാരങ്ങളെക്കുറിച്ചും വിശ്വാസങ്ങളെക്കുറിച്ചും മനസ്സിലാക്കാൻ അദ്ദേഹത്തിന്റെ ഇതുസംബന്ധിച്ചുള്ള കുറിപ്പുകൾ സഹായിക്കുന്നുണ്ട്.

പ്രൊഫ. കെ കെ നീലകണ്ഠൻ എഴുതുന്നു:

> കടുവാപൂജ നടത്തുന്നതിന്റെയും കോണകം തൂക്കുന്നതിന്റെയും പിന്നിൽ ഒരു ഐതിഹ്യമുണ്ട്. വളരെ പണ്ട്, ഒരു മന്നാൻ ചെറുക്കനെ കടുവ പിടിച്ചു. മന്നാന്മാർ കടുവയെ കണ്ടുപിടിച്ച് വകവ

രുത്താൻ തീർച്ചപ്പെടുത്തി. അവർ കാടുതെളിക്കാൻ തുടങ്ങി. അങ്ങനെ തെരഞ്ഞുചെന്നപ്പോൾ ഒരു പരന്ന പാറയുടെ മുകളിൽ കോണകം മാത്രമുടുത്ത ഒരു ദിവ്യൻ നില്ക്കുന്നതു കണ്ടു. കുട്ടിയുടെ കൊലയ്ക്ക് പ്രതികാരം ചെയ്യാനിറങ്ങിയിരിക്കുകയാണ് തങ്ങളെന്ന് പറഞ്ഞ മന്നാന്മാരോട് മടങ്ങിപ്പൊയ്ക്കൊള്ളാൻ സന്യാസി ഉപദേശിച്ചു. അങ്ങനെ ചെയ്താൽ മന്നാന്മാരുടെ രക്തത്തിൽ പിറന്ന ആരെയും മേലിൽ കടുവപിടിക്കുകയില്ലെന്ന് ദിവ്യൻ ഉറപ്പുനല്കി. മന്നാന്മാർ അദ്ദേഹത്തിന്റെ മുമ്പിൽ സാഷ്ടാംഗം നമസ്കരിച്ചതും അദ്ദേഹം അപ്രത്യക്ഷനായി. പിന്നീടൊരിക്കലും അദ്ദേഹത്തെ ആരും കണ്ടിട്ടില്ല. അതിനുശേഷം ഒരു മന്നാൻ പോലും കടുവയ്ക്ക് ഇരയായിട്ടില്ലത്രെ. നന്ദിസൂചകമായി മന്നാന്മാർ ഇടയ്ക്കിടെ ആ പാറയിൽച്ചെന്ന് കടുവാപൂജകഴിക്കുകയും ദിവ്യന്റെ ഓർമ്മക്കായി കോണകം തൂക്കുകയും ചെയ്യുന്നു.

ഇതുപോലെ ആരെയും പിടിച്ചിരുത്തുന്നരീതിയിൽ എത്ര പ്രകൃതിശാസ്ത്രജ്ഞർക്ക് എഴുതാൻ കഴിയും. ഒരു ത്രില്ലർ നോവൽ വായിക്കുമ്പോലെ അദ്ദേഹത്തിന്റെ പല ലേഖനങ്ങളും നമുക്ക് വായിക്കാൻ കഴിയും. ആർക്കെങ്കിലും ഇതിൽ സംശയമുണ്ടെങ്കിൽ അദ്ദേഹത്തിന്റെ 'മറ്റൊരു തേക്കടിയാത്ര'യിലെ അനുഭവം എഴുതിയിരിക്കുന്നത് വായിച്ചുനോക്കു.

പെരിയാറിലെ ഏറ്റവും ഭയാനകമായ അനുഭവം ഉണ്ടായത് ഈ യാത്രയിലാണ്. എപ്പോൾ ചെന്നാലും കടുവയുടെ കാലടിപ്പാടുകൾ കാണാൻ കഴിയും എന്ന് പറയപ്പെടുന്ന ഒരു സ്ഥലത്തേക്ക് നടന്നു ഞാനും എന്റെ സഹയാത്രികരുംകൂടി. എന്നെ മുല്ലയാറിന്റെ കരയിൽവിട്ടിട്ട് എന്റെ കൂട്ടുകാർ കടുവയുടെ കാലടിപ്പാടുകൾ തേടിപ്പോയി. അല്പസമയം കഴിഞ്ഞപ്പോൾ ആ അപരാഹ്നത്തിലെ നിശ്ശബ്ദതയെ ഭേദിച്ചുകൊണ്ട് ഒരു സ്ത്രീയുടെ ദീനരോദനം ഉയർന്നു. ആരുടെയോ ആക്രമണത്തിനിരയായിട്ടെന്നപോലെ ആയിരുന്നു ആ കരച്ചിൽ. നരഭോജികളായ കടുവകൾ പിടിച്ച ഗ്രാമീണസ്ത്രീകളെപ്പറ്റി ജിംകോർബെറ്റും മറ്റും പറഞ്ഞിട്ടുള്ള കഥകൾ എന്റെ മനസ്സിൽ മിന്നിമറഞ്ഞു. സ്ത്രീയുടെ അയ്യോ.. അയ്യോ.. വിളികൾകേട്ട എന്റെ കൂട്ടുകാരും അതിനിടയ്ക്ക് ഓടിയെത്തി. ഞങ്ങൾ എല്ലാവരുംകൂടി ആ നിർഭാഗ്യവതിയെ തിരഞ്ഞുപോകാൻ ആരംഭിക്കുമ്പോൾ അതാവീണ്ടും കരച്ചിൽ. ഇത്തവണ അത് വന്നത് ആകാശത്തുനിന്നാണ്. മുകളിലേക്ക് നോക്കിയപ്പോൾ കണ്ടത് ഒരു മീൻപരുന്തിനെ (Fishing–Eagle) ആയിരുന്നു.

ബ്രിട്ടീഷുകാരാണ് കേരളത്തിൽ കാണുന്ന പക്ഷികളെ വർഗ്ഗീകരിക്കാൻ പരിശ്രമങ്ങൾ തുടങ്ങിവച്ചത്. ഇന്ത്യയിലെ പക്ഷികളെക്കുറിച്ച്

ആദ്യമായൊരു പുസ്തകം എഴുതിയ ടി സി ജർഡൻ 1847–1851 കാലത്ത് കണ്ണൂരിലെ തലശ്ശേരിയിൽ താമസിച്ചിരുന്നു. ഇക്കാലത്ത് മലബാറിൽ പക്ഷികളെ നിരീക്ഷണം നടത്തിയിരുന്നു. *ബേർഡ്സ് ഓഫ് ഇന്ത്യ* എന്ന അദ്ദേഹത്തിന്റെ പുസ്തകത്തിന്റെ രചനയ്ക്ക് മലബാറിൽ നടത്തിയ പഠനങ്ങളും സഹായിച്ചിട്ടുണ്ട്. തിരുവിതാംകൂർ മ്യൂസിയം ഡയറക്ടർ ആയിരുന്ന എച്ച് എസ് ഫെർഗ്സൻ (Fergson), ലെഫ്. കേണൽ എച്ച് ആർ ബേക്കർ, ലെഫ്.കേണൽ ഫിസിഷിയൻ അദംസ്, ഡേവിസൻ, മോർഗൺ എന്നിവരും ചില പഠനങ്ങളൊക്കെ നടത്തി.

എന്നാൽ ഡോ. സാലിം അലി 1933 ൽ നടത്തിയ തിരു–കൊച്ചി പക്ഷി സർവ്വെ കേരളത്തിലെ പക്ഷികളെക്കുറിച്ചുള്ള ധാരാളം വിവരങ്ങൾ പുറംലോകത്ത് എത്തിച്ചു. *ബേർഡ്സ് ഓഫ് ട്രാവൻകൂർ ആന്റ് കൊച്ചി* എന്ന പേരിൽ ഇതു പുസ്തകമാക്കുകയും പിന്നീട് *ബേർഡ്സ് ഓഫ് കേരള* എന്ന പേരിൽ പുതിയ പതിപ്പിറങ്ങുകയും ചെയ്തു. എന്നാൽ ഇതൊക്കെ ഒരു ചെറുന്യൂനപക്ഷത്തെ മാത്രമെ സ്വാധീനിച്ചിരുന്നുള്ളൂ. കെ കെ നീലകണ്ഠന്റെ പക്ഷി എഴുത്താണ് പക്ഷി നിരീക്ഷണത്തെ ഒരു ജനകീയ ശാസ്ത്രമാക്കി ഇവിടെ മാറ്റിയത്. ഇന്ന് കേരളത്തിന്റെ ഏതു മുക്കിലും മൂലയിലും ചെന്നാൽ പക്ഷി നിരീക്ഷകരുടേതായ ചെറുസംഘങ്ങളെ കാണാനാവും. പക്ഷികളെക്കുറിച്ച് മറ്റൊരു ഇന്ത്യൻ ഭാഷയ്ക്കും അവകാശപ്പെടാനാവാത്ത വിധം പുസ്തകങ്ങൾ നിരന്തരം മലയാള ഭാഷയിൽ ഇറങ്ങിക്കൊണ്ടിരിക്കുകയും ചെയ്യുന്നു. പക്ഷി വിജ്ഞാനത്തിൽ ഈ അടുത്തകാലത്തുണ്ടായ ഈ വമ്പിച്ച കുതിച്ചുചാട്ടത്തിന് നമ്മൾ കെ കെ നീലകണ്ഠനോട് കടപ്പെട്ടിരിക്കുന്നു.

പരിണാമസിദ്ധാന്തം പറയുന്നത് മുതല, ഉടുമ്പ്, ഓന്ത്, ഗൗളി തുടങ്ങിയ ഇഴജന്തുവംശത്തിൽ നിന്നാണ് പക്ഷിവർഗ്ഗം ഉണ്ടായതെന്നാണ്. ഇവയുടെ ജീവിതരീതിയിലുണ്ടായ മാറ്റംമൂലം ദേഹത്തുണ്ടായ ശല്കങ്ങൾ തൂവലുകളായിമാറി. മുൻകാലുകൾ ചിറകായി. പല്ലുകളുള്ള വായ കൊക്കായി മാറിയെന്നുമാണ് പറയുന്നത്. എന്തായാലും പക്ഷികളെക്കുറിച്ചുള്ള പഠനം പ്രകൃതിപഠനത്തിനുള്ള ഒരു കിളിവാതിലാണെന്ന് വ്യക്തമായി പറയാനാവും.

ജന്മനാട്ടിലേക്കുള്ള മടക്കം

ആയിരത്തി തൊള്ളായിരത്തി എൺപത്തി ആറിലാണ് ദീർഘ കാലത്തെ തിരുവനന്തപുരം വാസം അവസാനിപ്പിച്ച് പ്രൊഫ. കെ കെ നീലകണ്ഠൻ ജന്മനാട്ടിലേക്ക് മടങ്ങിയത്. ഇതേവർഷത്തിൽത്തന്നെ യാണ് അദ്ദേഹത്തിന്റെ *പുല്ലുതൊട്ട് പൂനാരവരെ* എന്ന പുസ്തകം പുറ ത്തിറങ്ങുന്നത്. ഈ ഗ്രന്ഥത്തിന്റെ ആമുഖക്കുറിപ്പായി അദ്ദേഹം എഴു തിയത് പ്രകൃതിയിലുള്ളതെല്ലാം ഒരുപോലെ വിലപിടിച്ചവയാണെന്ന സന്ദേശമാണ്. ആവാസശാസ്ത്രത്തിന്റെ പ്രാധാന്യത്തെക്കുറിച്ചാ ണദ്ദേഹം നമ്മെ ഓർമ്മപ്പെടുത്തിയത്.

പുല്ലുതൊട്ട് പൂനാരവരെ എന്ന ശീർഷകത്തിന് പുല്ല് തീരെ വില കെട്ടതും പൂനാര വിലയേറിയതുമാണെന്ന അർത്ഥം കല്പിക്കരുത്. എനി ക്കത് പുല്ലാണ്. പുല്ലോളം കൂട്ടാക്കില്ല, തൃണവൽഗണിക്കുക എന്നും മറ്റുമുള്ള ശൈലികളിൽ അന്തർല്ലീനമായിരിക്കുന്ന അവഗണനയ്ക്കും അവജ്ഞയ്ക്കും ഇവിടെ സ്ഥാനമില്ല. ആനയടക്കം ഒട്ടുവളരെ സസ്യഭു ക്കുകളുടെയും സ്ഥായിയായ ഭക്ഷണം പുല്ലാണ്. ഇക്കാലത്ത് ഭൂമിയെ തരിശാക്കുമെന്ന് ഭീഷണിപ്പെടുത്തുന്ന മണ്ണൊലിപ്പെന്ന മഹാവ്യാധിയെ ചെറുത്തുനില്ക്കുന്നതിൽ പുല്ലുകൾക്കുള്ള പങ്ക് വനങ്ങളുടേതുപോലെ മഹത്താണ്. ഇതൊന്നും സാരമാക്കിയില്ലെങ്കിലും ഒരുകാര്യം നാം മറ ന്നുകൂടാ. മനുഷ്യവംശത്തിന്റെ നിലനില്പിന് അത്യന്താപേക്ഷിതമായ ഭക്ഷണസാമഗ്രികളിൽ അതിപ്രധാനമായ അരിയും ഗോതമ്പും ചോളവും റാഗിയും തിനയും എല്ലാം പുൽവിത്തുകളാണ്.

എന്തൊക്കെ പോരായ്മകൾ ചൂണ്ടിക്കാട്ടിയാലും ഗ്രാമങ്ങൾക്കുള്ളത്ര മനോഹാരിത മറ്റെവിടെയും കാണാനാവില്ല. കാവശ്ശേരിയിലെ ഗ്രാമ പ്രകൃതിയോടുള്ള ഗൃഹാതുരമായ ഈ ഓർമ്മകളാണ് കെ കെ നീലക

ണ്ഠനെ തിരികെ ഇവിടെയെത്തിച്ചത്. കാവശ്ശേരിയിലെ ഓരോ തുണ്ടുഭൂമിയും മരങ്ങളും കല്ലും കെട്ടിടങ്ങളും കുളവും പുഴയും അദ്ദേഹത്തിന്റെ മനസ്സിൽ നിറഞ്ഞു നിന്നിരുന്നു.

കാവശ്ശേരിയിൽ അപരിചിതമായൊന്നും അദ്ദേഹത്തിനുണ്ടായിരുന്നില്ല. പുതിയ മനുഷ്യരുണ്ടായിട്ടുണ്ടാവും. അപൂർവ്വമായി പുതിയ ചില കെട്ടിടങ്ങൾ വന്നിരിക്കാം. ഗായത്രിപ്പുഴ അതുപോലെ തന്നെയുണ്ട്. പരക്കാട് ഭഗവതിക്കാവിന് കാര്യമായ മാറ്റമില്ല. പൂരങ്ങളൊക്കെ അതുപോലെ നടക്കുന്നുണ്ട്. തന്നെ താനാക്കി മാറ്റിയ കാവശ്ശേരിയിൽത്തന്നെ ശിഷ്ടകാലം ജീവിക്കാൻ കെ കെ നീലകണ്ഠൻ തീരുമാനിച്ചു. മികച്ച ആശുപത്രികളും മറ്റനവധികാര്യങ്ങളും തിരുവനന്തപുരത്തുണ്ടായിട്ടും അതിനെക്കാളൊക്കെ തനിക്ക് പ്രിയപ്പെട്ടത് തന്റെ ഗ്രാമസൗകുമാര്യങ്ങളാണെന്ന് ആ പ്രകൃതി ഉപാസകൻ ചിന്തിക്കുക സ്വാഭാവികം മാത്രം. ഭാരതപ്പുഴയുടെ പ്രധാന കൈവഴികളിലൊന്നായ ഗായത്രിപ്പുഴയോരങ്ങളിലൂടെ സായാഹ്ന നടത്തം അദ്ദേഹം ആസ്വദിച്ചിരുന്നു. ഗായത്രിപ്പുഴയോട് വൈകാരികമായൊരടുപ്പം കെ കെ നീലകണ്ഠനുണ്ടായിരുന്നു. കുട്ടിക്കാലത്ത് പക്ഷികളെ നോക്കിനടന്ന പുഴയോരമാണിത്. ഭാരതപ്പുഴയുടെ നാലു പ്രധാന കൈവഴികളിലൊന്നാണിത്. കണ്ണാടിപ്പുഴ, കൽപ്പാണിപ്പുഴ, തൂതപ്പുഴ, ഗായത്രിപ്പുഴ എന്നിവയിൽ ഗരിമ ഗായത്രിപ്പുഴയ്ക്കുതന്നെ. കേരളത്തിലെ രണ്ടാമത്തെ നീളം തുടങ്ങിയ പുഴയാണിത്.

ആനമലയിൽ നിന്നുത്ഭവിച്ച് കൊല്ലങ്കോട്, നെന്മാറ, ആലത്തൂർ വഴി മായന്നൂരിൽ ചെന്ന് ഭാരതപ്പുഴയോട് ചേരും. ധാരാളം ജാതി പക്ഷികളുടെ ആവാസകേന്ദ്രമാണിവിടം. ചിങ്ങനിലാവ് കാവിശ്ശേരിയെ ചന്ദനം പൂശിയെടുക്കുമ്പോൾ പുഴയൊന്നാകെ സുവർണ്ണ പ്രകൃതിയിൽ മുങ്ങും. ഇതൊക്കെ കണ്ടും കേട്ടും കെ കെ നീലകണ്ഠൻ കാവിശ്ശേരിയിൽ ഓർമ്മകൾ അയവിറക്കി ജീവിച്ചു. ഇതിനിടയിൽ ഗൗരവമായൊരു ജോലികൂടി അദ്ദേഹം ഏറ്റെടുത്തിരുന്നു. ഡോ. സാലിം അലിയുടെ *ബേർഡ് ഓഫ് കേരള*യിൽ ഉൾപ്പെട്ടിട്ടില്ലാത്ത പക്ഷികളെ ഉൾപ്പെടുത്തി അതിന്റെ പുതുക്കിയ ഒരു പതിപ്പ് കെ കെ നീലകണ്ഠന്റെ സ്വപ്നമായിരുന്നു.

ഇക്കാര്യം കെ കെ നീലകണ്ഠൻ സാലിം അലിക്ക് എഴുതി. എന്നാൽ കെ കെ നീലകണ്ഠന്റെ പക്ഷി വിജ്ഞാനത്തിൽ നല്ല മതിപ്പുണ്ടായിരുന്ന സാലിം അലി അദ്ദേഹത്തോട് സ്വതന്ത്രമായൊരു ഇംഗ്ലീഷ് പുസ്തകം എഴുതാൻ നിർദ്ദേശിക്കുകയായിരുന്നു. 1990 മുതൽ രണ്ടു വർഷം *എ ബുക്ക് ഓഫ് കേരളാബേർഡ്സ്* (*A book of Kerala Birds*) എന്ന പുസ്തകത്തിന്റെ രചനയ്ക്കായാണ് അദ്ദേഹം ചെലവഴിച്ചത്. ഇതിനിടയ്ക്ക് കെ കെ നീലകണ്ഠനെത്തേടി തേൻകൊതിച്ചിപ്പരുന്ത് (created honey buzzard) എന്ന കാട്ടുപക്ഷിയെത്തി. കെ കെ നീലകണ്ഠൻ താമസിക്കുന്ന വീട്ടുമുറ്റത്തെ ഒരു മാവിൻകൊമ്പിൽ അപൂർവ്വമായ ഈ കാട്ടുപക്ഷി കൂടൊരുക്കാൻ ആരംഭിച്ചു. 1959 ൽ പാലക്കാട് ജില്ലയിലെ ചിറ്റൂരിൽ വച്ച് ഒരു തേൻ കൊതിച്ചിപ്പരുന്തിനെ അതിന്റെ പ്രായപൂർത്തിയാകാത്ത കുഞ്ഞിനൊപ്പം കെ കെ നീലകണ്ഠൻ കണ്ടിട്ടുണ്ടായിരുന്നു. എന്നാൽ ഈ പക്ഷിയെക്കുറിച്ച് കാര്യമായി പഠിക്കാൻ നീലകണ്ഠന് കഴിഞ്ഞിരുന്നില്ല.

> തേൻകൊതിച്ചി കേരളത്തിൽ സ്ഥിരവാസിയാണോ, ശരത്കാല അതിഥി മാത്രമാണോ എന്നുള്ളത് ഇന്നും സംശയാസ്പദമാണ്. പക്ഷേ, പ്രത്യേകിച്ചും നമ്മുടെ മലപ്രദേശങ്ങളിൽ ചില കാലത്തെങ്കിലും ഇതിനെ പതിവായി കാണാറുണ്ട്. സാധാരണ ഈ പരുന്ത് ഒറ്റയ്ക്ക് ഉയരെ ചിറകടിക്കാതെ വട്ടമിട്ടുപറക്കുന്നതാണു കാണുക. പക്ഷേ, പെരിയാർ വന്യമൃഗ സങ്കേതത്തിൽ രണ്ടും മൂന്നുമെണ്ണം ഒരു മരത്തിൽത്തന്നെ ഇരിക്കുന്നത് ഞാൻ കണ്ടിട്ടുണ്ട് (*കേരളത്തിലെ പക്ഷികൾ*).

*കേരളത്തിലെ പക്ഷിക*ളിലെ തേൻകൊതിച്ചിപ്പരുന്ത് എന്ന അദ്ധ്യായത്തിൽ ഇവയെ തിരിച്ചറിയുക തന്നെ ബുദ്ധിമുട്ടുള്ള കാര്യമാണെന്നും അദ്ദേഹം സൂചിപ്പിക്കുന്നു. തേൻകൊതിച്ചിപ്പരുന്തുകളെല്ലാം ഒരേ നിറക്കാരാവണമെന്നില്ല. അതുകൊണ്ട് ഇവയെ വളരെ സൂക്ഷിച്ചു വേണം തിരിച്ചറിയേണ്ടതെന്നും അദ്ദേഹം മുന്നറിയിപ്പ് നല്കുന്നുണ്ട്. ഇങ്ങനെയൊക്കെ ദുരൂഹമായ ഒരു പക്ഷി വീട്ടുമുറ്റത്തെ മാവിൻകൊമ്പിൽ കൂടൊരുക്കാൻ എത്തിയാൽ കെ കെ നീലകണ്ഠനെപ്പോലൊരു പക്ഷിഭ്രാന്തന് പിന്നെ ഇരുക്കപ്പൊറുതി ഉണ്ടാകുമോ? ആവേശത്തോടെ തന്റെ വീട്ടുമുറ്റത്ത് കൂടൊരുക്കാനെത്തിയ അതിഥിയെ അദ്ദേഹം വരവേറ്റു. വളരെ ചിട്ടയോടും ശാസ്ത്രീയവുമായ നിരീക്ഷണം അദ്ദേഹം ആരംഭിച്ചു. കെ കെ നീലകണ്ഠന്റെ വീടുതന്നെ ഒരു പക്ഷി പഠനകേന്ദ്രം പോലെയായിരുന്നുവെന്ന് അക്കാലത്ത് അവിടെയെത്തിയ എഴുത്തുകാരൻ പി സുരേന്ദ്രൻ എഴുതിയിട്ടുണ്ട്. പാലക്കാട് ജില്ലയിലെ കാവശ്ശേരിക്കടുത്തുള്ള കോണ്ടളക്കോട് ഗ്രാമത്തിലെ വലിയ കുളത്തിനടുത്ത് നാട്ടുമാവുകളുടെ തണലിൽ മൗനം കൊള്ളുന്ന ആ പഴയ വീടിന്റെ പൂമുഖത്തേക്ക് കയറിച്ചെല്ലുമ്പോൾ ആദ്യം ശ്രദ്ധയിൽപ്പെടുക പക്ഷികളുടെ വിവിധതരം പോസ്റ്ററുകളാണ്. തട്ടിൻപുറത്ത് വരാന്തയിൽ തൂക്കിയിട്ടിരിക്കുന്ന ഒരുപാട് ഒഴിഞ്ഞ പക്ഷിക്കൂടുകളും പൂമുഖത്തുനിന്നു നോക്കിയാൽ കാണാം

കാവശ്ശേരിയുടെ പ്രകൃതിക്കുണ്ടായ മാറ്റം പക്ഷികളിലൂടെയാണ് കെ കെ നീലകണ്ഠൻ മനസ്സിലാക്കിയത്. ഇതേക്കുറിച്ച് അദ്ദേഹം പി സുരേന്ദ്രനോടു പറഞ്ഞു. "എന്റെ ചെറുപ്പകാലത്ത് കണ്ടിരുന്ന പല പക്ഷികളെയും ഇപ്പോൾ ഇവിടങ്ങളിൽ കാണാറില്ല. അന്നിവിടെ കൃഷ്ണപ്പരുന്തുകൾ (Brahminy Kite) ധാരാളമുണ്ടായിരുന്നു. ആകാശത്തു വട്ടമിട്ടു പറക്കുന്ന കൃഷ്ണപ്പരുന്തുകളുടെ ശുഭശകുനം അറിഞ്ഞതിനു ശേഷമേ അന്നൊക്കെ ആളുകൾ യാത്ര പുറപ്പെടൂ. ഇന്ന് അവയെ വളരെ അപൂർവ്വമായേ കാണൂ. മുമ്പ് കാവശ്ശേരിയിലൊന്നും കണ്ടിട്ടില്ലാത്ത വെള്ളി എറിനെ (Black Winged Kite) അപൂർവ്വമായെങ്കിലും കാണാൻ കഴിയുന്നു. പരുന്തുവർഗ്ഗത്തിലെ ഏറ്റവും സുന്ദരനാണ് ഈ വെളുത്ത പക്ഷി. തീപ്പൊരിക്കണ്ണൻ (Water Cock) എന്ന നീർപ്പക്ഷിയും ഇവിടത്തെ വയലുകളിൽ മഴക്കാലത്തു കാണുന്ന പുതിയ വിരുന്നുകാരനാണ്." *എ ബുക്ക് ഓഫ് കേരള ബേർഡ്സി*ന്റെ രചനയ്ക്കിടയിലാണ് മീൻകൊതി

ച്ചിപ്പരുന്തിനെ കുറിച്ചുള്ള ഗൗരവമായ പഠനവും അദ്ദേഹം നടത്തിയത്. തന്റെ നീരീക്ഷണ പഠനങ്ങളും പുതിയ ഇംഗ്ലീഷ് പുസ്തകത്തിന്റെ പണികളും ഒക്കെ തീർത്ത് ഇനിയും ഒരുപാടു കാര്യങ്ങൾ ചെയ്യാനുണ്ടെന്ന ഒരു തോന്നലായിരുന്നു കെ കെ നീലകണ്ഠന്. എന്നാൽ വിധിയതിന് അനുവദിച്ചില്ല. 1992 ജൂൺ 14 നു രാവിലെ 5.15 ഓടെ കെ കെ നീലകണ്ഠന്റെ ശ്വാസം പൂർണ്ണമായും പ്രകൃതിയിൽ ലയിച്ചു. കെ കെ നീലകണ്ഠന്റെ മരണശേഷം 1993 ൽ ബോംബെ നാച്യുറൽ ഹിസ്റ്ററി സൊസൈറ്റിയുടെ ജേർണലിൽ തേൻകൊതിച്ചിപ്പരുന്തിനെക്കുറിച്ചുള്ള അദ്ദേഹത്തിന്റെ വിലയേറിയ പഠനം പ്രസിദ്ധീകരിക്കപ്പെട്ടു. അതുവരെ ആരും രേഖപ്പെടുത്താത്ത ധാരാളം വിവരങ്ങൾ കെ കെ നീലകണ്ഠന്റെ പഠനത്തിലുണ്ടായിരുന്നു. സാലിം അലിയുടെ *ബേർഡ്സ് ഓഫ് കേരള*യിൽ ഇടം കിട്ടാതെപോയ 95 ഇനം പക്ഷികളെക്കുറിച്ചു പ്രതിപാദിക്കുന്ന കെ കെ നീലകണ്ഠന്റെ *എ ബുക്ക് ഓഫ് കേരള ബേർഡ്സ്* അദ്ദേഹത്തിന്റെ കാലശേഷം 1993 ൽ പ്രസിദ്ധീകൃതമായി.

പ്രൊഫ. കെ കെ നീലകണ്ഠൻ തന്റെ ജീവിതംകൊണ്ട് നമ്മെ ഉദ്ബോധിപ്പിക്കാൻ ശ്രമിച്ചത് ഈ വരികളിൽ വ്യക്തമാണ്.

> നിങ്ങളുടെ ജാതി എന്തായാലും മതം മാറുവാൻ മുന്നോട്ടുവരൂ. (പ്രൊഫ. കെ കെ നീലകണ്ഠന്റെ മതത്തിലെ ദൈവം പ്രകൃതിയാണ്). പ്രകൃതിയെ ആരാധിക്കൂ. അവളുടെ രഹസ്യങ്ങളെക്കുറിച്ച് മനസ്സിലാക്കാൻ ശ്രമിക്കുക മാത്രമല്ല അങ്ങനെ ചെയ്യുവാൻ നിങ്ങളുടെ സന്താനങ്ങളെയും അനന്തിരവരെയും അയൽക്കാരെയും സ്നേഹിതരെയും പ്രോത്സാഹിപ്പിക്കുകയും ചെയ്യൂ. പ്രകൃതിയെ കീഴടക്കിയും ചൂഷണം ചെയ്തും മനുഷ്യവംശത്തെ അഭിവൃദ്ധിപ്പെടുത്താമെന്ന അന്ധവിശ്വാസത്തിനെതിരെ സമരം ചെയ്യൂ. പ്രകൃതിയെ പരിരക്ഷിച്ച് തദ്വാരാ മനുഷ്യവംശത്തിന്റെ ഭാവിസുരക്ഷിതമാക്കേണ്ടത് നമ്മുടെയെല്ലാം പ്രാഥമിക ധർമ്മമാണ്. പ്രകൃതി ധ്വംസനം മാതൃഹത്യയ്ക്ക് തുല്യമായ ഒരപരാധമാണ്. അതിന്റെ ഭവിഷ്യത്ത് ആത്മഹത്യയുമായിരിക്കും.

ഭൂമിയുടെ സുസ്ഥിരമായ നിലനില്പിനായി ചിന്തിച്ച മഹാനായ ഈ പ്രകൃതിശാസ്ത്രജ്ഞന്റെ ജീവിതം നമ്മെ ഓരോരുത്തരെയും പ്രചോദിപ്പിക്കേണ്ടതാണ്. കാലാവസ്ഥാവ്യതിയാനം പോലെയുള്ള മഹാദുരന്തങ്ങൾ നമ്മെ വേട്ടയാടിക്കൊണ്ടിരിക്കുന്ന സാഹചര്യത്തിൽ പ്രകൃതിസംരക്ഷണത്തിന്റെ ആവശ്യകത നാൾക്കുനാൾ നമുക്ക് ബോദ്ധ്യപ്പെട്ടുകൊണ്ടിരിക്കുകയാണ്. ഒരു പക്ഷിപ്പാട്ടിന് കാതോർത്തുകൊണ്ട് പ്രകൃതിസംരക്ഷണമെന്ന മഹായജ്ഞത്തിന് നമുക്ക് തുടക്കം കുറിക്കാം.

അനുബന്ധം

ജീവിതരേഖ

പാലക്കാട് ജില്ലയിലെ കാവശ്ശേരിയിൽ 1923 ഏപ്രിൽ 15 ന് ഇന്ദുചൂഡൻ എന്ന കെ കെ നീലകണ്ഠൻ ജനിച്ചു. ഇംഗ്ലീഷ്സാഹിത്യത്തിൽ ബിരുദമെടുത്തശേഷം കോളേജ്അധ്യാപകനായി. പാലക്കാട് വിക്ടോറിയ കോളേജ്, ചിറ്റൂർ ഗവ. കോളേജ്, തിരുവനന്തപുരം വിമൻസ് കോളേജ്, തുടങ്ങിയ കോളേജുകളിൽ ഇംഗ്ലീഷ് വിഭാഗം മേധാവിയായി പ്രവർത്തിച്ചു. തലശ്ശേരി ബ്രണ്ണൻ കോളേജിൽ പ്രിൻസിപ്പലായിരുന്നു. 1978ൽ സർവ്വീസിൽനിന്ന് വിരമിച്ചു.

ഇന്ത്യയിലെ ഏറ്റവും വലിയ പെലിക്കന്റി–പെലിക്കൻ എന്ന നീർപറവയുടെ പ്രജനനകേന്ദ്രം കണ്ടുപിടിച്ചത് ഇദ്ദേഹമാണ്. കേരളത്തിലെ പക്ഷികൾ (1957) പക്ഷികളും മനുഷ്യരും (1979) പക്ഷികളുടെ അൽഭുതപ്രപഞ്ചം (1987) എ ബുക്ക് ഓഫ് ഇന്ത്യൻബേർഡ്സ് (1993) എന്നീ പുസ്തകങ്ങൾ പ്രസിദ്ധീകരിച്ചു.

1960 ൽ എസ് പി സി എസ് നൽകിയിരുന്ന കല്യാണി കൃഷ്ണമേനോൻ പുരസ്കാരം കേരളത്തിലെ പക്ഷികൾക്ക് ലഭിച്ചു. 1963 ലെ മോസ്കോ ഭാരതീയ പ്രദർശനത്തിൽ ഇന്ത്യയിൽനിന്ന് പ്രദർശിപ്പിക്കാൻ തെരഞ്ഞെടുത്ത മൂന്ന് പുസ്തകങ്ങളിലൊന്നായിരുന്നു ഈ ഗ്രന്ഥം. പക്ഷികളും മനുഷ്യരും എന്ന പുസ്തകത്തിന് സംസ്ഥാനബാലസാഹിത്യപുരസ്കാരം ലഭിച്ചു. 1981 ൽ കൈരളി ചിൽഡ്രൻസ് ബുക്ക് ട്രസ്റ്റിന്റെ അവാർഡും നേടി. പുല്ല് തൊട്ട് പൂനാരവരെ എന്ന ഗ്രന്ഥത്തിന് കേരള സാഹിത്യഅക്കാദമിയുടെയും കേരളശാസ്ത്രസാങ്കേതിക പരിസ്ഥിതി കൗൺസിലിന്റെയും അവാർഡ് ലഭിച്ചു.

കേരള നാചറൽഹിസ്റ്ററി സൊസൈറ്റിയുടെ സ്ഥാപകനാണ്. സംസ്ഥാനവന്യജീവി സംരക്ഷണബോർഡ് അംഗമായിരുന്നു. വേൾഡ് വൈഡ് ഫണ്ട് നേച്ചർ ഇന്ത്യഅംഗമായും പ്രവർത്തിച്ചു. ഇന്ദുചൂഡന്റെ പക്ഷികളെക്കുറിച്ചുള്ള 23 ലഘു കുറുപ്പുകൾ ദഹാൻഡ് ബുക്ക് ഓഫ് ബേർഡ്സ് ഓഫ് ദി വേൾഡിൽ പരാമർശിക്കപ്പെട്ടിട്ടുണ്ട്. 1992 ജൂൺ 14 ന് അന്തരിച്ചു. ഭാര്യ: പാർവ്വതി നീലകണ്ഠൻ. നാലുമക്കൾ.

www.ingramcontent.com/pod-product-compliance
Lightning Source LLC
LaVergne TN
LVHW060118051026
849517LV00007B/2336
* 9 7 8 9 3 9 4 7 5 3 6 6 2 *